AF796058

वजन घटवण्यासाठी 'आहारा'ला 'रॉकस्टार' बनवण्याबाबत पूजाकडून मार्गदर्शन

- रणबीर कपूर

'पूजानं माझा अन्नाकडे बघण्याचा दृष्टिकोन आयुष्यभरासाठी बदलून टाकला. मी जिथं जिथं जातो, तिथं तिथं संपूर्ण प्रवासभर पूजाच्या आहारविषयक सूचनांचा स्पष्ट प्रतिध्वनी माझ्या जेवणाच्या थाळीवर घुमताना मला ऐकू येत असतो... हे ऐकून भीती वाटतेय? अजिबात काळजी करू नका. ती इतकी आकर्षक आहे की, तिची भीती वाटणं केवळ अशक्य आहे!'

- करण जोहर

'पूजाकडून मी एक अत्यंत महत्त्वाची गोष्ट शिकले. खाण्याचा तुमच्या रूपाशी फारसा संबंध नसतो, तर तुम्हाला त्यामुळे जी स्वास्थ्याची अनुभूती होते, त्याच्याशी खाण्याचा संबंध असतो!'

- सुश्मिता सेन

'निरोगी शरीर लाभलं की, निरोगी मन लाभतं आणि पूजाच्या डाएटमुळे मला ते साध्य करता आलंय.'

- एकता कपूर

'इट.डिलीट' या इंग्रजी पुस्तकाचा अनुवाद

सुडौल राहा

खवय्येगिरी सांभाळूनही सडपातळ राहण्याचा मंत्र

पूजा मखिजा

अनुवाद

सुनीति काणे

मेहता पब्लिशिंग हाऊस

Please contact us at **Mehta Publishing House,** Pune 411030.
✆ +91 020-24476924 / 24460313 / Mob. No. 9545000513
Email : production@mehtapublishinghouse.com
Website : www.mehtapublishinghouse.com

- *या पुस्तकातील लेखकाची मते, घटना, वर्णने ही त्या लेखकाची असून त्याच्याशी प्रकाशक सहमत असतीलच असे नाही.*

EAT.DELETE. by POOJA MAKHIJA

First published in India in 2012 by Collins,
an Imprint of HarperCollins Publishers India
a joint vnture with The India Today Group
Translated into Marathi Language by Suniti Kane

सुडौल राहा / आरोग्यपर

अनुवाद : सुनीति काणे
Email : author@mehtapublishinghouse.com

मराठी अनुवादाचे व प्रकाशनाचे हक्क मेहता पब्लिशिंग हाऊस, पुणे.

प्रकाशक : सुनील अनिल मेहता, मेहता पब्लिशिंग हाऊस,
१९४१, सदाशिव पेठ, माडीवाले कॉलनी, पुणे ४११०३०.

मुद्रक : पार्कसन्स ग्राफिक्स

मुखपृष्ठ : मेहता पब्लिशिंग हाऊस

प्रथमावृत्ती : जानेवारी, २०१७

किंमत : ₹ २५०

P Book ISBN 9789386342270

अतिशय जलद गतीनं ज्यांनी आपलं वजन घटवलं आणि
त्याच गतीनं ते मूळ पदालाही आणलं,
अशा साऱ्यांना हे पुस्तक समर्पित!
लग्नसमारंभ, हॉट-डेट किंवा महत्त्वाच्या दिवसासाठीच वजन
घटवायचं असतं, अशी समजूत असणाऱ्या अशा साऱ्यांना,
तसंच अल्पावधीत वजन घटवण्याचं उद्दिष्ट ठेवलं तरच
त्यासाठी संप्रेरणा मिळू शकते अशी समजूत असणाऱ्यांना;
जे लोक अन्नाला शत्रू समजतात, तसंच परिणामांबद्दल
जे सतत अस्वस्थ आणि चिंतातुर असतात;
आपण किती विशेष, अद्वितीय आणि चांगले आहोत
याचा ज्यांना विसर पडलेला असतो,
अशा सर्वांना अर्पण!

अशा लोकांना मला एवढंच म्हणायचं आहे :
तुम्हाला एवढी घाई कशासाठी हवीय?

अनुक्रमणिका

मनापासून प्रयत्न करा

...तर मग कधी प्रारंभ करताय?

...आणि शेवटी

शर्यतीची अंतिम रेषा

प्रास्ताविक

जानेवारी महिन्याच्या सकाळच्या कोवळ्या उन्हात धावपटूंच्या पावलांनी रस्ता हादरू लागला. शर्यतीचा अखेरचा टप्पा जवळ आलेला होता. मुंबईतील वार्षिक मॅरेथॉनमध्ये भाग घेण्यासाठी एकत्र आलेल्या विविधरंगी क्रीडापटूंना उत्तेजन देण्यासाठी जनसागर लोटला होता. डॉक्टर, वकील, कंपनीप्रमुख, माजी सौंदर्यसम्राज्ञी, गृहिणी आणि विद्यार्थी सारे जण आयुष्यभरातील सर्वांत मोठ्या शारीरिक कसोटी स्पर्धेत भाग घेण्यासाठी एकत्र आलेले होते.

या शर्यतीपूर्वी अनेक महिने किंवा अनेक वर्षं सुरू झालेल्या प्रवासाचा हा अनेकांच्या दृष्टीने अखेरचा टप्पा होता. सरावासाठी मोजक्याच सुविधा उपलब्ध असलेल्या लहान गावांमधून काही जण आलेले होते. काही जण आजाराशी लढा देऊन उपस्थित राहिले होते. त्यांना प्रेरित करणारी गोष्ट कोणतीही असो- शरीराला शक्य तेवढा ताण देण्यातला आनंद असो की आयुष्यभराचं ध्येय साध्य करण्यातला आनंद असो- त्या सर्वांमध्ये एक गोष्ट अगदी सारखी होती, ती म्हणजे आपल्या मागोमाग कोण धावतंय याकडे ते अजिबात वळून पाहत नव्हते किंवा आपल्यापुढं कोण आहे, याकडेसुद्धा ते लक्ष देत नव्हते. यश आणि अपयशामधील सीमारेषा ओलांडताना त्यांचं लक्ष लाल आकड्यांच्या टिकटिकत्या घड्याळाकडे नव्हतं. त्यांचं लक्ष संपूर्णतः एकाग्र झालं होतं, ते केवळ समोरील मोठ्या सहा अक्षरांवर.

F-I-N-I-S-H

त्यांनी ते साध्य केलं होतं. त्यांनी शर्यत पूर्ण केली होती आणि तेच त्यांचं यश होतं. शर्यती जिंकण्यासाठीच असतात, असं लहानपणी आम्हाला शिकवण्यात आलं होतं. जिंकणं म्हणजे पहिला क्रमांक मिळवणं. कारण दुसऱ्या क्रमांकाला जागाच नसते. शर्यत पूर्ण करणं किंवा योजनेनुरूप कार्य पूर्ण करणं यातही सार्थकता असते, असं आम्हाला कुणी शिकवलेलंच नव्हतं.

वजन घटवून ते त्याच पातळीवर ठेवणं ही काही जलद धावण्याची शर्यत नव्हे; ही काही जिंकण्याची गोष्ट नव्हे. मॅरेथॉनप्रमाणेच हा केवळ चिकाटीचा प्रवास आहे. फरक एवढाच की, या प्रवासात मुक्कामाची जागा तुमच्या निवडीची असते

आणि प्रवासाचा वेग तुमच्या शरीराला झेपेल असा असतो. यात अंतिम रेषा पार करणं, एवढंच तुमचं काम आहे.

लोक त्यांच्या शरीराचं वजन घटवताना काळाशी ज्या प्रकारे स्पर्धा करतात, ते पाहून काळजी वाटल्यामुळेच मी हे पुस्तक लिहिलं आहे. आपला विवाहसमारंभ, आपलं पुनर्भेटीचं स्नेहसंमेलन, परिषद किंवा अन्य समारंभांसाठी आपण छान दिसावं याची आपल्याला इतकी घाई होते की, आपण क्रॅश-डाएट (Crash-diet) करतो, देह शिणवतो आणि काही काळातच घटवलेले पौंड पुन्हा अंगावर चढवतो. आपण आपल्या शरीराचा अगदी अंत पाहत असतो. आपली पचनसंस्था, हृदय, मेंदू, रुधिराभिसरण, श्वसन आणि ऊर्जेची पातळी या सर्वांहून आपल्याला वेळ अधिक महत्त्वाचा वाटत असतो; परंतु जेव्हा वेळेची सरशी होते, तेव्हा बऱ्याचदा आपलं शरीर हरतं.

वजन घटवताना आपण काळाशी स्पर्धा कशासाठी करतो? इतक्या घाईनं आपल्याला कुठं जायचं असतं; की हा विश्वासाचा प्रश्न असतो? नियंत्रणाचं अतीव वेड असल्यामुळेच तर आपण आपल्या देहाकडून इतक्या उच्च स्तरावरच्या अपेक्षा ठेवत नाही? आपल्या शरीराच्या अंतर्गत यंत्रणा योग्य प्रकारे कामगिरी बजावणार नाहीत, असा विश्वास असल्यामुळेच तर आपण आपल्या शरीरावर बाहेरून इतकं नियंत्रण ठेवू पाहत असतो?

या पुस्तकात, मी त्वरित (तात्पुरता) उपाय करण्याच्या धोक्यापासून तुम्हाला परावृत्त करण्याचा निकराचा प्रयत्न केलेला आहे. कारण अनेक वर्षांचं भरीव संशोधन आणि मुख्यत्वे तुमचा देहच तुम्हाला संदेश देईल की, वजन घटवून त्याच स्थितीला ठेवण्यासाठी कोणताही झटपट उपाय उपलब्ध नाही. एवढंच नव्हे, तर तुम्हाला तुमची चयापचय क्रिया वाढवायची असेल, स्वास्थ्य आणि आरोग्य हवं असेल, तुम्हाला तुमचा हरवलेला जोम पुन्हा मिळवायचा असेल, वजन कायमस्वरूपी घटवायचं असेल किंवा तुम्हाला केवळ तुमच्या देहाकडून आभाराची आणि पसंतीच्या पावतीची अपेक्षा असेल, तर या शर्यतीच्या प्रारंभापासून शेवटपर्यंत कोणतेही फारसे पर्यायी मार्ग उपलब्ध नाहीत. प्रत्येकाला एकाच वाटेनं जावं लागेल. परंतु मला असंही अजिबात म्हणायचं नाही की, तुम्हाला दीर्घ काळ प्रतीक्षा करावी लागेल! जरी माझा झटपट उपाययोजनेला विरोध असला, तरी वैद्यकशास्त्रानं संमत केलेल्या वेळेच्या चौकटीत बसणारं, तुमचं वजन नियंत्रणात आणणारे पर्याय मी तुमच्यापुढे खुले करून देणार आहे.

माझी एवढीच इच्छा आहे की, वजन घटवण्याच्या प्रवासात तुम्ही अन्नाला शत्रू मानून आणि आपल्या सदसद्विवेकबुद्धीला रजा देऊन गुंतागुंत वाढवू नये. शरीराला पुरेसं इंधन पुरवून शर्यतीची अंतिम रेषा कशी ओलांडावी, हे मी तुम्हाला या

पुस्तकात दाखवणार तर आहेच, त्याचबरोबर वजन घटवून त्याच पातळीवर ठेवण्यासाठीच्या युक्त्या आणि धोरणंसुद्धा सांगणार आहे. ही प्रक्रिया तुम्हाला मजेशीर वाटावी आणि त्यातून तुम्हाला आनंद लुटता यावा, हीच माझी प्रांजळ इच्छा आहे. तुम्ही किती खाऊ शकता आणि तुम्हाला किती खाण्याची गरज आहे, हे मी तुम्हाला पटवून दिल्यानंतर तुम्ही आश्चर्यचकित व्हाल.

परंतु या क्षणी, त्या दिशेने तुमचा वैयक्तिक प्रवास सुरू करताना जसजसं तुम्ही या पुस्तकाची पानं उलटत जाल, तसतसं तुम्ही निवांतपणे आत्मपरीक्षण करत जावं, असं मला वाटतं. तुमच्या आईकडून आनुवंशिकतेनं तुमच्यात उतरलेल्या गोष्टींबद्दल शिव्याशाप देणं थांबवा किंवा लठ्ठपणाची प्रवृत्ती वडिलांच्या गुणसूत्रांमधून तुमच्यात आली, म्हणून त्यांना दूषणं देऊ नका! आपल्या शरीरातलं रंध्र वाजवीहून मोठं आहे किंवा वक्ष फारच लहान आहेत, अशी खंत करायचं थांबवा. लक्षात घ्या की, तुम्ही अनन्य आहात आणि अनन्यसुंदर आहात!

आपल्याला आयुष्यात अनेक अपेक्षा पूर्ण करायच्या असतात. पती किंवा पत्नीच्या, स्नेह्यांच्या, नोकरीच्या संदर्भातल्या मंडळींच्या, मुलांच्या, आई-वडील, सासू -सासऱ्यांच्या आणि आयुष्याबद्दलच्या अनंत अपेक्षा आपल्याला पूर्ण करायच्या असतात. त्यांची पूर्तता करण्याची धडपड अविरतपणे चालू असते. परंतु मी एकच सांगेन, वजन घटवण्याचा बाऊ करणं थांबवा आणि स्वत:वर प्रेम करत आयुष्य जगायला शिका. तुमचा देह तुमचा मित्रच आहे. तो तुमचं वजन घटवून देईल. तुमच्या हिताचंच तो करेल. हे तुम्हाला जितकं लवकर समजेल, तितके तुम्ही अधिक सुखी आणि अधिक हलके बनाल.

त्वरित उपाय

आठ किलो वजन घटवायला तुम्हाला सहा आठवड्यांची मुदत आहे आणि या क्षणापासून तुम्हाला प्रारंभ करायचा आहे.

आपण स्वत:च स्वत:वर असं काही दडपण आणत नसतो. वजन घटवण्याची जाहिरातच अशा प्रकारे केली जात असते. तिथं प्रत्येक गोष्ट वेळापत्रकात बसवून विकली जाते! अशा जाहिराती आठवड्याच्या किंवा मासिक किंवा वार्षिक कोष्टकात बसवलेल्या असतात. 'तुम्ही एका महिन्यात पाच किलो किंवा दोन महिन्यांमध्ये दहा किलो वजन घटवू शकाल,' अशी ग्वाही त्यात दिलेली असते. ज्यांना या घडीलाच वजन उतरवायचं असतं, अशांना ही त्वरित उपाययोजना हा एकमेव पर्याय वाटतो. या योजनेत सहभागी होऊन ती पूर्ण केली, तर तुमचं आयुष्य कायमचंच बदलून जाणार आहे, अशी या जाहिरातीतली गर्भित हमी असते.

जलद वजन घटवणं...

...काहीसं असं दिसतं :

'तीन आठवड्यांमध्ये सहा किलो घटवा!'

'सात दिवसांचं डाएट'

'लठ्ठपणाकडून तंदुरुस्तीकडे : आठ आठवड्यांत तुमचा देह बिकिनीला शोभेलसा बनेल'

'पाच दिवसांत विषमुक्ती'

...असं ऐकायला येतं :

'तिला झपाट्यानं दहा किलो उतरवायला सांगा, तो मुलगा दोनच महिन्यांत न्यू यॉर्कहून येतोय.'

'पूजा, आमचं दशवर्षीय पुनर्भेट स्नेहसंमेलन जवळ आलंय आणि कॉलेजमधून बाहेर पडल्यावर मला दोन मुलं झाली आहेत. मला मदत कर!'

'अशी दिसत असताना मी गोव्याला नाही जाऊ शकत! तिथं माझ्या जिवलग मैत्रिणीचं लग्न आहे!'

...आणि हे असं जलद वजन घटवल्यावर तुम्हाला कसं वाटेल याची झलक पाहा :

चिडचिडं, **अशक्त**, भुकेलं, निराश, **थकून गेलेलं**,
चक्कर येत असलेलं, बद्धकोष्ठपीडित, वंचित, शुष्क.
आणि खरोखरच निष्कारण अशा पद्धतीनं जलद वजन घटवलं की,
उतरवलेलं सारं वजन पुन्हा अंगावर चढतंच. जेव्हा तुम्ही क्रॅश-डाएट
करता किंवा स्वत:च्या देहाकडून तुमच्या अवाजवी अपेक्षा असतात,

तेव्हा अखेरीस तुमच्या वाट्याला येणाऱ्या गोष्टी असतात :

उणावलेली **कामेच्छा**, सायनसचा त्रास, **केस गळणं**, **स्नायूंचा ऱ्हास**,
फेफरं येणं, **मुरूम उठणं**, पित्ताशयाचे विकार, अनोरेक्झिया नर्व्होसा
(आहाराबाबतची विकृती- ज्यामुळे लोक आपलं वय व उंची लक्षात न
घेता प्रमाणापेक्षा जास्त वजन घटवतात;
ते घातक ठरू शकतं), ब्युलिमिया (या विकृतीत लोक अवाजवी आहार
घेतात आणि त्यानंतर खाल्लेलं अन्न ओकारी काढून
ओकून टाकतात), कुपोषणामुळे मृत्यूकडे वाटचाल.

थोडक्यात सांगायचं, तर घटवलेलं वजन परत अंगावर चढण्यावरच भागलं तर ते तुमचं भाग्य!

निराशावादी संदेश देण्याचा माझा अजिबातच हेतू नाही; परंतु आहारतज्ज्ञ या नात्यानं 'जलद वजन घटवणं' या पर्यायातले धोके दाखवून देणं मला महत्त्वाचं वाटतं. आपल्यातल्या अत्यंत सुज्ञ व्यक्तींनाही त्वरित उपाययोजनेचे असे मोह टाळता आलेले नाहीत. हे मोह काही केवळ अन्नाबाबतचे नव्हते. डाएट पिल्स, लायपोसक्शन (शरीरातली चरबी काढून घेण्याची शस्त्रक्रिया), वेगवेगळी क्रीम्स, मसाज, चरबी जाळणारी औषधं, इएमएस (इलेक्ट्रिकल मसल स्टिम्युलेशन) मशिन्स, भूक मंदावण्यासाठीची औषधं... यादी लांबलचक आहे. परंतु लठ्ठ मांड्या किंवा लोंबणारं पोट सुबक करणारा एखादा त्वरित जादुई उपाय सापडलाच, तर त्यामुळे काही दुष्परिणाम ओढवणं अटळ असतं. त्याबाबत नेहमीच माहिती दिलेली असते असं नाही आणि तशी सूचना दिलेली असली तरी जाहिरातीत कुठंतरी बारीक अक्षरात छापलेली असते. **'वजन घटतं'** ही जाहिरात ठळक अक्षरांत आणि त्याचे दुष्परिणाम अगदी लहान अक्षरांत- दिसतील न दिसतील अशा प्रकारे छापलेले असतात.

काही जण युक्तिवाद करू शकतील की, कालमर्यादा घातल्याखेरीज वजन घटवण्यासाठी प्रेरणा मिळत नाही. तर काही जणांचं म्हणणं असतं, डोळ्यांपुढं नेमकं उद्दिष्ट ठेवल्याखेरीज वजन घटवणं शक्य होत नाही; परंतु अवघड कालमर्यादा घालून घेतल्यामुळे हटकून निराशा पदरी येणारच. कारण आपल्याला किती वजन घटवता आलेलं नाही, यावरच आपलं लक्ष केंद्रित झालेलं असतं. त्यामुळे एक महिन्यात आपलं पाच पौंड वजन घटलं नाही; त्याला दोन महिने लागले, म्हणून आपण आणखी निराश होतो! खरंतर पाच पौंड वजन घटल्याबद्दल आपल्याला आनंद वाटायला हवा. कारण आता आपलं तेवढं ओझं कमी झालेलं असतं. त्यामुळे आपल्या हृदयावर तेवढा कमी ताण पडत असतो. आपण जास्त सुलभतेनं श्वास घेऊ शकत असतो. जास्त चालत असतो. आपल्याला जास्त तरतरी वाटत असते. आपण त्याबद्दल आनंद मानायला हवा! जीवनशैलीतला बदल यशस्वी ठरलाय की नाही याचा मानदंड केवळ 'वजनातली घट' एवढाच असून कसं चालेल?

तुम्ही डोळ्यांपुढं कोणतं तरी उद्दिष्ट ठेवून त्याच्याकडे वाटचाल करू नये, असं माझं अजिबातच म्हणणं नाही; परंतु कालमर्यादा आणि लक्ष्य यांतील भेद आपल्याला उमजला पाहिजे किंवा वेळ विरुद्ध ध्येय यांतली तफावत लक्षात आली पाहिजे. तुमच्या घरात लग्नसमारंभ होणार आहे आणि त्यासाठी तुम्हाला दहा किलो वजन उतरवायचं आहे, तर अशा वेळी तुम्ही स्वत:साठी पुरेसा वेळ द्यायला हवा. नीटपणे

संयोजन करा आणि व्यवहार्य धोरण आखा. आठवड्याला अर्धा ते एक किलोपेक्षा जास्त वजन उतरवणं वैद्यकीयदृष्ट्या हितकारक नसतं. माझ्या ग्राहकांसाठी मी आखून दिलेली आहार योजना या दृष्टीनं केलेली असते. अशक्य कोटीतली गोष्ट साध्य करण्याचा प्रयत्न करू नका. तुम्हाला जे काही साध्य करता आलंय त्यात आनंद माना. आणि तुमचं वजनाबाबतचं उद्दिष्ट? तुम्ही जर हुशारीनं योग्य आहार घेतला आणि हालचाल करत राहिला, तर कालांतरानं ते उद्दिष्ट तुम्ही नक्कीच गाठू शकाल.

तुमची घाई कशासाठी?

त्वरित उपाययोजनेच्या विरोधात

तर आपलं वजन कशामुळं वाढतं? आपल्याला ते उतरवायला का जमत नाही? जर त्यासाठी केवळ काय खावं आणि काय खाऊ नये एवढ्याच ज्ञानाची गरज असती, तर आतापर्यंत आपण सारेच जण सडपातळ झालो नसतो का! तुम्ही कुणीही असा किंवा कुठल्याही प्रांतातले असा- वजन उतरवण्यासाठीची धडपड बहुतेकांसाठी सार्वत्रिक समस्या असते. ही धडपड म्हणजे चढ-उतारांची रोलर-कोस्टरसारखी सफरच असते! त्यात आपलं वजन घटतं, पुन्हा वाढतं, पुन्हा घटतं. या चढ-उतारांच्या चक्रात आपल्या मनात कुठंतरी आशेची धुगधुगी असते की, कधीतरी आपण आपलं उद्दिष्ट कायमस्वरूपी साध्य करू शकू. कधीतरी आपल्याला सोन्याच्या मोहोरांचा हंडा गवसेल!

परंतु हा प्रवास इतका गुंतागुंतीचा आणि कष्टांचा असायचंही कारण नाही. अंगावरचं काही किलो मांस हे काही एका रात्रीत जमा झालेलं नसतं. काही नेमक्या कारणांमुळेच आपलं वजन वाढत असतं. आपला आहार, हेच काही त्यामागचं एकमेव कारण नसतं. या कारणांचा परामर्श घेणं, ही वजन कायमस्वरूपी घटवण्याची गुरुकिल्ली असेल.

'चयापचय क्रिया', 'उष्मांक', 'उकडलेलं', 'भाजलेलं', 'वाफवलेलं' अशा शब्दांनी या पुस्तकाची सुरुवात करणं तसं मला फारच सोपं वाटेल. कारण मी त्याचंच प्रशिक्षण घेतलंय. शिवाय मी आहारविषयक सल्लाही देते; परंतु अनेक वर्षांच्या अनुभवानं मला शिकवलंय की, वजन घटवण्याच्या दिशेनं तुमचा प्रवास सुरू करून देण्याचा तो सर्वोत्तम मार्ग नव्हे! तुम्ही काय किंवा किती खावं याकडे मी लगेच वळणार नाही. मी उष्मांकांचे तक्ते, बीएमआरचे (बेसल मेटॅबॉलिक रेट म्हणजे चयापचय क्रियेचा वेग) हिशेब किंवा स्वयंपाक कशा प्रकारे करावा याकडेदेखील लगेचच वळणार नाही. कारण पुस्तकाचा प्रारंभ करण्याची ती योग्य रीत ठरणार नाही.

सुरुवातीलाच आहारावर चर्चा नको.

तुमचं वजन का वाढतं, याचा तुम्ही कधी विचार केला आहे का? वजन वाढण्यामागचं आहार हे एक महत्त्वाचं कारण आहे; परंतु 'तुमचं वजन प्रमाणापेक्षा

जास्त आहे, कारण तुम्ही अयोग्य प्रकारे आहार घेता,' असं म्हणणं म्हणजे 'तुम्ही आजारी आहात, कारण तुम्हाला ताप आलाय,' असं म्हणण्यासारखंच आहे. असं म्हणणं चुकीचं नाही; परंतु बऱ्याचदा ताप हे खऱ्याखुऱ्या गंभीर समस्येचं केवळ एक लक्षण नसतं का?

याबद्दल विचार करा : वजन वाढणं हे केवळ एक लक्षण असेल तर? आपण कसा आहार घेतो आणि अन्नाकडे कोणत्या दृष्टीनं पाहतो याचं ते लक्षण असेल तर? जर तुमच्या ताटातल्या आहारावर नव्हे, तर तुमच्या मनातल्या कल्पनांवर तुमच्या वजनाची घट अवलंबून असेल तर? आपल्याला का खावंसं वाटतं, याचा शोध घेतला तर कदाचित आपलं वजन घटवण्याचे अनेक प्रयत्न का अयशस्वी झाले, याचा आपल्याला नेमका छडा लावता येईल. कदाचित आपण फक्त आहारावर नियंत्रण ठेवल्यामुळे, आपण काय खातोय यावरच लक्ष केंद्रित केल्यामुळे आणि काळजीपोटी आपला आहार मर्यादित ठेवल्यामुळे आपण मोठ्या समस्येच्या केवळ एकाच भागावर लक्ष केंद्रित करत असू, हे आपल्याला वजन घटवण्याची वारंवार धडपड करावी लागण्यामागचं कारण असू शकेल.

जलद उपाययोजनेच्या विरोधातलं धोरण, वजन उतरवण्यासाठी मन आणि शरीर या दोहोंना एकत्रितपणे मूलभूत समस्येवर तोडगा शोधायला लावतं. बहुधा ही पहिलीच वेळ असावी की, आहारतज्ज्ञानं वजन घटवण्याबाबत पुस्तक लिहिताना, मन:स्वास्थ्यतज्ज्ञांचा सल्ला घेऊन, वजन वाढण्यामागची महत्त्वाची नेमकी कारणं शोधण्याचा प्रयत्न केलेला आहे. भारतातील अत्यंत मान्यवर अशा मानसरोग चिकित्सक डॉ. अंजली छाब्रिया आणि माइंडटेंपलमधील त्यांचा संघ, स्वास्थ्य व आहारतज्ज्ञ मानसशास्त्रज्ञ तारा महादेवन यांच्या सहकार्यानं मी आहार व वजन घटवणं याबाबतच्या तुमच्या मानसिकतेबद्दल तुम्हाला नव्यानं विचार करायला उद्युक्त करायचा प्रयत्न इथं केलेला आहे.

त्वरित उपायांनी वजन घटवण्याच्या विरोधातलं धोरण आखण्यासाठी मी या पुस्तकाचे चार विभाग केलेले आहेत.

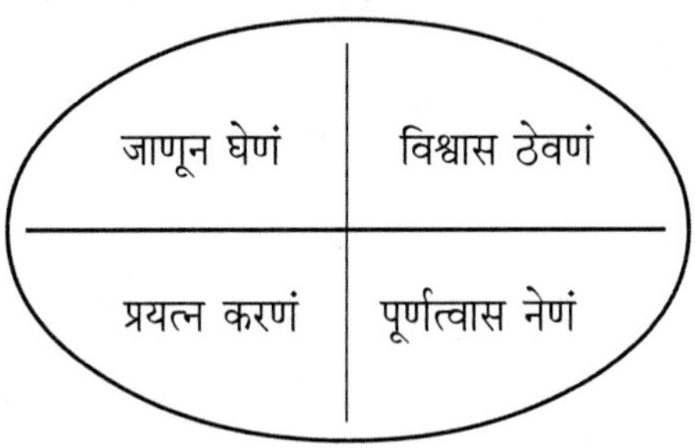

जाणून घेणं

कायमस्वरूपी बदल घडवण्यासाठी, वजन घटल्यावर त्याच पातळीवर ते स्थिर करण्यासाठी मुळात वजन कशामुळे वाढलं, याची कारणं प्रथम जाणून घेणं अतिशय गरजेचं असतं. आपलं आणि आपल्या आहाराचं नातं- म्हणजेच आपल्या सवयी, आहाराकडे बघण्याचा आपला दृष्टिकोन आणि आपल्या आयुष्यात आपण आहाराला देत असलेलं महत्त्व समजून घेण्याचा प्रयत्न करणं, ही त्या दिशेची पहिली पायरी आहे. त्यानंतर मी तुम्हाला पेन उचलून काही परीक्षा द्यायला सांगणार आहे (या परीक्षा नीरस किंवा कंटाळवाण्या असणार नाहीत, याची मी तुम्हाला हमी देते!). तुम्ही रागावलेले, दु:खी-कष्टी, कंटाळलेले असता तेव्हा तुम्हाला खायची इच्छा होते का? आणि तुम्हाला खरोखरच मनापासून वजन घटवावंसं वाटतंय की नाही, हेदेखील या परीक्षांद्वारा आपल्याला जाणून घेता येईल. अखेरीस मी तुमचं आहाराशी असलेलं नातं बदलण्यासाठी तुमच्या हाती आयुधं देईन आणि स्वास्थ्यासाठी योग्य आहार घेण्याची मानसिकता कशी आणावी याबद्दल तुम्हाला मार्गदर्शन करेन. त्यानंतर तुम्हाला आयुष्यात कधीही डाएट करावं लागणार नाही!

विश्वास ठेवणं

तुम्ही जो आहार घेता, त्याचं तुमचा देह काय करतो? तुम्ही उष्मांक कशा प्रकारे जाळता? विश्वासामुळे तुम्हाला देहाच्या अंतर्गत घडामोडींसंदर्भात ज्ञान लाभेल. आपला देह हे किती गुंतागुंतीचं, सुंदर यंत्र आहे आणि हा देह आपल्या सेवेत नेहमीच किती व्यग्र असतो, याची तुम्हाला जाणीव होईल. विश्वासापोटीच तुमची तुमच्या शरीरावरची श्रद्धा पुनर्स्थापित होईल. तुम्ही जर योग्य आहार घेतला आणि योग्य जीवनशैली स्वीकारली, तर तुमच्या ध्येयापर्यंत पोचण्यात तुम्हाला कोणतीही अडचण येणार नाही याबद्दल तुमच्या मनात विश्वास निर्माण होईल.

मनापासून प्रयत्न करणं

यामुळे तुम्हाला वजन उतरवण्यासाठी आवश्यक अशी आहारविषयक सर्व माहिती मिळेल. आहारात कशाचा समावेश करावा, जेवण कशा प्रकारचं घ्यावं आणि योग्य आहार कशा प्रकारे घ्यावा, याबाबत तुम्हाला संपूर्ण मार्गदर्शन लाभेल.

पूर्णत्वास नेणं

एकदा प्रारंभ केल्यावर चुका करत अडखळणं, पहिल्या दिवशी उत्साहानं प्रारंभ करून दहाव्या दिवशी हिंमत हरणं, याची काळजी करू नका. पूर्णत्वास

नेण्यासाठी आम्ही तुम्हाला पुरेसा वेग मिळवून देऊ आणि वाटेत नेहमीसारखे काही गतिरोधक घालून देऊ. आहार आणि स्वास्थ्य मानसशास्त्रज्ञांबरोबर आणि माझ्या ग्राहकांबरोबर विचारविनिमय करून मी तुम्हाला मार्गक्रमण करत राहण्यासाठी धोरणं आखायला मदत करणार आहे. तुम्हाला आयुष्यभर तंदुरुस्त राहता यावं व नव्यानं लाभलेल्या देहाची जोपासना करता यावी, यासाठी मी आहारविषयक सल्लासुद्धा देणार आहे. तुम्हाला वाटतंय त्याहून अधिक यश तुमच्या आटोक्यात आलेलं असणार आहे.

❖

मॅरेथॉन धावपटू अंतिम रेषा ओलांडताना जो अभिमान बाळगेल, त्याच मानसिकतेनं वजन उतरवण्याच्या प्रयत्नांना तुम्ही सामोरं जायला हवं, असं मला वाटतं. तुम्ही या शर्यतीत हरण्यासाठी, जिंकण्यासाठी, स्पर्धा करण्यासाठी, तुलना करण्यासाठी जर उतरणार असाल, तर तुम्ही इतरांच्या देहाशी, कालमर्यादांशी तुमची तुलना करू लागाल. तुम्ही तुमच्या खांद्यावरून इतरांकडे नजर टाकावी, असं मला अजिबात वाटत नाही. तुमच्या जवळ कोण पोचतंय, कोण तुमच्या पुढं जातंय याची फिकीर करू नका. तुमचं काम आहे फक्त अंतिम रेषा ओलांडण्याचं. अंतिम रेषा पार करा. तोच तुमचा विजय असेल.

पूजा मखिजा
मुंबई,
२०१२.

जाणून घ्या

अन्न आणि मी

मी, तूप आणि मी स्वतः

अन्न जिकडेतिकडे दिसतं!

तुमची त्यातून सुटका नाही. तुम्ही जिथं जाल तिथं ते असतंच! नव्या मॉल्समध्ये, इंटरनॅशनल फूड चेन्समध्ये ते ठाण मांडून बसलेलं असतं. घरपोच जेवणाच्या जाहिराती तुमच्या दाराशी पोचवल्या जातात. त्या वाचल्यावर लगेच फोन उचलून खाद्य पदार्थ मागवावेत असा मोह होतो. टीव्हीवर त्याची जाहिरात केली जाते. तुमच्या सिनेमा तिकिटाच्या मागच्या बाजूला त्याची जाहिरात दिसते. स्टेशनकडे तुम्ही चालत जाता किंवा टॅक्सीला हात करता, तेव्हा त्याच्या जाहिराती नजरेस पडतात.

जेव्हा ते डोळ्यांपुढे दिसत नसतात, तेव्हा ते मनात ठाण मांडून बसलेले असतात. अन्नपदार्थांभोवती आपलं आयुष्य किती रुंजी घालत असतं, हे तुमच्या कधी लक्षात आलंय? आपण आपली खूपशी शक्ती त्यासाठी खर्च करत असतो. दुपारचं जेवण घेत असताना आपण रात्रीच्या जेवणासाठी काय करावं याबद्दल चर्चा करत असतो. 'जगातले सर्वोत्तम कबाब' चाखता येण्यासाठी आपण मुद्दाम सफर आयोजित करून गावाबाहेर पडतो. खाद्य पदार्थांवरले रिॲलिटी शोज (प्रेक्षकांचा प्रत्यक्ष सहभाग असलेले कार्यक्रम) आपण पाहतो. स्वयंपाकाची प्रात्यक्षिकं आपण टीव्हीवर उत्सुकतेनं पाहतो. आपण महागडे पदार्थ विकत आणून स्वर्गीय सुखाचा अनुभव देणारं जागतिक भोजन बनवतो. माझ्या बोलण्याचा चुकीचा अर्थ घेऊ नका! जगातल्या वेगवेगळ्या पाककृती बनवण्यात आणि चाखण्यात भरपूर मौज मिळते; परंतु आपलं वजन प्रमाणात ठेवण्यात त्यांचा अडसर बनतो.

जागतिक आरोग्य संघटनेच्या (WHO -वर्ल्ड हेल्थ ऑर्गनायझेशन) म्हणण्यानुसार, जगातल्या वीस वर्षं वयाहून मोठ्या दीडशे कोटी व्यक्तींचं वजन २००८* साली

---

*'ओबेसिटी ॲन्ड ओव्हरवेट, फॅक्टशीट नं. ३११', http://www.who.int/mediacentre/factsheets/fs311/en/accessed on 10/1/12

प्रमाणापेक्षा अधिक होतं आणि वीस कोटी पुरुष आणि तीस कोटी स्त्रिया लठ्ठ होत्या. शंभर वर्षांपूर्वी ही व्याधी बहुधा कुणाला ठाऊकही नसणार. कारण त्या वेळी अन्नाचा तुटवडा होता. वजन घटवणं आताएवढं कधीच अवघड नव्हतं आणि वजन घटवणं आताएवढं कधी सोपंही नव्हतं. तेलानं थबथबलेल्या प्रत्येक खाद्य पदार्थासाठी आरोग्यदायी कमी उष्मांकाचा पर्याय उपलब्ध असतो. मधुमेहींसाठी, लॅक्टोज न मानवणाऱ्यांसाठी, व्हेगन लोकांसाठी (दुधासकट कोणताही प्राणिज पदार्थ न खाणाऱ्यांसाठी) विशेष प्रकारचे अन्नपदार्थ उपलब्ध असतात. त्याशिवाय नैसर्गिकरीत्या पिकवून त्यात मोनोसोडिअम ग्लुटामेट किंवा इतर कोणतीही पदार्थ टिकवण्यासाठीची रसायनं न घातलेले अन्नपदार्थ उपलब्ध असतात. जिम्स, वजन उतरवण्यासाठीची केंद्रं, आहारतज्ज्ञ, व्यायाम वर्ग, धावण्यासाठीचे विशेष मार्ग, नफा कमावणारे असंख्य पदार्थ, औषध कंपन्या तुमच्या वाढलेल्या वजनामुळे अस्तित्वात आल्या आहेत.

आपल्यापैकी अनेक जणांना वाढलेलं वजन उतरवण्यासाठी इतकी धडपड का करावी लागते? आपल्याला वारंवार अपयश का येतं? आपण अन्नाकडे ज्या दृष्टीनं पाहतो, त्यामुळेच तर ही समस्या उद्भवत नसेल? आपलं पोषण करणं आणि ऊर्जा पुरवणं हे अन्नाचं काम आहे, एवढंच न समजता आपण अन्नाला अवास्तव महत्त्व तर देत नाही? आयुष्यातील अन्य गोष्टींपेक्षा आपण अन्नालाच प्रमाणाबाहेर महत्त्व तर देत नाही ना?

अन्नाबाबत आपली मानसिकता जर गुंतागुंतीची असेल, तर वजन घटवण्याचा आपला प्रवासही गुंतागुंतीचा आणि बिकटच असणार! मानसिक असंतुलनाच्या वेळेस जर आपण अन्नालाच कुबड्यांप्रमाणे राबवलं, तर आपण वजन उतरवू शकू का? (आणि मानसिक अस्वास्थ्य असणं अटळच नसतं का?) आपण कुठं जातो, कसं वागतो आणि कुणाबरोबर वेळ घालवतो हे जर प्रामुख्यानं अन्नच ठरवत असेल, तर आपण जास्तीचं वजन कधीतरी घटवू शकू का?

अन्नाबाबत आपणापैकी अनेकांची काय भावना असते, ते आपण सर्वप्रथम लक्षात घेऊ या. मी हे प्रारंभीच चर्चेसाठी घेत आहे, कारण अन्नाबाबतची मनोवृत्ती जर बरोबर नसेल, तर वजन घटवण्याची शक्यताही घटते. या प्रकरणातील प्रत्येक गोष्ट तुम्हाला लागू पडण्याची शक्यता खूप असली तरी वजन उतरवण्यासाठी अन्नाबाबतची तुमची मनोभूमिका अतिशय महत्त्वाची ठरेल. हे सत्य लक्षात घेतलं, तरच तुम्ही जास्तीचं वजन घटवू शकाल आणि जेव्हा तुम्ही अन्नाला परब्रह्म न मानता त्याकडे केवळ ऊर्जेचं साधन म्हणून पाहू लागाल, तेव्हा तुमचं वजन नक्कीच कमी होईल.

अन्नाकडे करमणुकीचं साधन म्हणून पाहणं

अन्न हे नवीन सामाजिक चलन आहे. आपण आपल्या स्नेह्यांना नाटक, सिनेमा किंवा फिरणं यासाठी भेटत नाही; आपण त्यांना ब्रंच, लंच, डिनर आणि बुफेसाठी भेटतो. आपण अशा काळात जातोय की, बेत करताना आपल्याला आरक्षण करणं अटळ वाटतं! आपण वेगवेगळ्या पाककृती शिकतो, त्यासाठीची साधनसामग्री मिळवतो आणि जगातील स्वादिष्ट पदार्थ करून पाहतो. कारण त्यावर आपली प्रतिष्ठा अवलंबून असते. अन्न हीच करमणूक ठरते आहे! आणि महत्त्व मिळवून देणाऱ्या खाद्य पदार्थांचा आस्वाद घेता यावा म्हणून कुशल बल्लवांचं महत्त्व अवास्तव वाढलं आहे.

अन्नाबरोबरचं आपलं नातं अत्यंत गुंतागुंतीचं आहे. ऐतिहासिक आणि सांस्कृतिकदृष्ट्या पाहता, अन्न आणि इतरांशी भेटीगाठी यांचा अतूट संबंध दिसतो. आनंद साजरा करताना, स्मृती जागवताना, समजूत घालताना, प्रेम व्यक्त करताना किंवा एकत्र शोक व्यक्त करताना आपण नेहमीच अन्न हे माध्यम वापरत आलो आहोत. असं करण्याची हजारो वर्षांची परंपरा आहे. आपल्या आजीच्या हातचा दहीवडा किंवा आपल्या आईनं आपल्यासाठी पहिल्यांदा बनवलेला केक, ही बहुधा आपली सर्वांत सुखद आठवण असते. या नात्याचं आकलन होणं किंवा त्यापासून अलग होता येणं, ही गोष्ट सोपी नव्हे.

जेवणासाठी आप्तमित्रांना भेटू नका, असं मी तुम्हाला अजिबात सांगणार नाही; परंतु लोकांमध्ये वावरण्याची (अन्नाशी निगडित) पद्धत तुम्ही बदलली नाही, तर तुम्हाला वजन उतरवणं अतिशय अवघड जाईल, हेसुद्धा तितकंच खरं! जर सिनेमा-नाटकांएवढंच तुम्ही अन्नाकडेसुद्धा करमणुकीचं किंवा वेळ घालवण्याचं साधन म्हणूनच पाहिलं, तर तुमचं शरीर हृदयरोग, पोटाचे विकार, आम्लपित्त, पोट फुगणं, मधुमेहसदृश शरीरस्थिती, लठ्ठपणा याद्वारा उत्तर देईल. सुरुवातीला या सौम्य प्रतिक्रिया असतील; नंतर मात्र त्याहूनही गंभीर परिणाम घडू शकतील.

इतरांच्या उपस्थितीत आपण नेहमीपेक्षा जास्त खातो, हे उघड सत्य आहे. सामाजिक दबावामुळे आपण प्रमाणाबाहेर जास्त मद्यप्राशन करतो किंवा गरजेहून खूप जास्त खातो. लग्नानंतर आपलं वजन का वाढतं? सर्वेक्षणांमध्ये आढळून आलंय की, नवपरिणित स्त्रिया नवऱ्यांबरोबर जेवतात, तेव्हा त्या नवऱ्यांशी बरोबरी करू पाहतात; परंतु नवऱ्यांची भूक जास्त असते हे त्यांच्या लक्षातच येत नाही.

आपल्या सामाजिक आयुष्यातलं अन्नाचं महत्त्व कमी करा. ते थोडं घटवा.

महागड्या, भपकेदार रेस्टॉरंटमधलं लंच टाळा. त्याऐवजी मित्र-मैत्रिणींना कॉफीसाठी भेटा. त्यामुळे तुम्ही कमी खाल. लांबच्या नातेवाइकांना घरी जेवायला बोलावण्याऐवजी चहाला बोलवा. तुम्हाला लहान मुलं असली, तर लहान मुलं असलेल्या मैत्रिणींना बोलावून एकत्र बागेत जा. दुसऱ्या जोडप्याला जेवणासाठी न भेटता त्यांच्याबरोबर बोटिंगला किंवा सिनेमाला जा.

असं केल्यामुळे काय होईल, हे लक्षात येतंय? तुम्ही त्याच लोकांना भेटाल, त्यांच्याबरोबर तेवढाच वेळ घालवाल आणि ते करताना तुमचं वजनही घटवाल. जेवायला नव्वद मिनिटं लागतात. चहा-कॉफी घ्यायलाही तेवढाच वेळ लागतो. जेवताना तुम्ही किती उष्मांक घेता? निदान बाराशे. चहा-कॉफी घेतली तरी किती उष्मांक घ्याल? तुम्ही खूप ऊर्जा देणारं सायीचं पेय घेतलं नाही, तर तुम्ही शंभर-दीडशेहून जास्त उष्मांक घेणार नाही. फरक लक्षात आला? पैसे किती वाचतील याचा तर मी उल्लेखही करत नाही.

अन्नाचा समावेश नसलेले उपक्रम

फिरायला जाणं

सिनेमा, नाटक, गाण्याचे जलसे

(तिथं अनारोग्याची अरबटचरबट खाद्यं-पेयं घेतली नाहीत तर)

बागेत किंवा समुद्रकिनारी खेळण्यासाठी जमणं

चहा

कॉफी

सौंदर्य प्रसाधनगृहात (मॅनिक्युअर, पेडिक्युअर, मसाज)

शॉपिंग

बोलिंग

व्हिडीओ गेम्स

ॲम्युजमेंट पार्क्स

म्युझियम्स, आर्ट-गॅलरी, विशेष कार्यक्रम

तुमच्या वेळापत्रकात बदल घडवा

मी अन्नाचा करमणुकीसाठी कितीदा वापर करते?
-----वेळा / आठवड्यासाठी
अन्नाचा करमणुकीसाठी वापर न करता
किती वेळा लोकांना भेटू शकेन?
-----वेळा / आठवड्यासाठी

अन्न हे सुटकेचं साधन

आपण सर्वांनीच असं केलंय; बटाट्याचे वेफर्स खाता खाता आपण आयुष्यातील समस्यांवर तोडगे शोधू पाहिलंय. भजी खाता खाता आपण देवाला शोधायचा प्रयत्न केलाय. लठ्ठ चॉकलेट चघळता चघळता आपण आयुष्याचा खरा अर्थ शोधू पाहिलाय. परंतु अशा गोष्टी जेव्हा आपण वारंवार, नकळतपणे करू लागतो, तेव्हा त्याचा आपल्या वजनावर आणि आरोग्यावर दुष्परिणाम होऊ लागतो. आपल्या मनःस्थितीतून सुटका करून घेण्यासाठी अन्नाचा वापर केला की, आपण पुन्हा कधीही सुबक आकार धारण करू शकणार नाही, हे धरून चालावं. अशी सवय एकदा का लागली की, ती मोडणं अतिशय अवघड होऊन बसतं.

नकारात्मक मानसिकतेतून सुटका मिळवण्यासाठी खाण्याचा प्रारंभ होत असतो, ही एक सार्वत्रिक गैरसमजूत आहे. जेव्हा लोक तणावग्रस्त, एकाकी, दुःखी, चिंतित किंवा कंटाळलेले असतात तेव्हाही अन्नाकडे वळतात; त्याप्रमाणे ते प्रेमात असताना, उत्तेजित असताना किंवा आनंदित असतानासुद्धा अन्नाकडे वळतात. तुम्ही चांगले वागलात की तुम्हाला बक्षीस म्हणून तुमचे आजोबा चॉकलेट देत असत, हे आठवतंय? किंवा परीक्षेत चांगले गुण मिळवले की तुमची आई तुमचे आवडते खाद्य पदार्थ बनवत असे, हे आठवतंय?

आनंदी किंवा दुःखी अशा दोन्ही प्रकारच्या मनःस्थितीत असताना आपण भावनेपोटी एकाच ठरावीक खाद्य पदार्थाकडे वळत असतो, असं सर्वेक्षणांनी* दाखवून दिलं आहे.

---

*'भावनेपोटी खाणं सोडा आणि विचारपूर्वक खाऊ लागा' http://www.wlslifestyles.com/all-blogs/warren-1-huberman-phd/20090523540/Forget-emotional-eatingthink-learned-eating.php, accessed on 21/2/12

काही प्रकारच्या खाद्य पदार्थांचा मोह टाळणं ही अत्यंत अवघड गोष्ट आहे; त्यामुळे परिस्थिती आणखीनच बिकट होते. उदाहरण द्यायचं तर, चॉकलेट खाल्ल्यावर मनःस्थिती प्रफुल्लित होते. तुम्ही प्रेमात असता किंवा कशामुळे तरी अत्यंत आनंदात असता तेव्हा तुमचं मन जसं प्रफुल्लित असतं, त्याप्रमाणेच ते चॉकलेट खाल्ल्यावरही प्रसन्न होतं. काही प्रकारच्या खाद्य पदार्थांत नैसर्गिक किंवा मानवनिर्मित रसायनं असतात, ज्यांच्या सेवनानं तुमची मन:स्थिती आनंदित राहते. तुमच्या मेंदूत, त्या खाद्य पदार्थांची नोंद आनंदाशी निगडित केली जाते आणि तशी आनंदाची भावना हवीहवीशी वाटली की, तुम्ही आपसूकच त्या खाद्य पदार्थांकडे वळता.

मनाला हुरूप आणण्यासाठी खाद्य पदार्थांचं सेवन करण्यात काहीही अर्थ नाही. कारण चॉकलेट किंवा इतर कोणत्यातरी आवडत्या खाद्य पदार्थांच्या सेवनानंतर प्रफुल्लित झालेली तुमची मन:स्थिती, तासा-दोन तासांत रक्तातली साखरेची पातळी पुन्हा खाली आल्यावर पूर्ववत होते. याच कारणामुळे एखाद्या पदार्थावर ताव मारल्यानंतर तुम्हाला सुरुवातीपेक्षासुद्धा जास्त उदास वाटू लागतं. सणक येऊन असं खाल्ल्याबद्दल अपराधीपणही सतावू लागतं, आणि या भावनेतून बाहेर पडण्यासाठी पुन्हा एखाद्या खाद्य पदार्थावर तुम्ही हात मारता. अशा प्रकारे एका दुष्टचक्रालाच प्रारंभ होतो. यामुळे तुम्हाला बेचैन करणाऱ्या मूळ प्रश्नावर तोडगा सापडत नाही तो नाहीच.

आयुष्यात बदलाएवढी शाश्वत अन्य कोणतीही गोष्ट नाही, असं म्हटलं जातं. आजकालच्या जगात आपल्याला म्हणता येईल की, तणावाखेरीज अन्य कोणतीही गोष्ट आयुष्यात शाश्वत स्वरूपाची नसते. तणाव आपल्या जीवनात नेहमीच राहणार असून, चॉकलेट आणि सामोसे फस्त करून तणाव दूर करण्याचा प्रयत्न फोल ठरणार आहे!

आता काही आनंददायक मुद्द्यांकडे वळू या. जर भावनेपोटी खाणं, ही आपण शिकून आत्मसात केलेली गोष्ट असेल, तर त्यात फेरफार करणंही आपल्या आवाक्यातलं असायला हवं. या समस्येवर तोडगा म्हणजे अन्नाऐवजी दुसऱ्या कोणत्यातरी गोष्टीकडे वळणं! उदाहरणार्थ, प्रमाणापेक्षा जास्त वजन असलेल्या माझ्या एका मित्रानं- साहिलनं मैत्रिणीशी बेबनाव व फारकत झाल्यावर झालेलं दु:ख विसरण्यासाठी रोज तासभर धावायला सुरुवात केली. त्याच्यापुढे दोन पर्याय होते- दारू पिऊन तिच्यासाठी व्याकूळ होत डोकं फिरवून घेणं किंवा भावनिक ऊर्जेचा निचरा करण्यासाठी अन्य कोणतातरी मार्ग शोधणं. योग्य पर्याय निवडल्यामुळे तो तीस किलो वजन उतरवू शकला.

मन:स्थिती त्रस्त आहे- विणकाम करा. उत्तेजित झाला आहात- नाचायला जा. उदासवाणं वाटतंय- मैत्रिणीला बोलावून गप्पा मारा. ती गोष्ट दूर ठेवू पाहिली, तर ती पुन्हा तुमचा पिच्छा पुरवेल. आयुष्यातल्या चढ-उतारांशी टक्कर देताना हीच

मानसिकता तुमचं यश-अपयश ठरवणार आहे. भावनेच्या भरात खाद्य पदार्थांकडे वळणं थांबवायला प्रयास पडतील; पण ते साधता येईल आणि त्याचा प्रारंभ करताना डोळस वृत्ती उपयुक्त ठरेल. तुम्हाला खरीखुरी पोटाची भूक आणि भावनेपोटी वाटणारी अन्नाची ओढ यांतला फरक ओळखायला शिकलं पाहिजे. तसंच खरी भूक नसताना कोणत्या गोष्टीमुळे तुम्हाला अन्नाकडे वळावंसं वाटतं, हेसुद्धा समजून घेतलं पाहिजे.

पुढल्या प्रकरणात मी तुम्हाला हेच ओळखायला शिकवणार आहे की, तुम्ही खरोखरच भावनेपोटी, तणावमुक्तीसाठी अन्नाकडे वळत असता का? आणि तसं करत असाल, तर ते थांबवण्यासाठी काय केलं पाहिजे. जर तुम्ही तणावातून पळवाट म्हणून अन्नाकडे वळत असाल, तर ही मानसिकता टाळणं, हा आकर्षक दिसण्याचा सर्वोत्तम मार्ग ठरेल.

अन्न : वरचश्मा गाजवणारा बॉस

अन्नाशी अशा प्रकारचं नातं अत्यंत विषारी ठरतं. अन्न जेव्हा तुमच्यावर वर्चस्व गाजवू लागतं किंवा जेव्हा तुम्हाला अन्नाचं व्यसन जडतं, तेव्हा हे नातं अन्नाबरोबरचं नसतंच. हा प्रश्न असतो ताबेदारीचा आणि ती कुणाच्या हाती आहे याचा! आपण उठताक्षणी अन्न खातो, त्याबद्दलच विचार करतो; अन्न शिजवतो, त्याबद्दल बोलतो आणि त्याचीच स्वप्नं बघतो. अन्नावरच आपण खूपसा वेळ, शक्ती, पैसा आणि भावना खर्ची घालतो. आपण अन्नावर सतत आडवा हात मारतो आणि बऱ्याचदा पोटापलीकडे खातो. अन्नाची प्रतीक्षा करण्यात आपल्याला आनंद वाटतो; परंतु आपलं वागणं आणि दिसणं अन्नाच्या हाती जाऊ देणं, हे शहाणपणाचं लक्षण नव्हे. आहारावर नियंत्रण ठेवताना अन्नाचा मोह आड येणं घातक ठरतं.

लैला माझी एक ग्राहक होती. तिचं आयुष्यच अन्नमय होतं! तिचं वजन होतं १०३ किलो आणि तरीही तिचा खाण्याचा मोह अजिबातच सुटत नव्हता. अन्नाची ओढ जिकडं खेचेल तिकडं तिची पावलं वळत असत. जेवणं, स्वयंपाक करणं किंवा खाद्य पदार्थ विकत घेणं याखेरीज तिच्या डोक्यात दुसरा विचारच नसे! एकदा तर एका विशेष प्रकारच्या बटाटेवड्यांसाठी तिनं मोटारीतून दोनशे किलोमीटर अंतर पार केलं! ती तिची मधुमेहाची प्रारंभिक अवस्था होती. एका वेळेस तिला एका मजल्यापेक्षा जास्त पायऱ्या चढता येत नसत. कोणतेही कपडे तिच्या अंगाला येत नसत. त्यामुळे तिला खरेदीसाठी बाहेर पडावंसं वाटत नसे! खरं म्हणजे तिच्या बाबतीत केवळ लठ्ठपणा हीच समस्या नव्हती. जर तुमचं सारं वागणं अन्नच ठरवत असेल, तर अशा आयुष्याला अर्थच काय आहे?

अन्नाचं व्यसनदेखील इतर व्यसनांप्रमाणेच आरोग्याला घातक असतं. त्या व्यसनावर वेळीच इलाज केले नाहीत, तर अन्न केवळ तुमच्या आयुष्यावरच नव्हे, तर तुमच्या प्रकृतीवरही अधिराज्य गाजवू लागेल. त्यामुळे मधुमेह, वाढलेलं कोलेस्टेरॉल, हृदयरोग, निद्रानाश, वैफल्यग्रस्तता, हायपरटेन्शन (उच्च रक्तदाब), मूत्रपिंडाचे विकार आणि पक्षाघात अशा व्याधी संभवतील. अन्नाचा मोह टाळता न येणाऱ्यांना घाबरवण्याचा माझा हेतू नाही; परंतु त्यांनी या समस्येचा सामना करायला सज्ज व्हावं, असं मला मनापासून वाटतं. पुढल्या प्रकरणात आपण अंदाज घेणार आहोत की, खरोखरच तुम्ही अन्नाच्या मोहाच्या अधीन झाला आहात का? आणि तसं असेल तर त्या वर्चस्वातून मुक्तता करून घेण्याचा मार्ग आपण शोधणार आहोत.

अन्नाचा मोह

तुम्ही कामाला किंवा विंडोशॉपिंगला निघाला आहात आणि अहो आश्चर्यम्! पाच मिनिटांमध्येच तुम्ही मलईदार आइस्क्रीमच्या मोहाला बळी पडला आहात, किंवा चॉकलेटनं थबथबलेल्या ब्राउनीचा आस्वाद घेत आहात किंवा बटाट्याचं चविष्ट सारण भरलेल्या गरमागरम सामोशावर तुटून पडला आहात. हे कसं घडलं, हे तुमच्या लक्षातही आलेलं नसतं. ताज्या वॉफल कोनाच्या सुगंधामुळे तुम्ही आकृष्ट झालात की वितळवलेल्या चॉकलेटनं थबथबलेल्या ब्राउनीच्या सहा फुटी फलकामुळे खेचला गेलात? की तो सामोसा एकटाच खिन्नपणे बसलेला पाहून तुम्ही त्याला न्याय द्यायला धावलात? तुम्हाला मोहात पाडणारी कारणं अगदी निष्पाप-निरागस असतील किंवा तुम्हाला भुरळही पाडण्यात आली असेल.

आपल्यापैकी अनेकांना वजन उतरवण्यासाठी खूप कष्ट पडतात, कारण आपल्या आजूबाजूचं वातावरण त्याला मुळीच पोषक नसतं. आपल्या वजनाकडे काळजीपूर्वक लक्ष देणाऱ्या प्रत्येक व्यक्तीबरोबरच, त्याकडे संपूर्ण दुर्लक्ष करणारी आणखी कुणीतरी व्यक्ती असते. आपले सहकारी चीजभरला पिझ्झा मागवून आपल्याला बोलावतात किंवा लग्नाच्या मेजवानीत स्वादिष्ट, तेलकट रश्शातलं पनीर किंवा चिकन आपल्याला खुणावत असतं, तेव्हा वजन घटवण्याचा दुबळा प्रयत्न करणारे आपण अगदी एकटे पडतो.

जाहिरातींमुळे आपली अवस्था आणखीनच बिकट होत असते. चीज आणि मेयोनीज यांनी ओथंबलेले टीव्हीवरचे बर्गर्स किती चमचमीत दिसत असतात! तोंडाला पाणी सुटतं, पोटात भुकेचा डोंब उठतो, टीव्हीवरच्या जाहिरातीत दिसणारा दूरध्वनी क्रमांक तुम्हाला खुणावू लागतो आणि मग तुम्ही चुकीची गोष्ट मागवता! या उत्पादनांची विक्री करताना कला आणि शास्त्र यांचा अचूक मिलाफ करण्यात

आलेला असतो. ग्राहकांच्या मानसिकतेची नस इतकी अचूक पकडली जाते की,लोक फक्त विकत घेत सुटतात.

अत्यंत चमकदार, आकर्षक वेष्टणं खुणावणारी असतात. बिलिंग मशिनजवळच चॉकलेट्सचा ढीग रचलेला असतो; तुमचे हात तिकडं आपोआपच वळतात. जंक फूड खालच्या फळ्यांवर ठेवलेलं असतं, त्यामुळे छोटी मुलं तिथं सहजपणे जाऊ शकतात. काही कंपन्या तर थेट मुलांनाच गाठतात आणि मग मुलं आई-वडिलांचं डोकं खाऊन आणखी जंक फूड खातात.

चरबी संसर्गजन्य असते?

गुटगुटीत करणारा व्हायरस असतो? तुमच्या ओळखीचे लोक किंवा मित्र कोण आहेत, यावर तुमचं वजन अवलंबून असतं हे संशोधनानं अधिकाधिक निदर्शनाला आणून दिलेलं आहे. २००७ साली हार्वर्ड मेडिकल स्कूलच्या संशोधकांनी शोधून काढलं की, माणसाचा लठ्ठ होण्याचा संभव, त्याचे समान लिंगाचे मित्र लठ्ठ असल्यास ५७ टक्क्यांनी वाढतो आणि जवळचे मित्र लठ्ठ असले तर हीच शक्यता तिप्पट होऊन १७१ टक्के होते.

या संशोधनानं दाखवून दिलंय की, आपल्या भोवतालचे लोक लठ्ठ असतील तर एका ठरावीक वजनाबद्दलचं आपलं मत बदलू लागतं. त्यामुळे आपल्या आजूबाजूचे लोक लठ्ठ होऊ लागले की, आपल्याला स्वीकारार्ह वाटणारं वजनही वाढू लागतं. याचा अर्थ असा नाही की, आपण लठ्ठ मित्रांशी संबंध ठेवू नये; परंतु आपण आपल्याभोवती तंदुरुस्त लोक जमवायला हवेत आणि त्यांच्या आहारावर लक्ष ठेवून त्यापासून स्फूर्ती मिळवत राहिलं पाहिजे.*

तुम्ही डोळे मिटून जाहिरातींकडे दुर्लक्ष करण्याचा प्रयत्न केला, तरी इतर लोक आपल्याकडे तुमचं चित्त वेधून घेतात. रेस्टॉरंट किंवा कॉफी शॉपमध्ये तुम्ही खाद्य पदार्थ मागवू लागता, तेव्हा काय घडतं पाहा. तुम्ही कॉफीचा एक साधा कप मागवा. तुम्हाला प्रश्न विचारण्यात येईल, 'तुम्हाला कोणता विशेष फ्लेवर हवाय? किंवा वीस रुपये जास्त देऊन, तुम्हाला मोठ्या आकाराचा कप हवाय का?' तुम्ही घरी नेण्यासाठी जेवणाची ऑर्डर देत असता, तर फोनवरील तत्पर स्त्री तुम्हाला विचारते, 'तो पदार्थ नेहमीएवढ्या चीजचा हवाय की दुप्पट चीजचा हवाय' (अशा वेळेस तुम्हाला विसर पडतो की, तो पदार्थ चीजशिवायही मागवता येईल). जास्त

*http://now.tufts.edu/articles/being-fat-contagious, accessed on 23/4/12

चीजमुळे पदार्थ चवदार बनेल किंवा तो अधिक किफायतशीर सौदा ठरेल; परंतु त्यामुळे जास्त मेदवर्धक पदार्थ पोटात जाऊन उष्मांकही वाढतील.

'होलव्हीट पास्ता' किंवा 'होलव्हीट मफिन्स' बनवताना काही उत्पादक त्यात अगदी थोडं गव्हाचं पीठ घालत असतात; परंतु त्यायोगे त्यांना लेबलवर 'होलव्हीट' हा शब्द टाकता येतो. त्यामुळे तुमची दिशाभूल होत असते की, तुम्ही आरोग्यदायी गव्हाचं पीठ खाताय; परंतु प्रत्यक्षात त्यात फारच थोडं गव्हाचं पीठ असतं. 'आरोग्यदायी' अशा सदरात मोडणाऱ्या अनेक खाद्य पदार्थांच्या बाबतीत असंच घडत असतं.

तुमची फसवणूक होत असते, हे नेहमी लक्षात ठेवा. या माहितीचा उपयोग तुम्ही कशा प्रकारे करून घ्याल? इतर अनेकांप्रमाणे अशा वातावरणात तुम्ही वजन उतरवण्याचा प्रयत्न करत असाल, तर वजन उतरवताना वाटेत येणाऱ्या अशा प्रकारच्या अडथळ्यांबद्दल तुम्ही जागरूक राहिलं पाहिजे. वजन उतरवण्यासाठीचे मार्ग अवघड नसले, तरी हे वातावरण वजन उतरवण्यासाठी पोषक नव्हे, ही गोष्ट तुम्ही लक्षात ठेवली पाहिजे.

परंतु सारीच परिस्थिती निराशाजनक नाही. तेलानं थबथबलेल्या प्रत्येक खाद्य पदार्थासाठी दुसरा कमी तेलाचा पर्याय असतो. स्वास्थ्यासाठी योग्य असे अनेक प्रकारचे खाद्य पदार्थ उपलब्ध असतात. व्यायामासाठीही विविध सुविधा उपलब्ध आहेत. सध्याचं वातावरण कधी नव्हतं एवढं स्वास्थ्याबद्दल जागरूकता ठेवणारं आहे. त्यामुळे वजन घटवणं आताएवढं पूर्वी कधी कठीण नसलं, तरी ते आताएवढं कधी सोपंही नव्हतं.

अन्नाची नासाडी

आपण भारतीय आहोत. आपल्याला कोणत्याही गोष्टीची नासाडी सहन होत नाही. आपण वापरलेले कपडे इतरांना देतो आणि पुन्हा वापरात आणतो. खेळणी, दुधाच्या रिकाम्या पिशव्यासुद्धा आपण पुन:पुन्हा वापरात आणतो. 'आय लव्ह यू' हे शब्द आपण वारंवार वापरत नाही; परंतु 'व्हॅल्यू फॉर मनी' हे शब्द मात्र आपल्याला अत्यंत प्रिय असतात. आपली जडणघडणच अशी आहे.

वाया न घालवण्याच्या गोष्टींच्या यादीत अग्रस्थानी आहे ते अन्न! आपल्याला वाढून दिलेलं अन्न संपवावं, हे संस्कार आपल्यावर अगदी बालपणापासून केले जातात. मुलांनी ताट स्वच्छ केलं की, त्यांचं कौतुक केलं जातं. विवाह किंवा इतर समारंभातील पंगतीत आपण नीटपणे जेवलो की आपल्याला चांगले अतिथी म्हणतील, असे आपल्यावरचे सामाजिक संस्कार असतात.

परंतु अन्न वाया जाऊ नये म्हणून ते संपवून टाकण्याच्या धांदलीत तुमच्या नकळत तुमच्या शरीरावर अनेक किलो वजन चढत जातं. आपण मेजवानीच्या वेळेस स्वत:च्या हातानं वाढून घेतो, तेव्हा काय करतो? डोळ्यांना ज्याचा-ज्याचा मोह पडेल, ते ते आपण प्रमाणापेक्षा जास्त वाढून घेतो आणि ते अन्न घशाखाली ढकलत राहतो. मग ते आपल्या पोटाला हवं असो वा नसो!

कल्पना करा : रेस्टॉरंटमधलं रुचकर भोजन संपत आलंय आणि अजून तीन चमचे भात, दोन फिंगरचिप्स आणि थोडंसं बटरचिकन शिल्लक आहे. ते वाया जाऊ नये म्हणून तुम्ही इच्छा नसतानाही जास्तीच्या दोनशे कॅलरीज फस्त करता. जर तुम्ही फक्त आठवड्यातून असं एकदाच केलंत आणि या जास्तीच्या कॅलरीज व्यायाम करून उतरवल्या नाहीत, तर वर्षाकाठी तुमचं किलोभर वजन नकळत वाढेल! माझ्या म्हणण्याचा अर्थ समजला?

ताटात वाढून घेतल्यावरच ही गोष्ट थांबत नसते. बायका तर त्यांच्या नवऱ्यानं -मुलांनी टाकलेलं जेवण स्वत:च खाऊन टाकतात आणि दिवसाकाठी शेकडो कॅलरीज पोटात ढकलतात. सारं अन्न संपवून टाकण्याच्या समाधानापोटी त्या भुकेपेक्षा जास्त खात सुटतात. आपण हिशेबासाठी धरून चालू या की, एक बाई दिवसाकाठी अशा प्रकारे शंभर जास्तीच्या कॅलरीज पोटात ढकलते. म्हणजेच वर्षामागे ३६ हजार ५०० कॅलरीज जास्त खाते. साडेतीन हजार कॅलरीजमुळे एक पौंड वजन वाढत असतं. तेव्हा केवळ अन्न वाया जाऊ नये या स्तुत्य विचारापोटी वर्षामागे या स्त्रीचं वजन पाच किलोंनी वाढत असतं. पाच किलो!

तुम्हाला काय हवंसं वाटतंय आणि कशाची तुम्हाला खरीखुरी गरज आहे, यांतील भेद ओळखायला शिका. गरज नसताना खाणं हे अन्न वाया घालवण्यासारखंच असतं, हे लक्षात ठेवा! उरलेल्या अन्नाचा सर्जनशील पर्यायांनी वापर करायला शिका. शिल्लक राहिलेले अन्नपदार्थ पुढल्या जेवणात वापरा किंवा ते गरजूंना देऊन टाका. तुमचं पोट भरल्यावर शिल्लक राहिलेल्या अन्नाचा मोह सोडा. देहाला ज्याची गरज नाही, असं अन्न तुम्ही खाऊ नये यासाठी पुढील गोष्टी करा :

👍 स्वत:च्या ताटात बेतानंच वाढून घ्या. वाढून घेतलेलं अन्न संपवल्यावर वाटलं तर आणखी थोडंसं वाढून घेता येतं.

👎 दुसऱ्या कुणी पानात टाकलेलं अन्न तुम्ही स्वतः संपवायच्या भरीला पडू नका. त्यांनी ते पानात टाकलेलं असलं, तर ते संपवण्याची जबाबदारी त्यांची आहे.

👍 शिल्लक राहिलेले अन्नपदार्थ चतुराईनं पुन्हा वापरात आणा.

- कधीमधी अन्न वाया गेलं, तर त्याची चिंता करू नका. त्यानं काही जगबुडी ओढवणार नाही.
- किती अन्न शिजवायचं हे विचारपूर्वक ठरवा. त्यायोगे तुम्ही फक्त कॅलरीजच वाचवणार नाही, तर वाणसामान, गॅस आणि पैसेसुद्धा वाचवाल.
- बाहेर जेवताना हुशारीनं अन्नपदार्थ मागवा. प्रत्येक जिन्नस कोणत्या प्रमाणात दिला जातो याची वेटरजवळ चौकशी करा. गरज वाटलीच, तर अर्धं जेवण झाल्यावर तुम्हाला आणखी पदार्थ मागवता येतील.

अन्न हा शत्रू!

'डाएट' हा शब्द ऐकताक्षणी आपल्या डोळ्यांपुढं पोटभर जेवणाची नव्हे, तर अर्धपोटी राहावं लागण्याची शक्यता उभी राहते. कारण आपल्या डोक्यात 'डाएट' म्हणजे 'उपासमार' हे समीकरण घट्ट बसलेलं असतं. वजन घटवताना, आपल्यापैकी अनेक जण अन्नाला शत्रू समजून इतकी उपासमार सोसतात की, त्यायोगे ते आपल्या देहाला इजा पोचवण्याची चूक करत असतात किंवा पिष्टमय पदार्थ किंवा तेल, तूप यांवर बहिष्कार टाकत असतात. जवसाच्या तेलात भिजवलेल्या भोपळ्याच्या बिया आणि कडू भोपळ्याचा रस पिण्यासारखे अव्यवहार्य बदल आपल्या जीवनशैलीत घडवत असतो! उठल्याबरोबर असं भीषण पेय तुम्ही पिऊ शकाल? मला तरी ते शक्य होणार नाही.

काही जण तर साऱ्या अन्नघटकांनाच आपला शत्रू मानू लागतात. जेवण घेण्याबाबतच्या विकृती अलीकडे फारच वाढत चालल्या आहेत. अलीकडे अनेक लोक आपलं शारीरिक आणि मानसिक स्वास्थ्य धोक्यात टाकून कृश शरीर लाभण्यासाठी आयुष्यभर प्रयत्न करताना दिसू लागले आहेत. ॲनोरेक्झिया नर्व्होसा (आपलं वय व उंची लक्षात न घेता, प्रमाणाबाहेर वजन घटवण्याची विकृती घातक ठरण्याची शक्यता खूप असते) आणि ब्युलिमिया (या विकृतीत लोक अवाजवी आहार घेतात आणि त्यानंतर उलटी काढून ते अन्न ओकून टाकतात) या विकृतींच्या प्रमाणात जोरानं वाढ होतेय. न्यूनगंड असलेले, आपल्याला जोडीदार मिळेल याची खात्री न वाटणारे, जाहिरातींना भुलून जाणारे, मानसिक आघाताला सामोरे गेलेले, पूर्वी अत्यंत लठ्ठ असलेले किंवा आव्हानात्मक सौंदर्य क्षेत्रात काम करणारे लोक या विकृतींना बळी पडताना दिसतात.

सारेच अन्नघटक समान नसतात. आपल्याला ते माहीत असतं. जेव्हा तुम्ही वजन उतरवण्याचा प्रयत्न करत असता, तेव्हा काही प्रकारचे अन्नघटक किंवा खाद्य

पदार्थ तुम्हाला टाळावेच लागतात; परंतु एकदा का तुम्ही वजन इच्छित पातळीवर पोचवलं की, हेच अन्नघटक तुम्हाला आपल्या आहारात पुन्हा समाविष्ट करता येतात. फक्त लक्षात ठेवा की, तुमच्यावर अन्नाचा वरचश्मा असता कामा नये, त्याप्रमाणेच तुम्ही अन्नाला आपला शत्रूही समजता कामा नये. अन्न हा तुमचा शत्रू नव्हे. तो तुमचा मित्र, भागीदार, सहकारी आहे. स्वत:ला छांदिष्टपणे ठरावीक आहाराची शिक्षा दिल्यामुळे किंवा फक्त एक वा दोनच अन्नघटकांचा आहारात समावेश केल्यामुळे तुम्ही स्वत:ला इजा तर पोचवताच; परंतु वर्ज्य केलेले अन्नघटक पाहताक्षणी तुमच्या तोंडाला पाणीही सुटतं!

अन्न हे **लहरी** असतं

अन्न मोठं लहरी असतं. ते बनवण्याच्या कृतीनुसार त्याची पोषकता आणि त्यातील स्निग्धांशाची पातळी बदलत असते. तांदूळ वाफवून, उकडून किंवा भाजून खाल्ला, तर तुमचं वजन कमी होतं. तो तुपात थबथबलेला किंवा गोड केलेला असला तर तुमचं वजन वाढेल. बटाटा हा व्यामिश्र पिष्टमय पदार्थांचा उत्तम असा परिपूर्ण पर्याय आहे; परंतु तुम्ही तो तळला तर त्याची सारी उपयुक्तता नाहीशी होते. ताजा काढून ताबडतोब प्राशन केलेला टोमॅटो ज्यूस स्वास्थ्यासाठी उत्तम असतो; परंतु खोक्यातून विकल्या जाणाऱ्या टोमॅटो ज्यूसमधली पोषणमूल्यं नाहीशी झालेली असतात.

वजन घटवताना अन्न घटवायची नव्हे, तर वाढवायची गरज असते, असं मी तुम्हाला सांगितलं तर? वजन घटवणं म्हणजे उलथापालथ नसून ती काही गोष्टींबाबतची तडजोड असते, असं मी म्हटलं तर? आणि वजन उतरवणं म्हणजे आहारावर तात्पुरतं नियंत्रण ठेवणं नव्हे, तर तुमच्या खाण्याच्या सवयींमध्ये कायमस्वरूपीच बदल घडवणं आहे, असं मी म्हटलं तर? वजन उतरवणं ही अतिशय अवघड, अतिशय कठोर, अत्यंत गुंतागुंतीची, तसंच आप्त, मित्र आणि स्व यांना परकं करणारी प्रक्रिया आहे, असं जर तुम्हाला वाटत असेल, तर तुम्ही अयोग्य प्रकारे वजन उतरवत आहात, असं समजा. अन्नाला शत्रू समजणं आधी सोडून द्या.

अन्नाला आपला मित्र माना

हेच तुमचं अंतिम उद्दिष्ट आहे; तुमचं ईप्सित आहे. त्या दिशेनं तुमची वाटचाल व्हावी, असं मला वाटतं. अन्नाबाबत तुमचा दृष्टिकोन निकोप, परिपक्व, आदरपूर्ण असायला हवा. तुम्हाला आयुष्यात असा सुवर्णमध्य गाठता यायला हवा, ज्यायोगे तुम्ही अन्नामुळे देहाला शिक्षा करणार नाही आणि अन्नसुद्धा तुमच्या देहाला इजा पोचवू शकणार नाही. त्यासाठी संतुलन, प्रमाणबद्धता, योग्य टक्केवारी आणि जाण

असणं गरजेचं आहे. अन्नाबाबत काळजी घेणं, सहिष्णुता, आदर आणि सहनशीलता दाखवणं आवश्यक आहे.

अन्न तुम्हाला जीवन देतं. ते तुम्हाला इंधन पुरवतं. तुमचे आजार आणि इजा बऱ्या करतं. त्याकडे भीतीनं किंवा लालसेनं बघता कामा नये. त्याला आपला बॉसही समजू नका किंवा शत्रूही मानू नका. गरज पडताच हक्कानं हाक मारण्यासारखा तो मित्र असायला हवा. निकोप जीवनशैलीला पूरक ठरेल, पोषण करेल आणि इंधन पुरवेल असा तुमचा तो मित्र असायला हवा. वजन घटून त्याच पातळीवर स्थिर करण्यासाठी अन्नाची मदत घेता आली पाहिजे. त्यामुळे त्याला शत्रू समजून चालणार नाही. त्यातील उत्कृष्ट ते स्वीकारून, नको ते दूर ठेवता आलं पाहिजे. वजन कायमचं घटलेलं राहावं यासाठी तुम्ही जे खाता त्याची रुची आणि गंध तुम्हाला आवडायला हवा. कारण मेदापासून स्वास्थ्यापर्यंतचा प्रवास तुम्हाला सुखाचा, संस्मरणीय आणि प्रेमाचा वाटायला हवा. तुमची तेवढी योग्यता नक्कीच आहे!

जे प्रश्न कुणीही विचारत नाही

उकळा. भाजा. वाफवा

समजा, तुम्हाला दहा किलो वजन उतरवायचं आहे; तुम्ही काय करता? तुम्ही फोन करून माहिती काढता. लोकांचं मत घेता. त्यानंतर स्लिमिंग सेंटर्स, जिम, डॉक्टर, आहारतज्ज्ञ, फिटनेस क्लब गाठता आणि तुमच्या आवडीचा पर्याय निवडता. कोणत्याही जिममध्ये किंवा आहारतज्ज्ञाकडे तुम्हाला एका लांबलचक प्रश्नपत्रिकेत उत्तरं भरून द्यावी लागतात.

त्यातले प्रश्न साधारणतः पुढीलप्रमाणे असतात :

- तुम्हाला कधी हायपरटेन्शन (अवाजवी वाढलेला रक्तदाब), ब्लड प्रेशर (उच्च रक्तदाब) किंवा मधुमेह होता?
- व्यायामाचा कोणताही एखादा उपक्रम न करण्याची सूचना तुम्हाला तुमच्या डॉक्टरनं कधी दिलेली होती?
- तुम्हाला दिवस गेलेले आहेत?
- व्यायाम करताना तुम्हाला कधी धाप लागलीय? चक्कर आलीय?
- तुम्ही सध्या कोणती औषधं घेत आहात?

तुम्ही या प्रश्नांच्या उत्तरांनी रकाने भरत जाल, तसं तुम्हाला बरं वाटू लागतं आणि ते सयुक्तिकही आहे. कारण आता तुमचा वजन घटवण्याकडचा प्रवास सुरू झालेला असतो. हो! प्रश्न सर्वच जण विचारतात आणि त्यांनी ते विचारलेही पाहिजेत.

आणखी एक-दोन महिन्यांनी वजनाची इच्छित पातळी गाठायचा तुमचा उत्साह नष्ट झालेला असतो. तुम्ही आहाराचे नियम नीटपणे पाळलेले नसतात किंवा तुम्ही आठवड्यातून फक्त दोनदा जिममध्ये गेलेला असता. पुरेशी इच्छाशक्ती किंवा जिद्द नसल्याबद्दल तुम्ही स्वतःला दूषणं द्यायला सुरुवात केलेली असते. तुमची सडपातळ पत्नी/ पती/ मुलगा/ मुलगी/ आई/ वडील/ स्नेही तुम्हाला सल्ला देतात- महागड्या जिमवर तुम्ही पैशांची व्यर्थ उधळपट्टी करीत आहात. आमच्याप्रमाणेच

तुम्हीही रोज फक्त लांबवर फेरफटका मारून यायला हवं. आणि तुम्ही पुन्हा मूळ जागी परत येता... मात्र खिसा हलका करून.

हे सारं ओळखीचं वाटतंय? नेहमी असंच का घडतं?

तुमच्या शारीरिक स्थितीबद्दल तुम्हाला जे प्रश्न विचारले जातात (आणि ते विचारले जायलाच हवेत!) त्यांच्या उत्तरांवरून तुमच्या मानसिक स्थितीचा अंदाज बांधता येत नाही. जे प्रश्न कुणीही कधीच विचारत नाही त्या प्रश्नांचं काय? तुमचा स्वतःचा अन्नाबाबतचा दृष्टिकोन कोणता आहे? तुम्ही कसं किंवा कुणासारखं दिसावं, अशी तुमची इच्छा किंवा अपेक्षा आहे? तुम्ही वजन घटवल्यावर कसं दिसाल याबद्दल जर तुमच्या अपेक्षा वास्तवाला धरून नसतील, तर वजन घटवण्याची तुमची जिद्दही क्षणात नष्ट होईल. आरोग्यदायी अन्न घेण्याची तुमची स्तुत्य इच्छा तणावापोटी केलेल्या खादाडपणामुळे लयाला जाईल. जर तुम्हाला चरण्याचं व्यसनच असेल, तर कोणतंही जिम किंवा कुणीही आहारतज्ज्ञ तुम्हाला कोणतीही मदत करू शकणार नाही.

'तीच गोष्ट वारंवार करून, दर वेळेस वेगळ्या परिणामांची अपेक्षा करणं,' अशी वेडाची व्याख्या केली जाते. हात झटकून वजन उतरवण्याची इच्छा पूर्णपणे मनाबाहेर टाकण्यापूर्वी तुम्ही स्वतःलाच प्रश्न विचारा- वजन उतरवण्याचा तुमचा एकाच पद्धतीनं केला जाणारा प्रयत्न हा वेडाचाच एक प्रकार तर नव्हे? तुम्ही तीच गोष्ट वारंवार करून वेगळ्या फळाची तर अपेक्षा करत नाही? तुम्ही वजन घटवण्याचा संबंध केवळ तुमच्या आहाराशी जोडताय का? तुम्ही तीच तीच आयुधं (उपासमार- क्रॅश डाएट) वापरून पुन:पुन्हा वजनाशी लढाई करताय का? तसं असेल, तर दर वेळेस निकालही तोच लागेल. कारण तुम्ही दर वेळेस तेच प्रश्न विचारत असाल, तर दर वेळेस उत्तरंही तीच मिळतील.

अन्नाबरोबर भिन्न लोकांची जी विविध प्रकारची नाती असतात, त्याच्याशी मागील प्रकरणात मी तुमची ओळख करून दिली. आता मी तुम्हाला आत्मपरीक्षण करायला सांगणार आहे. जरी इतर कुणी तुम्हाला विचारलं नाही, तरी तुम्ही स्वतःच स्वतःला काही प्रश्न प्रामाणिकपणे विचारा. कारण जेव्हा तुम्ही स्वतःला अधिक चांगलं ओळखू लागाल तेव्हाच तुम्हाला कळेल की, कायमस्वरूपी वजन घटण्यासाठी डाएट किंवा ट्रेनरची गरज नसते. ते आपल्या स्वतःच्याच हाती असतं.

तुम्ही (वास्तवापासून) पळ काढण्यासाठी अन्नाचा वापर करत आहात?

आपण कुणीही असू, काहीही करत असू; परंतु आपण सर्वच जण इंद्रधनुष्याच्या पायथ्यापाशी मलई कुल्फीचा हंडा असेल, अशी अपेक्षा करत असतो. पुढे दिलेली प्रश्नमंजूषा, तुम्ही कधीमधी अन्नाची स्वप्नं पाहता की नाही, हे जाणून घेण्यासाठी दिलेली नाही (कारण अधूनमधून असं स्वप्नरंजन आपण सारेच जण करतो आणि अधूनमधून अशी स्वप्नं पाहिली म्हणून काही आपण 'इमोशनल ईटर्स' बनत नाही!). आयुष्यातील नायक आणि खलनायकरूपी समस्यांपासून पळ काढण्यासाठी तुम्ही अन्नाकडे धाव घेता का, हे पडताळून पाहणं हा या प्रश्नमंजूषेमागील हेतू आहे. पुढील प्रश्नांची उत्तरं द्या आणि भावनेच्या भरात अन्नाकडे धाव घेण्याच्या सवयीमुळे तुम्हाला वजन घटवता येत नाहीय की काय, हे आजमावा.

१. तुम्हाला भूक लागणं आणि आनंदाच्या किंवा दुःखाच्या भावनेची जाणीव होणं यांचा बहुतेक वेळा परस्परसंबंध असतो का?

अ) बऱ्याचदा ब) कधी कधी क) क्वचित

२. तुम्ही भावनावश होता तेव्हा तुम्हाला कुठल्या तरी ठरावीक प्रकारच्या अन्नपदार्थांची (अरबटचरबट/तळलेलं/गोड) ओढ वाटते का?

अ) बऱ्याचदा ब) कधी कधी क) क्वचित

३. तुम्ही भावनावश होता तेव्हा अचानक एकाएकी तुम्हाला भूक लागते का?

अ) बऱ्याचदा ब) कधी कधी क) क्वचित

४. मानसिक तणाव असताना आणि अजिबात मानसिक तणाव नसताना तुमची आहाराची पद्धत भिन्न असते का?

अ) बऱ्याचदा ब) कधी कधी क) क्वचित

५. तुम्ही चॉकलेट, पेस्ट्री किंवा इतर सुखावणारं खाद्य खाल्ल्यावर तुम्हाला आपल्या भावनांवर अधिक नियंत्रण ठेवता येतं, असं तुम्हाला जाणवतं का?

अ) बऱ्याचदा ब) कधी कधी क) क्वचित

६. तुम्ही नकळत खात असता का?

अ) बऱ्याचदा ब) कधी कधी क) क्वचित

७. पोट भरल्यावरदेखील केवळ समोर दिसतंय म्हणून तुम्ही खात राहता का?

अ) बऱ्याचदा ब) कधी कधी क) क्वचित

८. तुम्हाला भूक आवरणं कठीण जातं का? तुम्हाला ताबडतोब अन्न मिळालं नाही, तर चिडचिड किंवा भीती जाणवते का? (परंतु तुम्ही मधुमेही असाल, तर तुम्ही या प्रश्नाचं उत्तर दिलं नाही तरी चालेल.)

अ) बऱ्याचदा ब) कधी कधी क) क्वचित

९. तुम्ही काय/किती प्रमाणात खाताय, त्याबद्दल तुम्हाला अपराधी वाटतं का?

अ) बऱ्याचदा ब) कधी कधी क) क्वचित

१०. तुम्हाला अन्नाबद्दल अत्यंत तीव्र ओढ वाटून त्याची चव जाणवत असल्याचा भास होतो का?

अ) बऱ्याचदा ब) कधी कधी क) क्वचित

अ) सात किंवा त्याहूनही जास्त वेळा वरील प्रश्नांचं उत्तर 'अ' असेल, तर भावनेच्या भरात तुम्ही अन्नाकडे वळत असता. भूक नसतानाही तुम्ही तसं करत असता. बहुतेक वेळा तुमची भावनाच तुम्ही किती आणि केव्हा खायचं, हे ठरवत असते.

ब) सहा-सात किंवा त्याहूनही जास्त वेळा वरील प्रश्नांचं उत्तर 'ब' हे असेल, तर तुम्ही भावनेतून सुटका मिळवण्यासाठी अन्नाकडे वळत नसता. आपल्या दुःखावर-आनंदावर नियंत्रण ठेवण्यासाठी तुमच्याजवळ इतरही मार्ग उपलब्ध आहेत.

क) सहा-सात किंवा त्याहूनही जास्त वेळा वरील प्रश्नांचं उत्तर 'क' असेल, तर तुमच्या खाण्याच्या सवयींशी तुमच्या भावनांचा फारसा संबंध नसतो.

आयुष्यातले चढ-उतार अपरिहार्य असले, तरी वजन वाढणं ही गोष्ट अपरिहार्य

नव्हे. अन्नाचा आसरा घेतल्याशिवाय आपल्याला भावनांवर ताबा मिळवता आला पाहिजे. आनंद किंवा दुःख हे पाण्यासारखं प्रवाही असतं म्हणून त्याला हवं तिथं वळवता येतं, असं समजून चाला. भावनांमधून सुटका करून घेण्यासाठी फिरायला जा, मित्रापाशी मन मोकळं करा. मुष्टियुद्ध खेळा, योगासनं करा. आपल्या हातचा वेळ व आपला स्वभावधर्म याला साजेसा मार्ग शोधा. जर वरच्या प्रश्नांपैकी सात किंवा त्याहून अधिक प्रश्नांची उत्तरं 'अ' असली तर या गोष्टीला अग्रक्रम द्या. तुमचा राग, दुःख, भीती आणि अन्य भावनांचा निचरा करण्यासाठी पर्यायी मार्ग शोधा. आपल्या भावनांवर नियंत्रण ठेवायला शिका. तरच तुम्हाला मनाजोगती देहयष्टी मिळवता येईल.

पाच मिनिटं थांबण्याचं धोरण वापरून भावनेपोटी चरणं थांबवा!

जेव्हा तुम्हाला भावनिक ताण असह्य झाल्यामुळे चरण्याचा मोह होईल आणि काही वेळानं याबद्दल पश्चात्ताप होईल, असं मनोमन वाटत असेल, तेव्हा पाच मिनिटं थांबून त्यानंतरच खाद्य पदार्थांकडे मोर्चा वळवायचा निश्चय करा. हाती असलेल्या या पाच मिनिटांमध्ये :

- **दूर राहा.** स्वयंपाकघराबाहेर पडा किंवा फ्रिजपासून निग्रहानं दूर जा. तुमच्यात आणि खाद्य पदार्थांत थोडं अंतर ठेवा. त्यायोगे तुम्हाला मनावर ताबा मिळवायला अवधी मिळेल.
- **भावना तपासून पाहा.** तुम्हाला खरोखरच कोणती भावना जाणवतेय- तुम्हाला राग आलाय? भीती वाटतेय? विफलता ग्रासतेय? कंटाळा आलाय? आपल्या भावना तुम्हाला प्रामाणिकपणे ओळखता आल्या, तरच तुम्हाला त्यांचा सामना करता येईल.
- **वास्तव स्वीकारा.** आपण भावनेपोटी खात असतो, हे मान्य करा. खाद्य पदार्थांवर हात मारून झाल्यानंतरच आपल्याला या वास्तवाची आठवण होत असते आणि अपराधी वाटत असतं.
- **स्वतःला कशात तरी गुंतवून ठेवा.** पाच मिनिटं म्हणजे हाताशी बराच वेळ असणं. या कालावधीत तुमच्या तणावावरचा उतारा तुम्हाला शोधता येईल. एखाद्या मित्राला फोन करा किंवा तणावाचं मूळ कारण शोधून काढा. जर कंटाळा आल्यामुळे तुम्हाला खायचा मोह होत असेल, तर त्यासाठी स्वतःला कोणत्यातरी उद्योगात गुंतवून घ्या. फिरायला जा किंवा एखादा सिनेमा पाहा.

खरोखरच वजन उतरवायची तुमची तयारी आहे का?

हा प्रश्न फारच क्वचित विचारला जात असेल. तुम्हाला वजन उतरवायची खरीखुरी इच्छा आहे का, हे कुणीच तुम्हाला कधी विचारत नाही. पण या प्रश्नाचा खरा अर्थ कोणता?

जेव्हा तुम्ही वजन उतरवण्यासाठी एखाद्या उपक्रमात सामील होता, तेव्हा तुम्हाला तडजोड करायची तयारी ठेवावी लागते. नव्या जीवनशैलीला सामोरं जाताना तुम्हाला खुल्या दिलानं सिद्ध राहावं लागतं. वजन उतरवण्यावरचं पुस्तक विकत आणणं ही पहिली पायरी झाली; परंतु ही गोष्ट झाली केस कापण्यासारखी. तुम्हाला वजन उतरवावंसं वाटत असतं, तेव्हाच नेमका तुमचा देह एका गोष्टीची मागणी करत असतो, तर तुमचं मन दुसऱ्या गोष्टीकडे धाव घेत असतं. अशा वेळेस आवश्यक ती तडजोड करण्याची तुमची तयारी असते का? नव्या जीवनशैलीबरोबर अपरिहार्यपणे येणारे कष्ट स्वीकारायला तुम्ही तयार असता? पुढील प्रश्नांची उत्तरं द्या आणि तडजोडीसाठी तुमची कितपत सिद्धता आहे, याचा अंदाज घ्या.

दूरवरचा विचार

- **वास्तवाचा स्वीकार करा.** तणावातून सुटका मिळवण्यासाठी तुम्ही जेव्हा खात सुटता, तेव्हा समस्येपासून पळ काढता येईल; परंतु समस्येवर कायमस्वरूपी तोडगा सापडणार नाही. ज्या मूळ कारणामुळे तणाव उत्पन्न होतोय, त्या कारणावर तोडगा शोधणं अत्यंत गरजेचं असतं. त्यासाठी तुमचा बॉस, तुमची अपत्यं, पती किंवा पत्नी, भागीदार, सासू किंवा मित्र यांच्याशी मनमोकळी चर्चा करा. त्यातून सांत्वना मिळवा किंवा प्राप्त परिस्थिती स्वीकारायला शिका. त्यामुळे मनावरलं आणि देहावरलं ओझं हलकं होईल.
- **लिहून काढा.** जर तुमच्या वजन उतरवण्याच्या प्रयत्नांना भावनेच्या भरात अन्नाकडे वळणं सतत बाधा आणत असलं, तर रोजनिशी लिहून त्यात त्याची नोंद करणं अतिशय उपयुक्त ठरेल. नेमक्या कोणत्या गोष्टींमुळे तणाव निर्माण होऊन तुम्ही खाण्याकडे वळता, हे त्या नोंदींमुळे तुमच्या लक्षात येईल आणि पुढल्या वेळेस तुम्ही त्यावर नियंत्रण ठेवू शकाल.
- **मित्राला किंवा मैत्रिणीला फोन करा.** तणावमुक्तीसाठी आधीच उपाययोजना तयार ठेवा. अशा वेळेस ज्या लोकांना फोन करून मन

हलकं करता येईल किंवा त्वरित जे काम हाती घेता येईल त्याची योजना तयार करून ठेवा; म्हणजे तत्क्षणी तुम्हाला दुसरीकडे मन वळवता येईल.

- **स्वतःचीच पाठ थोपटा.** दर वेळेस खाण्याच्या तीव्र इच्छेवर नियंत्रण मिळवलं की, त्यासाठी स्वत:लाच बक्षीस द्या. स्वत:साठी (खाद्य पदार्थांखेरीज) कोणतीतरी वस्तू-कपडे, सीडी, पुस्तक विकत आणा आणि मोह टाळता आल्याचा आनंद साजरा करा. तणावमुक्तीसाठी अन्नाकडे वळायचं थांबवलं की, खाण्याच्या लालसेवर तुम्हाला कायमचं नियंत्रण आणता येईल.

जेव्हा जेव्हा तुम्हाला खाद्य पदार्थांकडे वळण्याची सणक येईल, तेव्हा तेव्हा वरील तक्त्यावर नजर टाका. वर दिलेल्या युक्त्या एकापाठोपाठ एक अमलात आणा आणि तणावमुक्तीसाठी खात सुटण्याच्या प्रवृत्तीला रामराम ठोका.

१. पुढीलपैकी कोणत्या वाक्याशी तुम्ही सर्वांत जास्त सहमत होता?
   अ) मी अधिक निकराचा प्रयत्न करायला हवा म्हणजे मी खूप जास्त साध्य करू शकेन.
   ब) वजन घटवण्यासाठी मी कोणताही उपाय करण्याचा शिल्लक ठेवलेला नाही.
   क) भविष्यात केव्हातरी मी नक्कीच वजन उतरवेन. एवढी घाई कशासाठी?

२. तुम्ही वजन उतरवायला हवं, हे तुमच्या लक्षात आलंय. तुमची पहिली प्रतिक्रिया कोणती आहे?
   अ) जिमकडे धाव घ्यायला हवी... अगदी या क्षणीच!
   ब) मी पुढल्या आठवड्यात, पुढल्या महिन्यात डाएट सुरू करेन.
   क) प्रेम करण्यासाठी मला माझा आणखी मोठा देह मिळेल.

३. तुम्हाला किती त्वरेनं वजन उतरवायचं आहे?
   अ) हळूहळू. मला वजन वाढू द्यायचं नाही.
   ब) शक्य तेवढ्या लवकर. मला त्वरित परिणाम दिसले पाहिजेत.
   क) मी त्यावर फारसा विचार केलेला नाही.

४. वजन घटवण्याच्या उपक्रमाकडून तुमच्या कशा प्रकारच्या अपेक्षा आहेत?
   अ) माझं वय आणि उंची यांना साजेल एवढंच वजन मला उतरवायचं आहे.
   ब) मला दीपिका पदुकोण किंवा जॉन अब्राहमसारखं दिसायचंय.
   क) त्याबद्दल या क्षणी माझी खात्री नाही. आयुष्यात केव्हातरी मी नक्कीच वजन उतरवेन.

५. तुम्ही व्यायामासाठीच्या वेळाला कोणता प्राधान्यक्रम द्याल?
   अ) जिमला जाता यावं म्हणून मी मित्रांबरोबर भटकणं थांबवायला तयार आहे.
   ब) व्यायामासाठी मी किती वेळ काढू शकेन, हे मला सांगता येत नाही.
   क) व्यायाम? मी फक्त डाएट करून चालायचं नाही? व्यायामासाठी माझ्यापाशी फुरसत नाही.

६. एक ते दहाच्या मापावर (दहा म्हणजे सर्वोच्च) तुमचं वजन घटवण्याचं उद्दिष्ट कुठे बसेल? ते किती महत्त्वाचं वाटतंय?
   अ) ८ ते १०
   ब) ५ ते ७
   क) ० ते ३

७. या पुस्तकाकडे तुम्ही कोणत्या दृष्टीनं बघताय?
   अ) वजन कमी करण्याच्या प्रक्रियेचा प्रारंभ म्हणून.
   ब) मला अगोदरच ठाऊक असलेल्या गोष्टी यात दिलेल्या आहेत की काय हे पाहण्यासाठी.
   क) मला वाचायला काहीतरी हवं होतं आणि हे पुस्तक समोर दिसलं.

८. तुम्हाला कोणत्या प्रकारे वजन उतरवता येईल, असं तुम्हाला वाटतंय?
   अ) आरोग्यदायी जीवनशैली ठेवून.
   ब) क्रॅश डाएट करून.
   क) ते केव्हा कमी व्हायचं तेव्हा होईल!

सहा किंवा त्याहून अधिक प्रश्नांची उत्तरं 'अ' असतील, तर तुमचं वजन उतरण्याची भरपूर शक्यता आहे. तुमची इच्छाशक्ती प्रबळ आहे आणि स्वास्थ्यकारक पद्धतीनं तुम्ही वजन उतरवू शकणार आहात. वजन उतरवण्यासाठीच्या उपायांबाबत

तडजोड करण्याची तुमची तयारी नाही आणि तुम्हाला दीर्घ काळ टिकणारे परिणाम हवे आहेत.

बऱ्याचशा (सहा किंवा त्याहून अधिक) प्रश्नांची उत्तरं 'ब' असली, तर तुम्ही संप्रेरित आहात; परंतु झटपट उपायांकडे तुमचा कल आहे. अशा मनोवृत्तीमुळे तुम्ही भावनेच्या भरात निर्णय घ्याल. म्हणजे वजन उतरवण्याचा प्रारंभ तर मोठ्या उत्साहानं कराल; पण तो उत्साह अर्ध्या वाटेवरच ओसरेल. जर तुम्हाला ताबडतोब परिणाम दिसले नाहीत, तर तुम्हाला विफलता येईल. त्यामुळे उद्दिष्ट साध्य करून घेण्यापूर्वीच तुम्ही प्रयत्न करणं सोडून द्याल.

जर सहा किंवा त्याहून अधिक प्रश्नांची उत्तरं 'क' असली, तर वजन उतरवण्याचा मनापासून प्रयत्न करण्याची तुमची तयारी नसेल.

या परीक्षेत तुम्हाला चांगले गुण मिळाले नाहीत, तरी हिंमत हरू नका. माझे अनेक ग्राहक वजन उतरवायला सुरुवात करताना अगदीच निरुत्साहानं त्याकडे वळलेले मी पाहिले आहेत; परंतु ते जसजसे सडसडीत होऊ लागतात, तसतसा त्यांचा त्याबद्दलचा उत्साह वाढू लागतो. त्यामुळे ते वजनाबाबतचं आपलं उद्दिष्ट झपाट्यानं गाठू शकतात. जर वरीलपैकी बऱ्याच प्रश्नांवरची तुमची उत्तरं 'क' असतील, तर आपली उत्साहाची पातळी वाढवण्यासाठी पुढील युक्त्यांचा अवलंब जरूर करा :

यादी करा

वजन उतरवण्यासाठीची किंवा निरोगी राहण्यासाठीची तुमची जी कारणं असतील, त्यांची एक यादी बनवा. तुम्हाला आणखी कारणं सुचतील तशी तशी ती त्या यादीत टाकत चला. ही यादी बनवायला फक्त पाच मिनिटं लागतील आणि ती वाचायला एकच मिनिट पुरेसा होईल; परंतु त्यामुळे किती उमेद वाढतेय हे पाहून, तुम्ही थक्क व्हाल.

कल्पना करा

वजन नियंत्रणात आणण्यासाठीचं हे एक अत्यंत उपयुक्त आणि वारंवार उपयुक्तता सिद्ध झालेलं साधन आहे. तुमचं वजन घटल्यावर तुम्ही कसे दिसाल, हे तुम्ही सतत अंतश्चक्षूंपुढे आणायचं असतं. आपली वैयक्तिक आणि व्यावसायिक स्वप्नं वास्तवात उतरवण्यासाठी जगभरातील क्रीडापटू, सीईओ

(महाव्यवस्थापक) आणि इतर यशस्वी लोक या तंत्राचा वापर करत असतात. या तंत्रामागची कल्पना अशी आहे की, असं केल्यामुळे कल्पनेतले विचार वास्तवात साकार होतात.

डोळ्यांसमोर आणा की, तुम्हाला हव्या त्या पातळीवर तुम्ही आपलं वजन आणलेलं आहे. तुमच्या आवडीचा तो विशेष पोशाख किंवा लग्नातला लेहंगा किंवा तो सुंदर डबल ब्रेस्टेड सूट तुम्ही परिधान केला आहे. आवडीचा तो पोशाख चढवून तुम्ही विवाहसमारंभ किंवा मेजवानीसाठी गेला आहात. लोक तुमच्याकडे कशा (कौतुक किंवा असूयेच्या) नजरेनं बघतील, याचं चित्र मनात उभं करा. तुमच्या वाट्याला जे प्रशंसेचे उद्‌गार येतील, त्यांचा विचार करा. तुम्हाला किती हलकं वाटत असेल, तुम्ही किती जलद चालू शकाल, याची कल्पना करा. तुमच्या वजनाबद्दल तुमची थट्टा करणाऱ्यांची प्रतिक्रिया कशी असेल, याची कल्पना करा. आता तुम्हाला पाहिल्यावर ते कसे स्तंभित होतील, हे डोळ्यांपुढे आणा.

हा मानसिक खेळ कसा खेळायचा, याचं मी तुम्हाला एक उदाहरण दिलं आहे. पुढील विभागात आपण त्याबद्दल अधिक सखोल विचार करू. तुम्ही वजन उतरवल्यावर कसे दिसाल आणि काय घडेल, याबद्दलचं दृश्य त्या वेळेस मी तुम्हाला डोळ्यांपुढं आणायला सांगणार आहे. वजन उतरवण्यास जोमानं सुरुवात करण्यासाठी ते अत्यंत साहाय्यभूत तर ठरेलच; शिवाय तुमचं इच्छित वजन गाठण्यासाठी ते तुम्हाला आश्चर्यकारकरीत्या संप्रेरणादेखील देईल.

संप्रेरणा मिळवा

एखाद्या मासिकातून किंवा इंटरनेटवरून यशस्वीरीत्या वजन उतरवणाऱ्या लोकांच्या कहाण्या वाचून काढा. वजन उतरवू शकणारे लोक काही अतिमानवी नसतात. त्यांनी केवळ तसा दृढनिश्चय केलेला असतो. जर त्यांना ते करता आलंय, तर तुम्हाला का येणार नाही? तुम्हालाही ते नक्कीच करता येईल.

दृढनिश्चय करा

वजन उतरवण्यासाठी तुमच्या सुप्त मनाची मदत घ्या. जर अशी मदत मिळाली, तर काम खूप सोपं होईल. संप्रेरित करणाऱ्या टेप्स किंवा हिप्नॉसिस (मोहनिद्रा) यांच्या मदतीनं वजन उतरवण्यासाठी मेंदूवर योग्य तो संदेश बिंबवता येतो आणि शरीर-मनाला शिथिलता आणून आराम देता येतो. याचा प्रयोग करून पाहायला काहीच हरकत नाही. त्यामुळे कोणताच तोटा होणार नाही. झाला तर फायदाच होईल.

अन्न तुमच्यावर वरचश्मा गाजवणारा बॉस आहे?

तुम्ही कोण आहात आणि काय करता यावर अन्न नियंत्रण ठेवतं का? वजन वाढणं ही जर तुमच्या आयुष्यात वारंवार उद्‌भवणारी समस्या असेल, तर अन्न तुम्हाला वाटतंय त्याहून अधिक तुमच्यावर नक्कीच वरचश्मा गाजवत असलं पाहिजे. जर अन्नाच्या विचारानं तुम्ही सतत पछाडलेले राहत असाल किंवा तुमच्या आयुष्यात ते वाजवीपेक्षा अधिक महत्त्वाचं स्थान बळकावून बसलंय असं तुम्हाला वाटत असेल, तर तुम्हाला अन्नाचं व्यसन लागलं आहे, असं समजावं. पुढील प्रश्नांवरील उत्तरं शोधा म्हणजे तुम्हाला खरोखरच अन्नाचं व्यसन लागलं आहे की काय, हे जाणून घेता येईल.

१) तुमच्या मनात सदैव केवळ अन्नाचाच विचार असतो का?
☐ होय ☐ नाही

२) अस्वस्थ वाटेल इतकं तुम्ही प्रमाणाबाहेर जेवता का?
☐ होय ☐ नाही

३) जेवताना किंवा जेवल्यानंतर तुम्ही काळजीग्रस्त असता का? त्यामुळे तुम्ही आणखी खाता का?
☐ होय ☐ नाही

४) तुम्ही चोरून किंवा एकटे असताना खाता का?
☐ होय ☐ नाही

५) कुणाला तरी येताना पाहिलं की तुम्ही खाद्य पदार्थ लपवता का?
☐ होय ☐ नाही

६) इतरांना भेटायला जाण्यापेक्षा तुम्हाला आवडते खाद्य पदार्थ खाण्यात जास्त बरं वाटतं का?
☐ होय ☐ नाही

७) खूप खूप खाण्याची सणक येऊन तुम्ही आठवड्यातून दोनदा किंवा त्याहून जास्त वेळा खूप खाता का?
☐ होय ☐ नाही

८) इतर कुणाच्या ते दृष्टीस पडू नये म्हणून तुमचे आवडते खाद्य पदार्थ तुम्ही तुमच्या खोलीत किंवा कपाटात लपवून ठेवता?

☐ होय ☐ नाही

९) खाताना तुमचा स्वत:वर ताबा राहत नाही का?

☐ होय ☐ नाही

१०) तुमच्या पुढ्यात अन्न असलं, तर तुम्ही प्रमाणाबाहेर खाता का?

☐ होय ☐ नाही

जर वरीलपैकी बऱ्याचशा (७ किंवा त्यापेक्षा जास्त) प्रश्नांना तुम्ही 'होय' अशी उत्तरं दिलेली असतील, तर तुम्हाला खाण्याचं व्यसन आहे आणि त्यामुळे इजा पोचेल इतकं तुम्ही प्रमाणाबाहेर खाताय, असा त्याचा अर्थ होतो.

जर वरीलपैकी काही (पाच-सहा) प्रश्नांची उत्तरं 'होय' असतील, तर तुम्हाला अन्न महत्त्वाचं वाटत असलं, तरी तुम्ही त्याला सहजपणे 'नको' सुद्धा म्हणू शकाल आणि तुम्ही तुमच्या खाण्याच्या सवयीत थोडे फेरफार करून भागण्यासारखं आहे.

जर वरील प्रश्नांपैकी सात किंवा त्याहून अधिक प्रश्नांची उत्तरं 'नाही' अशी असली, तर तुम्ही जगण्यासाठी खाता; खाण्यासाठी जगत नाही आणि आयुष्यातील अन्य गोष्टींपेक्षा तुम्ही अन्नाला जास्त प्राधान्यक्रम देत नाही.

या प्रश्नांपैकी सातपेक्षा अधिक प्रश्नांना तुम्ही 'होय' असं उत्तर दिलेलं असलं, तरी काळजी करू नका. तुम्हाला मदत मिळणारच आहे.

वरील प्रश्नांचा उद्देश हा तुमचा खाण्याकडे आणि अधूनमधून प्रमाणाबाहेर ताव मारण्याकडे कल आहे का, हे आजमावण्याचा आहे. जर वरीलपैकी सात किंवा त्याहून जास्त प्रश्नांना तुम्ही 'होय' असं उत्तर दिलेलं असेल, तर त्याचा अर्थ असा होतो की, जरी इजा होईल एवढं दाबून खाण्याकडे तुमचा कल असला, तरी अजून तुम्हाला अन्नाचं व्यसन लागलेलं नाही.

आता तुम्ही स्वत:शी प्रामाणिक राहायला हवं. जर वरील प्रश्नांना तुम्ही खूपशी 'होय' अशी उत्तरं दिली असतील, तर तुमचं वजन घटवून तुम्हाला

त्याच पातळीवर का राखता येत नाही याची कारणं तुम्हाला कळायला हवीत. जरी तुम्ही कितीही व्यायाम करायचा किंवा आहारावर नियंत्रण ठेवायचा प्रयत्न केलात, तरी खाण्याची तीव्र ओढ आड येऊन तुम्हाला वजन घटवू देणार नाही. आता काय करायचं?

खूपशी उत्तरं 'होय' अशी आली, तर त्याला धोक्याचा कंदील समजावं. स्वत:वर नियंत्रण ठेवा. तुमच्या आप्तमित्रांना तुमच्या अन्नाबाबतच्या कमकुवतपणाबद्दल सावध करा आणि स्वत:च्या खाण्याच्या सवयींवर नियंत्रण मिळवण्याचा प्रयत्न करा. जर हे तुम्हाला शक्य होणार नाही असं खरोखर वाटत असेल, तर त्यासाठी व्यावसायिक तज्ज्ञांची मदत घ्या. कदाचित तुम्ही स्वतःआणि इतरांनी तुमच्या कमकुवत इच्छाशक्तीला दोष दिला असेल. प्रत्यक्षात ती तुमची एक व्याधी असेल. अशा व्याधीवर व्यावसायिक तज्ज्ञांकडूनच उपाययोजना करून घ्यायला हवी. घाबरून जाऊ नका; परंतु या लक्षणांकडे दुर्लक्षही करू नका. यावर मदत उपलब्ध असते आणि तुमच्या गरजेनुसार करण्यासारखे अनेक उपायही उपलब्ध आहेत.

तुम्ही स्वत:साठी वजन उतरवता आहात का?

वजन उतरवण्याची कुणीही तुमच्यावर सक्ती करू शकत नाही. तुमचा पती, आई, डॉक्टर आणि तुमची गुणसूत्रं तुम्हाला त्यांची इच्छा सांगू शकतील; परंतु वजन उतरवणं हा तुमचा अगदी वैयक्तिक निर्णय असेल. तो निर्णय केवळ तुमचाच आणि तुमचा स्वत:चाच असेल. तुमचा देह आणि तुमचाच निर्णय. तुम्हाला स्वत:लाच वजन उतरवण्याची अगदी तीव्र इच्छा वाटल्याशिवाय तुमचा प्रयत्न यशस्वी होणार नाही. कदाचित तुम्ही आजवर वजन उतरवू शकला नसाल, कारण ते तुम्ही तीव्र आंतरिक इच्छेमुळे न करता, केवळ कुणाच्या तरी सांगण्यावरून करत असाल. इतर कुणाच्या तरी सांगण्यावरून केलेला प्रयत्न अल्पायुषीच ठरेल.

१) जेव्हा तुमचं वजन काही किलोंनी वाढलंय असं तुमच्या लक्षात येतं, तेव्हा पुढीलपैकी कोणत्या विधानाशी मिळतीजुळती तुमची प्रतिक्रिया असते?
   अ) मला आजच व्यायामाला सुरुवात करायला हवी.
   ब) मी पुढल्या महिन्यात डाएटवर जाईन.
   क) काही किलोच वजन वाढलंय ना; दहा किलो तर नाही ना वाढलेलं? एवढी चिंता कशासाठी?

२) वजन उतरवण्याचा संबंध तुमच्या दृष्टीनं आहे :
   अ) तुमच्या रूपाशी.
   ब) तुमच्या भावनेशी.
   क) इतर लोकांवर छाप पाडण्यासाठी किंवा त्यांना खूष करण्यासाठी.

३) पूर्वी तुम्ही जिमला जाणं किंवा वजन उतरवण्याच्या योजनेत सामील होणं याचा विचार केला तेव्हा :
   अ) वजन उतरवणं हा सर्वस्वी तुमचाच निर्णय होता.
   ब) वजन उतरवण्याच्या निर्णयावर, काही अंशी तुमच्या प्रियजनांचा/डॉक्टरांचा/आजूबाजूच्या लोकांचा प्रभाव होता.
   क) प्रियजन/डॉक्टर/आजूबाजूचे लोक यांचा वजन उतरवण्याच्या तुमच्या निर्णयावर जोरदार प्रभाव होता.

४) तुम्हाला वजन कशासाठी उतरवायचंय?
   अ) चांगलं दिसावं आणि चांगलं वाटावं म्हणून.
   ब) स्वास्थ्यपूर्ण राहण्यासाठी.
   क) माझे कुटुंबीय/माझा पती/पत्नी माझ्यावर तशी सक्ती करत आहेत म्हणून.

५) आपलं वजन वाढलंय, असं तुमच्या नुकतंच लक्षात आलंय. तुम्हाला त्याबद्दल काय वाटतंय?
   अ) मी फारच अस्वस्थ झालेय. माझा आत्मविश्वास आणि मन:स्थिती यांना बाधा आणणारा तो सर्वांत महत्त्वाचा मुद्दा आहे.
   ब) मला त्याबद्दल थोडं अस्वस्थ वाटतंय. थोडी काळजी वाटतेय.
   क) मला त्यानं फारसा काही फरक पडत नाही.

६) कल्पना करा की, वजनाची इच्छित पातळी तुम्हाला गाठता आली आहे. आता पुढीलपैकी कोणत्या विधानासारखी तुमची मन:स्थिती असेल?
   अ) मी माझ्या स्वप्नांपैकी एक स्वप्न वास्तवात उतरवलं आहे.
   ब) ठीक आहे! आता यापुढे काय?
   क) अखेरीस माझ्या कुटुंबीयांचा लकडा थांबेल एकदाचा! सुटले!

७) प्रमाणबद्ध शरीरयष्टी असणं म्हणजे :

अ) स्वत:वर आणि स्वत:च्या देहावर प्रेम करणं.
ब) ही महत्त्वाची गोष्ट आहे; परंतु ती पूर्णतःमाझ्या ताब्यात नाही.
क) मी प्रमाणबद्धच आहे; फक्त तो आकार गोलाकार आहे.

८) कुणी जेव्हा म्हणतं, 'मी तुला मागच्या वेळेस पाहिलं, त्याहून तुझं वजन वाढलंय,' तेव्हा तुमची प्रतिक्रिया काय असते?
अ) तुम्ही या विधानाशी सहमत होता आणि थेट जिम गाठता.
ब) तुम्ही या विधानाशी सहमत होता आणि त्यानंतर थेट घरी जाऊन चॉकलेट खाऊन दु:ख विसरण्याचा प्रयत्न करता.
क) तुम्ही सहमती दर्शवत नाही. तुम्ही सबबी पुढे करता. बचावाची भूमिका घेता आणि असं म्हणणाऱ्या व्यक्तीला म्हणता, 'तू स्वत:सुद्धा काही फारशी कमनीय नाहीस!'

९) जर तुमच्या जवळच्या मैत्रिणीनं किंवा आप्तानं तुम्हाला एखाद्या जिमचं किंवा आहारतज्ज्ञाचं नाव सुचवून म्हटलं की, त्यांच्या मदतीनं इतरांना खूप उपयोग झाला आहे, तर :
अ) तुम्ही त्यांचा नंबर घेऊन ताबडतोब भेटीची वेळ ठरवता.
ब) तुमचा पती किंवा आई तो नंबर लिहून ठेवतात आणि तुम्ही तिथं फोन करायचं त्यांना आश्वासन देता.
क) तुमचा पती/आई फोन करून भेटीची वेळ ठरवतात आणि केवळ त्यांना खूश करण्यासाठी म्हणून तुम्ही त्यांच्याबरोबर जाता.

जर वरील प्रश्नांची सात किंवा त्याहून जास्त प्रश्नांची उत्तरं 'अ' असतील, तर तुमच्यापुढे वजनाची समस्या आहे आणि त्यासाठी योग्य ती उपाययोजना करणं आवश्यक आहे, याची तुम्हाला जाणीव झालेली आहे.

जर वरीलपैकी सहा ते सात प्रश्नांची उत्तरं 'ब' असतील, तर तुम्हाला जाणीव झालेली असली तरी, वजन उतरवण्याबाबत पुरेशी खात्री पटलेली नाही किंवा तुम्ही त्याबद्दल पुरेसा निश्चय केलेला नाही.

जर वरील प्रश्नांची सहा ते सात उत्तरं 'क' असतील, तर आपलं वजन वाढलंय हे तुम्हाला मान्यच नाही आणि आपल्यापुढं वजनाची समस्या आहे, हेही तुम्हाला जाणवत नाही. तुम्ही वजन उतरण्याचे प्रयत्न केवळ इतरांना खूश करण्यासाठी केलेले असतात.

तुम्हाला ज्या व्यक्तीचं आकर्षण वाटतं किंवा ज्या व्यक्तीबद्दल प्रेम वाटतं, अशा व्यक्तीच्या इच्छेला मान देऊन जर तुम्ही वजन उतरवत असाल, तर त्या व्यक्तीच्या इच्छेनुरूप तुम्ही वजन घटवाल. त्या व्यक्तीशी तुमचं जितकं प्रगाढ जिव्हाळ्याचं नातं असेल, त्याला साजेशीच तुमची त्याबाबतची जिद्द असेल; परंतु तुमच्या स्वतःच्या इच्छेनुसार तुम्ही वजन उतरवत नसल्यामुळे तुमची त्याबाबतची इच्छाशक्तीसुद्धा कमी-जास्त होत राहील.

खरंतर तुमचं शरीर हे तुमचंच असतं. इतर कुणाच्या म्हणण्याशी, विचारांशी किंवा कृतींशी तुमच्या शरीराचा अर्थाअर्थी काहीही संबंध नसतो. तुम्ही अधिक सडपातळ असावं किंवा अधिक आधुनिक कपड्यात अद्ययावत (मॉडर्न) दिसावं असं जर इतर कुणाला वाटत असेल तर ते त्यांचं मत झालं; तुम्ही ते स्वीकारावं किंवा सोडून द्यावं. तुम्ही तुमची उद्दिष्टं आणि तुमचा देह यांवरच लक्ष केंद्रित करा; कारण तुम्हाला तुमच्या निर्णयानुसार वागायचंय.

वजन उतरवलंत, तर तुम्हाला तुमचं आरोग्य राखता येईल. तुमचं हृदय व्याधीपासून मुक्त राहील आणि जिना चढताना तुम्हाला धाप लागणार नाही. वजन उतरवलं, तर फायदा तुमचाच होणार आहे, आनंद तुम्हालाच लाभणार आहे आणि यश तुमच्याच वाट्याला येणार आहे!

संप्रेरणा मिळवण्यासाठीच्या ज्या युक्त्या 'वजन उतरवण्याची तुमची तयारी आहे का?' या प्रकरणात दिलेल्या आहेत, त्यांचा वापर करून वजन घटवायला प्रारंभ करा. कार्यक्षम पद्धतीने वजन उतरवून ते स्थिर ठेवण्यासाठी तुमच्या वजन उतरवण्याच्या उपक्रमातील केंद्रबिंदू तुम्ही कायम लक्षात ठेवायला हवा. तो केंद्रबिंदू आहे- तुम्ही स्वतः! तुम्हाला काय हवंसं वाटतंय आणि कशाची तुम्हाला खरीखुरी गरज आहे, यांतील भेद ओळखायला शिका. गरज नसताना खाणं हे अन्न वाया घालवण्यासारखंच असतं, हे लक्षात ठेवा! उरलेल्या अन्नाचा सर्जनशील पर्यायांनी वापर करायला शिका. शिल्लक राहिलेले अन्नपदार्थ पुढल्या जेवणात वापरा किंवा ते गरजूंना देऊन टाका. तुमचं पोट भरल्यावर शिल्लक राहिलेल्या अन्नाचा मोह सोडा. देहाला ज्याची गरज नाही, असं अन्न तुम्ही खाऊ नये यासाठी पुढील गोष्टी करा.

तुम्हाला स्वतःचंच सडपातळ स्वरूप मिळवायचंय की दुसऱ्या कुणासारखं तरी बनायचंय?

थोडक्यात सांगायचं, तर तुमचं स्वतःवर प्रेम आहे?

ओहो! हा फारच गहन प्रश्न झाला. माझ्याकडे अगणित ग्राहक येतात. त्यांतील अनेकांची माझ्या 'वेट लॉस प्रोग्रॅम'मुळे ते सुपर मॉडेलसारखे दिसू लागतील, अशी अपेक्षा असते. तुमचं स्वत:वर आणि स्वत:च्या देहावर किती खरंखुरं प्रेम आहे, यावर वरील प्रश्नाचं उत्तर अवलंबून असेल. जर आरशात दिसणारी आपली छबी बदलायची असेल, तर त्यापूर्वी तुम्हाला अनन्य बनवणारं तुमचं रूप आणि बांधा तुम्ही मनोमन स्वीकारला पाहिजे. तसं घडलं नाही, तर वजन घटवूनही तुम्हाला समाधान लाभणार नाही.

१. तुम्हाला सतत तुमच्या रूपाबद्दल न्यूनगंड वाटून, तुम्ही सतत स्वत:ची तुलना तुमची मैत्रीण, आप्त किंवा एखाद्या अभिनेत्रीशी करत असता?
   ☐ होय ☐ नाही

२. तुम्हाला काही मान्यवर हस्तींचं आकर्षण वाटतं आणि प्रयत्न केल्यास तुम्ही त्यांच्यासारखं दिसू शकाल, असं वाटतं का?
   ☐ होय ☐ नाही

३. संधी मिळताच तुम्ही आरशात किंवा छबी परावर्तित करणाऱ्या वस्तूंमध्ये (खिडक्यांची काच, कार-बंपर, चमचे इ.) आपलं प्रतिबिंब न्याहाळत असता का?
   ☐ होय ☐ नाही

४. सौंदर्याबद्दलच्या जाहिरातींचा तुमच्यावर सहजपणे प्रभाव पडून, प्लॅस्टिक सर्जरी किंवा त्वचारोपण (बोटॉक्स)* करून घेऊन, तुम्हाला देवतास्वरूप वाटणाऱ्या व्यक्तीसारखं दिसण्याची इच्छा होते?
   ☐ होय ☐ नाही

५. आपण अत्यंत अनाकर्षक दिसतो, असं वाटल्यामुळे तुमच्या मते तुमच्या रूपातले जे दोष आहेत, ते लपवण्याकडे तुमचा कल असतो? (उदाहरणार्थ, खूप ढिले कपडे घालणं, भडक सौंदर्यप्रसाधनं वापरणं, फोटो काढले जात

---

*बोटॉक्स (botox) : बोट्युलिन या मज्जेसाठी विषारी असलेल्या घटकापासून तयार केलेलं औषध. चेहऱ्यावरच्या सुरकुत्या दूर करण्यासाठी हे चेहऱ्यावरील स्नायूंना तात्पुरतं नाकाम करतं. वेदनामय पेटके थांबवण्यासाठीसुद्धा याचा उपयोग होतो.

असताना एका ठरावीक कोनातूनच ते काढणं किंवा त्या वेळेस शरीराची ठरावीक ढब ठेवणं इ.)

☐ होय ☐ नाही

६. काही जागा किंवा काही उद्योग (पार्ट्या, डेटिंग, पोहणं, रेस्टॉरंटमध्ये किंवा नाटक-सिनेमाला जाणं), तुम्ही आपले शारीरिक दोष इतरांना दिसू नयेत या हेतूने टाळता?

☐ होय ☐ नाही

७. तुमचं प्रतिबिंब किंवा तुमचा फोटो पाहून तुम्ही अस्वस्थ होता? आपला फोटो घेऊ देणं तुम्ही टाळता?

☐ होय ☐ नाही

८. ज्या मान्यवर सुंदऱ्यांच्या देहाचं तुम्हाला कौतुक वाटतं, अशा लोकांचा आहार आणि व्यायाम पद्धत यावर मिळेल तेवढी माहिती गोळा करण्याचं तुम्हाला वेड आहे?

☐ होय ☐ नाही

९. तुमच्या दिसण्याबद्दल तुम्ही तुमच्या प्रियजनांचं मत वारंवार विचारून धीर मिळवता का? त्यांनी जरी तुमच्या दिसण्याबद्दल चांगला अभिप्राय दिला, तरीही ते खोटं बोलत आहेत, अशी तुम्हाला शंका येते का?

☐ होय ☐ नाही

१०. तुम्ही कितीही वजन कमी केलं, तरी तुमचं त्याबद्दल कधीच समाधान होत नाही का?

☐ होय ☐ नाही

जर वरीलपैकी बऱ्याच प्रश्नांची (सात किंवा त्याहून अधिक) उत्तरं तुम्ही 'होय' अशी दिली, तर तुमच्या रूपाबद्दल तुम्ही असमाधानी आहात आणि आपण फारच कुरूप आहोत, असं तुम्हाला वाटतंय. हा कुरूपपणा तुमच्या मनातला आहे; देहाचा नव्हे! परिणामांबद्दल तुमच्या अवास्तव अपेक्षा आहेत आणि त्यामुळे तुम्ही दुःखी होत आहात. अशा मानसिकतेमुळे अन्न व वजन घटवणं याबाबत तुमचा दृष्टिकोन दूषित बनू शकेल.

जर पाच ते सहा प्रश्नांची उत्तरं 'होय' आणि 'नाही' अशी दोन्ही प्रकारची असली, तर तुम्हाला तुमच्या दिसण्याबद्दल चिंता वाटतेय किंवा रूपातल्या दोषांबद्दल तुम्ही सतत विचार करताय. ही गोष्ट वास्तवाला धरून नाही आणि ती स्वास्थ्याला हानिकारकही ठरू शकते; परंतु त्यावर इलाज करता येईल. त्यासाठी त्वरित पावलं उचला.

जर बऱ्याचशा प्रश्नांना (सात किंवा त्याहून अधिक) तुमचं उत्तर 'नाही' असलं, तर आपल्या रूपाबद्दल तुम्ही समाधानी आहात आणि तुम्हाला निरोगी आत्माभिमान आहे.

अनामिका ही एक गोड मुलगी होती. इंजिनिअर बनण्याची तिची आकांक्षा होती. तिला 'पीसीओ'* म्हणजेच पॉलिसिस्टिक ओव्हेरियन सिन्ड्रोमचा त्रास होता. ती नेमून दिलेल्या आहाराप्रमाणे नियमाने खात असे. दररोज रोजनिशी लिहीत असे. माझ्या 'वेट लॉस प्रोग्रॅम'मध्ये सामील होऊन तिने तीस किलो वजन उतरवलं होतं. परंतु वजन कमी होऊनही ती दुःखीच होत गेली. कारण? कारण वजन घटवूनही ती दीपिका पदुकोणसारखी दिसत नव्हती. त्यामुळे तिच्या आईबरोबरच मीसुद्धा दुःखी-कष्टी झाले. अनामिका वजन उतरवू शकली; परंतु आपल्या कष्टांचं फळ मिळवूनही ती सुखी झाली नाही.

यातून तुम्ही अत्यंत महत्त्वाचा धडा शिकायला हवा. स्वतःवर प्रेम करा, हे मी वारंवार सांगतेय. कारण वजन उतरून तुमची छबी सडपातळ बनू लागली आणि तुमच्या मनातल्या प्रतिमेप्रमाणे आपण दिसत नाही असं तुम्हाला वाटू लागलं, तर तुम्ही तुमचे प्रयत्न चालू ठेवणार नाही. तुमचं उद्दिष्ट वास्तवाला धरून नसेल आणि त्यानं तुम्ही पछाडला असाल, तर तुम्ही कोणत्यातरी प्रशिक्षित व्यावसायिकाकडे जाऊन तुम्हाला न्यूनगंडाची बाधा तर झालेली नाही ना, याचा सल्ला घ्यायला हवा. न्यूनगंडामुळे आहाराबाबतच्या अनेक विकृती निर्माण होऊ शकतात.

तुम्हाला ज्यांचं आकर्षण वाटतं असे लोक अभिनेते असोत, मॉडेल असोत किंवा क्रीडापटू असोत- एक गोष्ट कायम लक्षात ठेवा की, त्यांना लाभलेल्या देहाचा

---

* पीसीओ (PCO) : स्त्रियांच्या एंडोक्राईन ग्रंथींची विकृती. याची लक्षणं आहेत, अनियमित मासिक पाळी, पाळीच्या वेळेस अंगावर न जाणं, पुरुषी संप्रेरकांची (हार्मोन्स) प्रमाणाबाहेर वाढ होऊन हनुवटीवर केस येणं, मुरमं उठणं, अशा गोष्टी घडतात. याशिवाय इन्शुलिन-रेझिस्टन्स, वजन वाढणं, डायबेटिस II होणं हे दुष्परिणाम दिसतात.

ते कार्यक्षमतेनं वापर करून घेत असतात. ते आपली कुवत त्यायोगे वाढवत असतात. तुमचा देह अनन्य आहे आणि तो तुमचा स्वत:चा असा खास आहे! तुमचं रूप, तुमच्या चेहऱ्यावरच्या सुरकुत्या आणि रेषा ही तुम्हाला देवानं दिलेली देणगी आहे. त्याबद्दल आनंद माना, त्याचं कौतुक करा आणि आपल्याला शक्य तेवढं चांगलं घडवा!

खाद्य पदार्थांबाबत मनाचा निग्रह

तुमचा मेंदू ही एक अफलातून चीज आहे. तो तुमच्या संपूर्ण निर्णयप्रक्रियेचं केंद्रस्थान आहे. पहिल्या 'डेट'ला हो म्हणायची सूचना तुमच्या मेंदूकडूनच येते. तुमच्या बॉसचं म्हणणं चुकीचं असलं, तरी त्याला 'हो' म्हणून मान डोलवायला तुमचा मेंदूच तुम्हाला सांगतो. जे खेळणं एका आठवड्यात तुमचा मुलगा विसरून जाईल हे तुम्हाला पक्कं ठाऊक असतं, ते विकत घेण्याची सूचना तुमचा मेंदूच तुम्हाला करत असतो.

परंतु जर तुमचा मेंदू तुम्हाला होकार द्यायला भाग पाडत असला, तर तो तुम्हाला नकार द्यायलासुद्धा भाग पाडू शकतो, हे लक्षात घ्या. तुमचा मेंदूच असतो जो तुम्हाला रस्त्यावरील खड्डा ओलांडून जाताना किंवा घरी जाताना वाटेतल्या अंधाऱ्या बोळकांड्या टाळायची सूचना देतो. कॉलसेंटरमधील माणसाचा चीड आणणारा फोन बंद करण्याची सूचना तुमचा मेंदूच देतो आणि जर तुमचा भाजीवाला अवास्तव किंमत लावत असला, तर त्याला ठामपणे नकार देण्याची सूचनासुद्धा तुमचा मेंदूच तुम्हाला देत असतो. थोडक्यात म्हणजे, तुमच्या मेंदूला माहीत नसलेली कोणतीही क्रिया तुमच्या देहाकडून घडत नसते.

नीटपणे विचार केला तर लक्षात येईल की, वजन उतरवणं हासुद्धा एक निर्णयच आहे. वजन उतरवण्यास घातक ठरतील अशा गोष्टी निग्रहानं नाकारणं आणि त्यासाठी उपयुक्त ठरतील अशाच गोष्टी स्वीकारणं, हा या निर्णयप्रक्रियेचा महत्त्वाचा भाग आहे; परंतु हे आपल्याला ठाऊक असतंच. जेवणापूर्वी तासभर आधी पिझ्झा खाऊ नये किंवा दुसऱ्यांदा चीजकेक खाऊ नये, हे आपल्याला माहीत असतं. पोटात भुकेनं कलकलू लागलं की, आपला मेंदू त्याची नोंद घेत असतोच; परंतु आपला देह जेव्हा अन्नाची मागणी करत नसतो, तेव्हासुद्धा आपण खातच असतो. मला एवढाच मुद्दा पटवून द्यायचा आहे की, जो मेंदू तुम्हाला चुकीचे निर्णय घेऊ देतो, तोच मेंदू तुम्हाला योग्य निर्णय घ्यायलाही मदत करत असतो.

जर आपला मेंदू होकाराइतक्याच सहजपणे नकारही देऊ शकत असता, तर आपण इच्छाशक्तीला दैवी देणगी समजून तिचे एवढे गोडवे गायले नसते!

आपल्या ठायी वजन उतरवण्याची क्षमताच नाही, या समजुतीला हट्टीपणानं चिकटून बसून आपण आपलं वजन का बरं वाढू देतो?

इच्छाशक्ती मिळवता येते, असं मी तुम्हाला सांगितलं तर? वजन घटवून त्याच पातळीवर स्थिर करण्यासाठी 'नको' असं निग्रहानं म्हणण्याची सवय लावून घेणंच गरजेचं असतं. वजन घटवणं 'शिकता' येतं, असं मी तुम्हाला म्हटलं तर? आरोग्यदायी गोष्टीचाच स्वीकार करायची सवय तुमच्या इतकी अंगवळणी पडू शकेल आणि तसं करणं तुम्हाला इतकं सोपं वाटेल की, दररोज दात घासण्याइतक्या सहजतेनं तुम्ही ते करू लागाल, असं मी तुम्हाला सांगितलं तर? तुम्हाला हवी तशी देहयष्टी मिळवण्यासाठी फक्त 'नको' एवढंच म्हणता यायला हवं. त्यासाठी उपासमार करून घेण्याची किंवा प्रत्येक गोष्ट नाकारण्याची गरज नाही. तुम्ही फक्त अनावश्यक गोष्टींना ठामपणे 'नको' म्हणायची सवय करून घ्यायला हवी.

आरोग्याला पोषक अशा सवयी आपण कशा प्रकारे लावून घेऊ शकू? त्यात नेमका कशाचा अडथळा येतो? मानवी मेंदूमुळे आपल्याला सवयी कशा लागतात आणि या सवयी बदलण्यासाठी काय करायला हवं हे तुम्हाला समजावून सांगता यावं, यासाठी मी डॉ. अंजली छाब्रिया आणि माइंडटेंपलमधील त्यांच्या सहकारी मानसशास्त्रज्ञाबरोबर विचारविनिमय केला आहे. काय व कसं खावं हे तुम्हाला ठरवता येण्यासाठी व तुम्हाला तुमच्या मनावर विजय मिळवण्यासाठी जोरदार लढा द्यावा लागणार आहे. त्यासाठी आवश्यक अशी मनोनिग्रहासाठीची आयुधं आम्ही तुमच्यासाठी विकसित केली आहेत.

मन

‘इच्छाशक्ती’ म्हणजे काय, हे समजून घेताना...

‘मला वजन उतरवायचंय, पण माझ्यात तेवढी इच्छाशक्तीच नाही’

इच्छाशक्ती ही केवळ काही मोजक्या भाग्यवंतांना लाभणारी गोष्ट आहे, असं जर तुम्हाला वाटत असेल, तर ती समजूत पूर्णपणे चुकीची आहे! प्रेम, करुणा आणि सुज्ञपणा याप्रमाणेच इच्छाशक्तीसुद्धा आपणा सर्वांच्या ठायी असते. इच्छाशक्ती प्रत्येकालाच लाभलेली असते. हात झटकून ‘वजन उतरवणं अशक्य आहे’ असा निष्कर्ष काढण्याआधी तुम्ही स्वत:लाच पुढले प्रश्न विचारा :

- कार चालवायला शिकायला आपल्याला किती वेळ लागला?
- सायकल चालवायला शिकायला आपल्याला किती वेळ लागला?
- नवं उपकरण वापरायला शिकायला आपल्याला किती वेळ लागला?

तुम्ही प्रथम सेलफोन वापरू लागला, ती वेळ आठवा. एसएमएस पाठवणं हे सुरुवातीला किती किचकट काम वाटत असे, नाही का? तुम्ही अगदी हळूहळू टाइप करायचात, शब्दांचं स्पेलिंग चुकायचं आणि चुकीचे शब्द वारंवार डिलीट करावे लागायचे. मग आठवडा-दोन आठवड्यांत ते खूप सोपं वाटू लागलं. आज तर तुम्हाला झोपेतसुद्धा एसएमएस पाठवता येतील.

इच्छाशक्ती मिळवणं हे बहुतांशी एक कौशल्य आहे. हे कौशल्य नक्कीच वाढवता येतं. तुम्हाला त्याचा फक्त सतत सराव करावा लागतो व दर वेळेस तुम्ही गुलाबजाम नाकारला की, पुढल्या वेळेस तो नाकारणं आणखी सोपं जातं. जेवणाच्या पंगतीत फिरवल्या जाणाऱ्या भज्यांचा तुम्ही स्वीकार करू लागला की, पुढल्या वेळेस त्याला ‘नको’ म्हणणं खूप अवघड वाटतं. इच्छाशक्ती

मिळवण्यासाठी काय करावं हे समजणं इतकं सोपं असतं.

परंतु ते जर एवढं सोपं असेल, तर तसं करणं इतकं अवघड का वाटतं?

या प्रश्नाचं उत्तर देण्यासाठी प्रथम आपण समजून घ्यायला हवं की, आपला मेंदू एखाद्या गोष्टीची सवय कशी लावून घेतो. मनातले विचार या स्वरूपात सवयींना प्रारंभ होतो. या विचारांमुळे तुमच्या शरीरात साखळीस्वरूप प्रतिक्रिया सुरू होते. त्या प्रतिक्रियेमुळे जो केवळ विचार असतो, तो कृतीत बदलतो. विचारांचं कृतीत रूपांतर होण्यासाठी आवश्यक असलेली क्षमता तुमच्या अंगी कुठून येते? ते काम तुमच्या देहातील न्यूरॉन्स नामक मज्जापेशी करत असतात.

ही प्रक्रिया कशी घडते हे पाहा : समजा, तुम्ही आयुष्यात पहिल्याप्रथम चॉको मूस पाहत आहात आणि ते खाण्याचा विचार करत आहात. तुमच्या मेंदूतील न्यूरॉन्स (मज्जापेशी) तो संदेश तुमच्या मज्जारज्जूकडे पाठवतात आणि तिथून हा संदेश तुमच्या हातातील न्यूरॉन्सकडे पाठवला जातो. तो संदेश मिळताच तुमचा हात चमचाभर चॉको मूस तुमच्या तोंडाकडे नेतो.

डोक्यात खाण्याबद्दल विचार येऊन प्रत्यक्ष खाण्याची क्रिया घडेपर्यंत न्यूरॉन्सची साखळी विचारांचं कृतीत परिवर्तन घडवत असते. या न्यूरॉन्सच्या साखळीला 'न्यूरल पाथवे' म्हणतात. दरवाजा उघडण्यापासून कीबोर्डवर टाइप करण्यापर्यंतच्या तुमच्या प्रत्येक कृतीसाठी तिचा स्वत:चा असा खास न्यूरल पाथवे (मज्जापेशींचा मार्ग) असतो.

चॉको मूस नजरेस पडून तुम्ही पहिल्याप्रथम खाता, तेव्हा तो न्यूरल पाथवे कमकुवत असतो; परंतु दर वेळेस चॉको मूस पाहिल्यावर जेव्हा तुम्ही ते हटकून खाऊ लागता, तेव्हा हा न्यूरल पाथवे मजबूत होत जातो. ही कृती पुन:पुन्हा अनेकदा घडली की, पाहताक्षणी चॉको मूस खाण्याची प्रक्रिया आपोआप घडू लागते. जेव्हा तोच न्यूरल पाथवे अनेकदा वापरला जातो, तेव्हा त्या गोष्टीची सवय लागते. काही बाबतीत केवळ दहा दिवसांत सवय लागते,* इतर काही बाबतीत सवय लागायला थोडा जास्त वेळ लागतो.

ब्रेकफास्ट टाळणं असो किंवा प्रत्येक जेवणानंतर मिष्टान्न खाणं असो; जेव्हा तुम्हाला एखादी सवय लागते आणि तुमचं वजन योग्य पातळीपेक्षा १०, २०, ३० किलोंनी जास्त होतं, तेव्हा तुम्ही मजबूत असा 'न्यूरल पाथवे' तयार केलेला असतो.

---

* `How do I Form a Good Habit?,' http :// ergonomics. about. com/od/ ergonomicbasics/f/form-good-habit. htm, accessed on 10/1/12

आता कल्पना करा की, कमजोर न्युरल पाथवे हा एखाद्या सुतळीच्या तुकड्यासारखा आहे आणि मजबूत न्युरल पाथवे एखाद्या मजबूत दोरासारखा आहे— आता या दोहोंपैकी 'तोडायला' कोणता सोपा जाईल? (तुम्ही न्युरल पाथवे तोडू शकत नाही. तुम्ही फक्त तो कमकुवत बनवू शकता.) थोडक्यात म्हणजे, तुमची आई म्हणत असे, ते खरं आहे. Old habits die hard - अंगी मुरलेल्या सवयी हटवणं हे कर्मकठीण काम आहे! त्यामुळेच आपल्याला इच्छाशक्ती वाढवणं इतकं अवघड वाटतं.

तुम्ही मात्र नशीबवान आहात. तुमच्या सवयी चांगल्या असोत की वाईट! तुमचा मेंदू नव्या 'सवयी' लावून घेण्यासाठी सदैव तत्पर असतो. मेंदूला 'सवयी' लावून घ्यायला आवडतं; कारण कोणतीही सवय ही आपोआप घडणारी प्रक्रिया असते आणि जेवढ्या जास्त प्रक्रिया आपोआप घडतील, तेवढीच मेंदूला अधिक गुंतागुंतीच्या प्रक्रियांकडे लक्ष पुरवायला अधिक मोकळीक मिळते. म्हणून तुम्हाला ते आवडो की नावडो- तुम्ही वारंवार एकच कृती केली की, त्याची तुम्हाला सवय लागते. तुमच्या आरोग्यदायी सवयी मोडणं अवघड वाटेल असं आयुष्य तुम्हाला डोळ्यांपुढं आणता येतंय का? दीर्घ काळ तंदुरुस्त राहा आणि अशा विचारांपासून मुक्ती मिळवा.

डाएट करण्याची प्रवृत्ती

मी डाएटवर आहे... मी डाएट सोडलंय... मी डाएटवर आहे... मी डाएट सोडलंय... तुम्ही अशी धरसोड करता तेव्हा त्यामागचं कारण तुम्हाला वजन उतरवता येत नाही असं नसतं किंवा तुमचं डाएट (आहार) चुकीचं आहे, हेसुद्धा त्यामागचं कारण नव्हे. एकदा उतरवलेलं वजन कायम घटलेलंच राहणार आहे, अशी तुमची समजूत असते, हे खरं कारण आहे.

तसं घडत नसतं. उतरवलेलं वजन कायम त्याच पातळीवर राहत नसतं.

नेहमी लक्षात ठेवा की, ज्या पातळीवर तुमचं वजन आहे, ते तिथंच राहण्यासाठी तुमच्या हातून काहीतरी घडतं आहे. समजा, तुम्ही पाच फूट दोन इंच उंचीच्या एक स्त्री आहात आणि तुमचं वजन शंभर किलो आहे. त्यासाठी तुम्ही ठरावीक कॅलरींचा आहार घेतलाय, तुम्ही व्यायाम करत नाही, त्यामुळे तुमचं वजन तेवढं आहे. जर तुम्ही तुमचं वजन चाळीस किलोंनी उतरवलं, तर तुम्हाला आता पूर्वीएवढं खाऊन चालणार नाही. एकदा वजन उतरवल्यावर जर तुम्ही पूर्वीएवढंच पुन्हा खायला प्रारंभ केला, व्यायाम करायचं थांबवलं, तर तुमचं वजन घटलेल्या पातळीवर राहणं अशक्य आहे. पुढील सूत्र लक्षात ठेवा :

तुमचा देह नवा झाला, तर तो तसाच ठेवण्यासाठी जुन्या सवयी कायम ठेवून चालणार नाही

तुमच्या सर्व आवडत्या अन्नपदार्थांना कायमची रजा द्या, असं मी सांगत नाहीय. माझं तुम्हाला एवढंच सांगणं आहे की, वजन उतरवत असताना काही गोष्टी तुम्ही आवर्जून पाळायलाच हव्यात.

जास्त उष्मांक असलेलं अन्न टाळा, असं मी माझ्या 'वेटलॉस प्रोग्रॅम'मध्ये कधीच सांगत नाही. तुम्ही एकदा वजन घटवलं की, तुम्हाला जे खावंसं वाटेल, त्याची तुमच्या देहाला पुन्हा सवय करून देता येईल. कायमचं वजन उतरवण्यासाठी गरज असते संतुलनाची, प्रमाणात सर्व खाण्याची आणि निग्रहाची. असं केलं की, तुम्हाला आवडतं अन्न इच्छेनुसार मागवता येईल आणि त्याचं व्यसनही लागणार नाही.

तुम्ही स्वत:च्या खाण्याच्या सवयी बदलल्या की, तुमची सतत वजन घटवण्याच्या कटकटीतून मुक्तता होईल. एकदा वजन घटवलं की, ती वेळ आपल्यावर पुन्हा येऊ नये, असं तुम्हाला वाटतच असेल ना? तुम्हाला आयुष्यात इतर गोष्टींसाठीही वेळ काढावासा वाटत असेल. मग त्यासाठी गरज आहे ती जीवनशैली बदलण्याची. तो उपक्रम सुरू करणं हा वजन कायमस्वरूपी घटवण्याच्या प्रवासातला अखेरचा टप्पा असेल!

इच्छाशक्ती मिळवणं

तर मग तुमचं नव्यानं सुबक झालेलं शरीर तुम्ही कसं मिळवाल? त्यासाठी तुम्ही मान एका बाजूला वळवा; त्यानंतर दुसऱ्या बाजूला वळवा. ती जोराने हलवा. पुन्हा तीच कृती करा.

थोडक्यात म्हणजे, तुम्ही 'नको' म्हणायला शिका. पुन:पुन्हा, पुन्हा नको म्हणत राहा!

आपल्या जुन्या सवयी बदलणं प्रारंभी अवघड वाटेल. इच्छाशक्ती कमावणं हे लहान आकाराच्या जीन्स अंगावर चढवण्यासारखं कठीण वाटेल. घट्ट होणाऱ्या जीन्स अंगावर चढवण्यासाठी हळूहळू प्रयत्न करावा लागतो; निग्रहाने खाद्य पदार्थांना 'नको' म्हणणंही तसंच असतं. वाटेत असंख्य अडथळे, प्रलोभनं आणि हट्टी मानसिकतेचे अडसर वाट अडवून उभे असतात. अशा वेळी तुमचं काम असतं ते पुढील धोरण ठरवणं आणि वाटेतले अडथळे दूर सारणं.

जेव्हा तुम्ही आपल्या घरात सुरक्षित असता, तेव्हा तुमच्यापुढं मोह पाडणारं

अरबटचरबट अन्न येत नसतं. तुम्ही पौष्टिक, सात्त्विक अन्न खात असता त्या वेळी तुमच्या इच्छाशक्तीची परीक्षा होत नसते; परंतु जेव्हा अचानक तुमची शेजारीण घरी बनवलेल्या मिठाईची थाळी घेऊन तुमच्या पुढ्यात उभी राहते किंवा तुमची मैत्रीण तुम्हाला साग्रसंगीत भोजनासाठी आमंत्रण देते, तेव्हा मात्र तुमच्या इच्छाशक्तीचा कस लागतो.

तुम्ही आपली जीवनशैली बदलल्यानंतर, पुढल्याच दिवशी तुम्हाला एका मेजवानीसाठी उपस्थित राहावं लागलंय, अशी कल्पना करा. तुम्ही आपल्या निर्णयापासून अजिबात विचलित न होता, मेजवानीतले फक्त आरोग्यदायी पदार्थच कटाक्षानं खाल्ले आहेत. तुम्ही घरी निघायला बाहेर पडतच आहात आणि तुमच्या यजमानांनी स्वादिष्ट आइस्क्रीमनं पुरेपूर भरलेले पेले तुमच्यासमोर धरलेले आहेत अन् आपण मोहावर विजय मिळवलाय, अशी सुखद भावना तुम्हाला जाणवू लागते न लागते, तोच तुमच्यासमोर नव्यानं ठाकलेल्या आकर्षणामुळे मनात भावनांचं द्वंद्व सुरू होतं.

तुमची जुनी मानसिकता आक्रोश करत असते :

'खा की! एक चमचाभरच खा! आतापर्यंत तू किती कष्ट केलेले आहेत!'

या आक्रोशापुढे तुमच्या नव्या मानसिकतेचा दुबळा प्रतिकार तुमच्या कानीही पडत नाही. 'ए, मोह टाळ! आतापर्यंत तू निग्रह केला आहेस; आता कमकुवत बनू नकोस!'

सुरुवातीला तुमची जुनी मानसिकता तुम्हाला मोहात पाडायचा निकराचा प्रयत्न करेल; परंतु हट्ट करणाऱ्या मुलाकडे आपण जसं संपूर्णतःदुर्लक्ष करतो, तसंच मोहात पाडणाऱ्या मानसिकतेकडे तुम्ही संपूर्णपणे पाठ फिरवली, तर काही आठवड्यांतच तुम्हाला मोहात पाडण्यासाठी आक्रोश करणारा तुमच्यातला तो आवाज अगदी मंदावत जाईल. मग अशीच परिस्थिती पुन्हा उद्‌भवल्यास-

तुमची जुनी मानसिकता अगदी हळूच पुटपुटेल, 'थोडंसं खावं का?' आणि नवी मानसिकता या मोहाला उत्तर देईल, 'आभारी आहे, पण या क्षणी मला तशी इच्छा होत नाही. पुढल्या वेळेस बघू!'

मानवी शरीर ही असाधारण गोष्ट असते, नाही का?

आपली इच्छाशक्ती दृढ करा

इच्छाशक्ती वाढवण्यासाठी तुम्हाला मदत हवीय? योग्य प्रकारचं, योग्य प्रमाणातलं अन्न जास्त वेळा खाणं का आवश्यक आहे, हे कळण्यासाठी पचनयंत्रणेची माहिती करून घेणं आवश्यक आहे. तुम्ही खाल्लेल्या प्रत्येक पदार्थाचं- मग ती मँगो लस्सी असो किंवा सफरचंद असो- शेवटी ग्लुकोजमध्ये- म्हणजेच साखरेमध्ये परिवर्तन होतं. खाण्याची लसलस सुटू नये, म्हणून शरीरातली साखरेची पातळी दिवसभर स्थिर ठेवणं आवश्यक असतं आणि त्यासाठी योग्य अन्न जास्त वेळा (दर दोन तासांनी) खाणं गरजेचं असतं. त्याचं कारण पुढीलप्रमाणे आहे :

जेव्हा थोड्या थोड्या अंतरानं तुम्ही योग्य अन्न खाता, तेव्हा दिवसभर तुमच्या देहात ऊर्जा निर्माण होत असते आणि देहातली साखरेची पातळीसुद्धा स्थिर राहते; परंतु तुम्ही खूप वेळ काहीच खाल्लं नाही किंवा ज्या पदार्थांचं ग्लुकोजमध्ये झपाट्यानं परिवर्तन होतं (केक किंवा मिठाईसारखे) असे पदार्थ खाल्ले, तर तुमच्या रक्तातली ग्लुकोजची पातळी अचानक झपाट्यानं वाढेल (आणि ऊर्जेची पातळीसुद्धा अचानक वाढेल) आणि त्यानंतर ती तेवढ्याच झपाट्यानं खालीसुद्धा जाईल. त्यामुळे तुमचं शरीर थकून जाईल आणि साखरेसाठी आक्रोश करू लागेल. असं झालं की, तरतरी यावी म्हणून तुम्ही खाल आणि पुढच्या जेवणात स्वास्थ्याला घातक असलेले पदार्थ खाण्याचा मोह तुम्हाला टाळता येणार नाही. अशा प्रकारे एका दुष्टचक्राला प्रारंभ होईल.

योग्य तेच पदार्थ खा. ते थोड्या थोड्या अंतरानं खा. आपण पुढील प्रकरणांमध्ये यामागच्या सखोल कारणांचा परामर्श घेणार असलो, तरी तूर्त हे महत्त्वाचं- साधं तत्त्व लक्षात ठेवा आणि अमलात आणा. वजन घटवण्यासाठी ते अत्यंत महत्त्वाचं आहे. त्यानंतरसुद्धा ते अत्यंत उपयुक्त ठरेल.

पण मी फक्त एकच घास घेतला

वजन उतरवताना तुम्हाला आइस्क्रीम किंवा चॉकलेट अजिबात खाता येणार नाही, असं नाही! फक्त स्वास्थ्याला हितकारक असंच अन्न खाण्याचा उपक्रम चालू करताक्षणी अशा मोहांना तुम्ही बळी पडला, तर भविष्यात मोह टाळण्यासाठी तुमची क्षमता उणावेल. मॅरेथॉन शर्यतीतील धावपटू जसं सुरुवातीला आपल्या स्नायूंना सराव देऊन वळण लावतो आणि त्यानंतर अधूनमधून विश्रांती घेतो, त्याचंच अनुकरण तुम्ही करायला हवं. स्नायूंना वळण लावण्यापूर्वीच विश्रांती घेऊन

जसं चालत नाही, तसंच निग्रह कमवेपर्यंत तुम्हाला मोहाला बळी पडून चालणार नाही. आपल्याला निग्रह करता येतो, अशी तुमची खात्री पटली की, अधूनमधून आवडते पदार्थ थोड्या प्रमाणात खाल्ले तरी चालेल.

आपलं पोट आता भरलंय, हा संदेश तुमच्या पोटाकडून मेंदूपर्यंत पाठवला जाण्यासाठी वीस मिनिटं लागतात. जर तुम्ही फक्त स्वास्थ्याला हितकारक असंच जेवण घेण्याची सवय लावून घेत असाल, तर हीच वीस मिनिटं वीस तासांसारखी वाटू लागतात. त्या वीस मिनिटांत तुम्ही चुकीचे अनेक असे निर्णय घेऊ शकता की, ज्यामुळे वजन उतरवण्याचे तुमचे प्रयत्न धुळीला मिळू शकतात. तुमची इच्छाशक्ती वाढवण्यासाठी मी एक तीन टप्प्यांची योजना आखली आहे. मोहात पाडणाऱ्या प्रकृतीस घातक अशा खाद्य पदार्थांना निग्रहानं 'नको' म्हणण्याची सवय लागण्यासाठी तुम्ही स्वत:ची अशी योजनासुद्धा आखू शकता; परंतु तशी योजना आखली जाईपर्यंत मी सुचवलेली तीन टप्प्यांची योजना तुम्ही उपयोगात आणून पाहू शकता.

टप्पा पहिला : अन्नाबाबतचं तुमच्या आजूबाजूचं वातावरण नियंत्रणाखाली आणणं

तुम्ही जेव्हा वजन घटवायचा उपक्रम सुरू करता, तेव्हा तुम्ही मोहाला बळी पडण्याची शक्यता सर्वांत जास्त असते. वर्षानुवर्षांच्या अंगी मुरलेल्या सवयी तुम्हाला झुगारून द्यायच्या असतात. या कामात तुम्ही अगदी नवशिके असता. वजन उतरवण्यासाठी ज्यांनी निग्रह कमावला आहे, त्यांच्या तुलनेत तुम्ही अगदी 'लिंबूटिंबू'च असता. योगासनांच्या वर्गाला जाऊ लागल्यावर, दुसऱ्याच दिवशी तुम्ही चाळीस सूर्यनमस्कार घालू शकणार नाही. खरं ना? त्याचप्रमाणे स्वास्थ्याला घातक पदार्थांचा मोह टाळायचा असेल तर सुरुवातीलाच तुम्ही त्यासाठी आजूबाजूचं वातावरण नियंत्रित करायला शिकायला हवं.

माझे काही ग्राहक लग्नसराईच्या धामधुमीत वजन घटवायला सुरुवात करतात किंवा कामाचा खूप ताण असताना 'वेटलॉस प्रोग्रॅम' सुरू करतात. अशा वेळेस मोहावर ताबा ठेवणं फारच अवघड वाटतं. उपक्रमाच्या सुरुवातीलाच मोहाला बळी पडलं तर सारंच वाया जातं.

पहिल्या टप्प्यात तुम्हाला जेवढं यश लाभेल, तेवढाच 'वेटलॉस'चा तुमचा उत्साह टिकून राहील. या पायरीवर असताना तुम्ही जुन्या सवयींचा न्यूरल पाथवे कमकुवत बनवून त्याच वेळेस नव्या सवयींचा नवा न्यूरल पाथवे घडवत असता. या पायरीवरच तुमचं वजन १०, २०, ४० किलोंनी वाढवणाऱ्या तुमच्या वाईट सवयींशी तुम्हाला झुंजायचं असतं.

असं करत असताना तुम्ही बऱ्याचदा आपल्या पत्नीवर किंवा मित्रांवर चिडचिड करू लागता, शीघ्रकोपी बनता, तऱ्हेवाईकपणे वागता, निराश वाटू लागतं किंवा आजूबाजूच्या प्रत्येक गोष्टीचा किंवा व्यक्तीचा तुम्हाला तिरस्कार वाटू लागतो. अशा वेळेस तुम्हाला जे अन्न खाण्याची गरज आहे त्याऐवजी जे अन्न खाऊन चालणार नाही, अशा अन्नाचीच ओढ वाटू लागते. तुम्ही एकदा, दोनदा किंवा तीनदा अशा वर्ज्य अन्नाच्या मोहाला बळी पडता. चौथ्या वेळेस बळी पडला की, यापुढे आपल्याला वजन घटवता येणं अशक्य आहे, अशी समजूत तुम्ही करून घेता.

अशा भावनेला मी शांततेपूर्वीचं वादळ म्हणते.

या वादळातून बाहेर पडा. याहून अधिक भीषण परिस्थितीतून आपल्याला जावं लागणार नाहीय, असं स्वतःला समजावत राहा. वादळाला तोंड द्यायला सिद्ध राहा. सावध राहा. निग्रहरूपी रेनकोट घालून मोहरूपी पावसापासून स्वतःला सुरक्षित ठेवा. मोहाचे ढग विरून जाईपर्यंत मन घट्ट ठेवा. अधूनमधून निग्रह ढळला, तर स्वतःला क्षमा करा आणि त्यानंतर कटाक्षानं नव्या जीवनशैलीकडे वळा. नवी जीवनशैली अंगवळणी पडली (सूर्य उजाडला, ढग पांगले) की, तुम्हाला निग्रहाचा रेनकोट अंगातून उतरवता येईल. माझ्यावर विश्वास ठेवा : नवी जीवनशैली अंगवळणी पडलीय हे तुम्हाला त्वरित उमगेल!

अन्नाबाबतच्या तुमच्या सभोवतालच्या वातावरणावर नियंत्रण कशा प्रकारे ठेवाल?

कुणीही एखाद्या बेटासारखं इतरांपासून अलिप्त राहू शकत नाही

तुम्हाला एकट्यानं हे पार पाडता येणार नाही, हे लक्षात घ्या. सुरुवातीचे काही आठवडे तरी तुमचे मित्र, तुमचे कुटुंबीय किंवा तुमचे सहकारी यांना तुमच्या वजन उतरवण्याच्या प्रयत्नांत तुमच्या पाठीशी उभं राहायला सांगा. वजन वाढवणारे अरबटचरबट खाद्य पदार्थ घरातून फेकून देण्यास, वजन वाढवणारं अन्न मागवण्यापासून तुम्हाला थोपवण्यास (निदान तसलं अन्न खाण्यासाठी तुमच्यावर सक्ती न करण्यास) आणि तुम्हाला सकस, वजन प्रमाणात ठेवणारं अन्न उपलब्ध करून देण्यास तुम्ही त्यांना मदत करायला सांगा. तुमची सदसद्विवेकबुद्धी जागी ठेवण्याचं काम कुणातरी एका व्यक्तीवर सोपवा आणि निषिद्ध अन्नपदार्थांकडे वळण्याचा तुम्हाला मोह होताक्षणी या व्यक्तीशी फोनवर संपर्क साधण्याची सवय स्वतःला लावून घ्या. यासाठी ज्या लोकांची तुम्ही मदत घ्याल त्यांना तुमच्यावर लक्ष ठेवण्याचं काम थोडेच दिवस करावं लागणार आहे, असं त्यांना आश्वासन द्या.

अन्न हे काही करमणुकीचं साधन नव्हे!

खाण्यात बदल केल्यानंतर आपलं सामाजिक आयुष्य जगताना 'अन्न हे काही करमणुकीचं साधन नव्हे!' हे बोधवचन सुरुवातीचे काही आठवडे कायम लक्षात असू द्या! प्रारंभीच्या या काळात अन्नाशी निगडित असलेले कार्यक्रम आखणं कटाक्षानं टाळा. नाटक, सिनेमा किंवा अशा वेळेस चहा-कॉफीखेरीज अन्य खाद्य-पेयं घेऊ नका. सामाजिक कार्यक्रम आखताना, पहिल्या प्रकरणात सुचवलेल्या अन्नाखेरीजच्या करमणुकीच्या अन्य गोष्टी करा.

स्वत:च्या कोडकौतुकासाठी खाद्य पदार्थांऐवजी इतर गोष्टींचा वापर करा

जेव्हा जेव्हा भावनेपोटी खाण्याचा किंवा सारे विचार धाब्यावर बसवून अन्नावर हात मारण्याचा मोह तुम्हाला टाळता येईल, तेव्हा तेव्हा स्वत:लाच एखादं छानसं बक्षीस द्या. माझ्या एका ग्राहकाला आगळ्यावेगळ्या लेखनसाहित्याचं प्रेम होतं. दर वेळेस तिनं खाण्याच्या मोहावर विजय मिळवला किंवा एका-दोन दिवस तिला निग्रह राखता आला की, ती स्वत:साठी अशीच एखादी छोटीशी भेटवस्तू विकत आणत असे. निग्रह राखण्याबद्दल स्वत:चं कशा प्रकारे कोडकौतुक करून घ्यावं, हे तुम्ही स्वत:च ठरवा. निग्रह राखता आला की मालीश करून घेणं, ब्यूटिपार्लरमध्ये जाऊन पेडिक्युअर करून घेणं, असं छोटंसं बक्षीस स्वत:ला देऊ शकता; परंतु याची चटकही लागू देऊ नका. एकदा तुम्हाला पोषक अन्नाची सवय लागली की, स्वत:ला बक्षीस देऊन निग्रहाबद्दल स्वत:चं कौतुक करवून घेण्याची वेळ तुमच्यावर क्वचितच येईल आणि हळूहळू अशी गरज भासणारच नाही.

मोहात पडून अरबटचरबट खाल्लं तर शक्य तेवढ्या लवकर 'वेटलॉस प्रोग्रॅम'ला पुन्हा प्रारंभ करा

एखाद्या वेळेस तुम्ही जर नेहमीच्या पौष्टिक आहाराच्या दिनक्रमातून बाहेर पडला आणि हवं ते मनसोक्त खाल्लं, तर त्याबद्दल स्वत:ला अवास्तव दोष देऊ नका किंवा केलेली चूक विसरण्यासाठी पुन्हा हवं ते मनसोक्त खाऊ नका. आज खूप खाल्लंय म्हणून दुसऱ्या दिवशी पूर्ण उपवास करू नका. त्याऐवजी जुन्या सवयीला (आणि त्यामुळे बनलेल्या 'न्यूरल पाथवे'ला) दोष द्या. पुन्हा त्वरेनं 'वेटलॉस'साठीचा आहार घ्यायला प्रारंभ करा आणि स्वत:ला क्षमा करा. अशी चूक अधूनमधून सर्वांच्याच हातून घडत असते.

नीटपणे संयोजन करा

तुमच्याजवळ नेहमी प्रकृतीसाठी पोषक असे खाद्य पदार्थ ठेवा (त्यांची यादी मी या पुस्तकात दिलेली आहे) आणि जिथं जाल तिथं ते नेहमी तुमच्यासोबत न्या. जर तुम्ही नोकरी करत असाल, तर दुपारचं जेवण आपल्याबरोबर न्या. आज कोणते अन्नपदार्थ करायचे त्याची आधीपासून योजना करून ठेवा. गरज पडताच योग्य प्रकारचं अन्न तुम्हाला ताबडतोब मिळेल अशी तजवीज करून ठेवा. कारण तुम्हाला भूक लागली आणि ताबडतोब अन्न मिळालं नाही, तर तुमचं शरीर योग्य प्रकारच्या अन्नाची निवड करू शकणार नाही.

नेटानं प्रयत्न चालू ठेवा

हा सर्वांत सोपा आणि सर्वोत्कृष्ट सल्ला आहे. चिकाटीनं नवा उपक्रम चालू ठेवा. दिवसागणिक तो आणखी सोपा वाटत जाणार आहे.

दुसरा टप्पा : पहिल्या, दुसऱ्या, तिसऱ्या परीक्षेत उत्तीर्ण

तीन आठवडे नवा आहार घेतल्यानंतर तुम्हाला बरंचसं हलकं वाटू लागलेलं असतं. तुमचे घट्ट बसणारे कपडे आता सैल वाटू लागतात. अंगातला जोम वाढतो. असं झाल्यानंतर हळूहळू मोहमय वातावरणात प्रवेश करा. मोहाचा सामना तुम्हाला करता येतोय की नाही ते पाहा. बहुधा तुम्ही कॉफी प्यायला गेलेल्या असताना, त्या दिवशीचा खास गोड पदार्थ मागवण्याचा मोह टाळू शकला असाल. सिनेमाला गेल्यावर तुम्ही आरोग्याला योग्य असाच खाद्य पदार्थ किंवा पेय मागवलं असेल. कधी कधी तुम्हाला अयोग्य पदार्थाला 'नको' म्हणणं शक्य होणार नाही. असं घडलं तरी तुम्ही ताबडतोब योग्य जेवण घेण्याचा उपक्रम पुन्हा सुरू करू शकाल. कारण आता सुरुवातीपेक्षा तुमची इच्छाशक्ती जास्त प्रबळ झालेली असेल.

तिसरा टप्पा : मी सारं नियंत्रणात ठेवू शकतेच

आता तुम्ही सहजपणे आरोग्यदायी अन्नच खाल. इतर लोक तेलकट पदार्थ खात असले, तरी तुम्हाला त्याचा मोह पडणार नाही. अयोग्य पदार्थ चोरून खावेसे वाटणार नाहीत. तुम्ही योग्य त्या खाद्य पदार्थांची स्वेच्छेनंच निवड कराल. तुम्हाला अयोग्य पदार्थांचा मोह क्वचितच पडेल, असा दिनक्रम- अशी जीवनशैली तुम्ही आयुष्यभर राखाल. क्वचित कधीतरी तुम्ही जिभेला मोह पाडणारे पदार्थ खाल्ले, तरी दररोज तुम्ही स्वास्थ्यासाठी योग्य असाच आहार घ्याल.

अनेक संशोधनांद्वारा सिद्ध झालं आहे की, एकदा लागलेली सवय बदलायला

मेंदूला एकवीस ते अठ्ठावीस दिवस लागतात. त्यामुळे जीवनशैलीचा हा तिसरा टप्पा तुम्हाला महिन्याच्या आतच गाठता येईल. माणसागणिक यात फरक पडू शकत असला, तरी माझ्या अनेक ग्राहकांनी एका महिन्यात ही गोष्ट साध्य केलेली आहे.

वजन उतरवण्यासाठी केवळ चिकाटी गरजेची आहे आणि तीच सर्वांत महत्त्वाची गोष्ट असते. तुम्हाला आपल्या शरीरावर नव्या जीवनशैलीची सक्ती करावी लागते आणि वाटही पाहावी लागते. हे करणं अत्यंत अवघड वाटत असलं, तरी तसं केल्यामुळे तुम्हाला तंदुरुस्त, उत्साही आणि जोमदार वाटू लागेल. योग्य आहाराची नवी सवय अंगवळणी पडली की ते आरोग्य टिकून राहील. लवकरच तुम्हाला पूर्वी मोहात पाडणारं अन्न डोळ्यांसमोरही नकोसं वाटू लागेल. तेव्हा काही आठवडे परिश्रम करून अयोग्य जीवनशैलीतून आयुष्यभरासाठी मुक्ती मिळवणं फायद्याचं नाही का? विचार करा.

वजन उतरवणं ही चिकाटीची गोष्ट आहे

'नको' असं सहजपणे म्हणता येऊ लागल्यानंतरचं आयुष्य : युद्धाला पूर्णविराम मिळण्याची भावना

वजन उतरवण्याचे प्रयत्न आपल्यापैकी अनेक जण अर्ध्यावरच सोडून देतात. कारण मोहात पाडणाऱ्या अयोग्य पदार्थांना 'नको' म्हणणं आपल्याला अतिशय कठीण जात असतं. नव्या आहाराची सवय लावून घेण्याचं संकट वाटत असतं. आपली ही भावना कधीच बदलणार नाही, अशी आपली समजूत असते. आपण नेहमीच अस्वस्थ, निराश, चिडचिडे राहू की काय आणि वजन उतरवण्यासाठी त्याला सामोरं जाणं खरोखरच शहाणपणाचं आहे का, असा आपल्याला खराखुरा प्रश्न पडतो. आवडीचे खाद्यपदार्थ खाता आले नाहीत की, 'आता आयुष्यात काही अर्थच उरलेला नाही' असं आपल्याला वाटू लागतं. 'मला आयुष्याचा उपभोग घ्यायचाय. वजन उतरवण्यापेक्षा तो आनंद जास्त महत्त्वाचा वाटतोय,' असं म्हणून आपल्यापैकी अनेक जण 'वेटलॉस प्रोग्रॅम' अर्ध्यावरच सोडून देतात. एक गोष्ट नेहमीच लक्षात ठेवा : जुन्या तुम्ही आणि नव्या तुम्ही यांतील लढाई ही केवळ जुन्या सवयी बदलण्यासाठीची लढाई असते. ज्या अयोग्य सवयींनी तुमचा देह आतासारखा बनवला आहे, त्या सवयी दूर करण्यासाठीची ही लढाई असते. या सवयी गेली अनेक वर्षं, अनेक दशकं तुमच्या देहाला आजचं रूप देण्यात व्यस्त होत्या.

त्या मुरलेल्या सवयी दूर करताना सुरुवातीला खूप अवघड वाटणार आहे; परंतु घाबरू नका. बोगद्याच्या दुसऱ्या टोकाला सूर्यप्रकाश तुमचं आयुष्य कायमचं उजळून टाकण्यासाठी तुमची वाट पाहत आहे.

आरोग्यदायी आहाराची तुमच्या देहाला तुमच्या अपेक्षेपेक्षा अधिक लवकर सवय होते, हे मधुर सत्य आहे. तुम्ही पुरेसा काळ आरोग्यदायी आहार घेत राहिलात (मी फक्त काही आठवडे म्हणतेय, काही वर्षं म्हणत नाहीय) की, पूर्वी तुम्हाला मोहात पाडणारे खाद्य पदार्थ आता नकोसे वाटू लागतील. तुमच्या आवडीनिवडी बदलतील. तेलकट अन्नाने मळमळतं म्हणून तुम्ही साधं सॅलड स्वत:हून मागवाल यावर विश्वास बसतोय? साखर घातलेला चहा तुम्हाला गोडमिट्ट वाटू लागल्यामुळे तुम्ही स्वेच्छेनं बिनसाखरेचा चहा पिऊ लागाल, हे पटतंय? विश्वास ठेवा, मानवी शरीर नव्या परिस्थितीला फार चटकन सरावतं.

माझ्या 'वेटलॉस प्रोग्रॅम'मध्ये सहभाग घेऊन वजन उतरवणाऱ्या माझ्या अनेक ग्राहकांनी मला सांगितलं आहे की, त्यांनी जेव्हा खूप कालावधीनंतर भरपूर उष्मांक असलेले खाद्य पदार्थ खाल्ले, तेव्हा त्यांना अस्वस्थ वाटू लागलं आणि पोटात मळमळू लागलं. असं का घडलं हे समजणं अगदी सोपं आहे. जेव्हा त्यांनी अचानक खूप खाऊन पोटावर अन्नाचा मारा केला, तेव्हा त्यांच्या पचनसंस्थेला जास्तीची पाचक एन्झाइम्स आणि पाचकरस निर्माण करून अन्नाचं पचन आणि शोषण करण्याच्या प्रक्रियेचा वेग वाढवावा लागला होता. आरोग्याला हानिकारक असे पदार्थ खाण्याची सवय त्यांच्या शरीराला खूप दिवसांपासून राहिलेली नव्हती. अचानक त्यांच्या शरीराला या आघाताचा सामना करावा लागल्यामुळे त्यांना थकलेलं, मंदावलेलं, जोम नसलेलं वाटू लागलं होतं आणि मळमळू लागलं होतं.

हाताची मूठ वळा. मग ती पन्नास टक्के सैल सोडा. तुमच्या जठराचा तेवढाच आकार असतो. तुम्ही त्यात किती अन्न कोंबता, त्यानुसार त्याचा आकार फुटबॉलएवढाही मोठा होऊ शकतो. तुम्ही योग्य अन्नपदार्थ, योग्य प्रमाणात खाल्ले, तर तुमचं जठर नेहमीचा आकार धारण करतं. त्याहून अधिक अन्नाची कुणालाच गरज नसते. जठराचा नेहमीचा आकार 'साइझ झीरो' असतो. अन्नाचा अत्याचारी मारा केला नाही, तर तो आकार तसाच राहतो.

जठराचा मूळ आकार साइझ झीरो असतो.

जेव्हा अयोग्य आहाराला तुम्ही 'नको' म्हणू लागता, तेव्हा तुमच्या जुन्या शरीरावर तुम्ही नव्या गोष्टींची सक्ती करण्याची धडपड करत असता; परंतु जेव्हा तुमचं शरीर बदलून नवा आकार धारण करतं, तेव्हा नव्यानं घडलेल्या या शरीरावर जुन्या सवयींची आणि आहाराची सक्ती केली, तर तुमचं नवं शरीर जुन्या आहाराचा प्रतिकार करेल. स्वास्थ्याला हानिकारक अन्न तुम्ही खाऊ पाहिलं, तरी तुम्हाला ते त्या वेळी शक्य होणार नाही, कारण तुमचं शरीरच त्याला निकराचा प्रतिकार करेल.

नव्या आयुष्यात तुमचं स्वागत असो!

वाटेत अडथळा उभी करणारी मानसिकता

आरोग्यदायी सवयींच्या वाटेत अडथळा आणणाऱ्या सात प्रकारच्या मानसिकता

बुद्धी आणि शरीर यांच्या मधोमध 'कबाब में हड्डी'प्रमाणे उभी असते ती वजन घटवण्याबाबतची आपली विशिष्ट प्रकारची मानसिकता. तीच आपले सारे प्रयत्न निष्फळ करून टाकते. आताचे आपण आणि वजन घटवल्यानंतर सडसडीत दिसणारे आपण, यांच्या मधोमध अडथळा आणत ती उभी असते. माझ्या हजारो ग्राहकांबरोबर काम केल्यावर मी जे निष्कर्ष काढले आहेत, त्या आधारे मी या मानसिकतेचं सात भिन्न प्रकारांमध्ये वर्गीकरण केलं आहे.

१. बारीक असण्याबाबतची मानसिकता

'मला बारीक व्हायचंय' हे शब्द माझ्या कानी रोज निदान दहा वेळा पडले नाहीत, म्हणजेच आज रविवार आहे आणि क्लिनिकमध्ये मी नाही. वजन उतरवायला प्रारंभ करताना माझे बरेचसे ग्राहक हे तीन शब्द उच्चारतात, ज्यामुळे मी ही मानसिकता सर्वांत आधी चर्चेसाठी घेतली आहे. या मानसिकतेमुळे तुम्ही वजन घटवायचा उपक्रम अर्ध्यावर सोडून द्यायची शक्यता जास्त असते. उमेद हरवणारी ही सर्वांत घातक मानसिकता आहे.

'बारीक होण्याची मानसिकता' म्हणजे काय? तर मी असं म्हणते, तेव्हा मला शब्दशःबारीक होण्याच्या इच्छेबद्दल बोलायचं नसतं. त्याबद्दल मी वेगळ्या ठिकाणी बोलेन. मी जेव्हा 'बारीक होण्याची मानसिकता' असं म्हणते तेव्हा मी सांगत असते, ते वजन उतरवण्याच्या लोकांच्या दृष्टिकोनाबद्दल.

ही गोष्ट स्पष्ट करण्यासाठी मला एक उदाहरण द्यायचंय.

आदर्श हा अठ्ठावीस वर्षं वयाचा एक बँकर आहे. त्यानं सतरा किलो वजन उतरवलं आणि शेवटचं तीन किलो वजन उतरवण्यासाठी तो धडपडत होता. यापलीकडे त्याचं वजन आणखी उतरत नव्हतं. त्याचं उद्दिष्ट साध्य करण्यासाठी आम्ही त्याला मदत करत होतो. एके दिवशी सकाळी तो आला आणि म्हणू

लागला, ‘‘तुम्ही सांगितल्याप्रमाणेच मी आहार घेतोय, दर दोन तासांनी खातोय, दररोज व्यायाम करतोय आणि तरीही गेल्या महिन्यात मी फक्त एक किलो वजन घटवू शकलोय. मला आणखी तीन किलो वजन उतरवायचं आहे.’’

आदर्शची ‘बारीक होण्याची मानसिकता’ होती. त्यानं आतापर्यंत किती वजन उतरवलंय यावर लक्ष केंद्रित करण्याऐवजी अजून किती वजन उतरवायचं बाकी राहिलंय, यावरच त्याची नजर खिळलेली होती. अशा प्रकारच्या मानसिकतेत तुम्ही सतत आताच्या वजनाची तुमच्या अंतिम उद्दिष्टाबरोबर तुलना करत असता. त्यामुळे जर वीस किलो वजन घटवणं हे तुमचं उद्दिष्ट असेल आणि तुम्ही फक्त पाच किलो वजन घटवलं असेल, तर तुम्ही असं कधीही म्हणत नाही की, सुरुवात केली त्यापेक्षा आता माझं वजन पाच किलोंनी कमी आहे. तुम्ही म्हणता, ‘मला अजून पंधरा किलो वजन उतरवायचं आहे, मी अजून पुरेसा बारीक झालेलो नाही.’ तुम्ही सतत तुमच्या अंतिम उद्दिष्टाबरोबर तुलना करत राहता. खरंतर आपण काय साध्य करून घेतलंय, याकडे तुम्ही पाहिलं पाहिजे. तुम्ही स्वत:शी इतक्या कठोरपणे का वागता?

बारीक होण्यासाठी प्रथम तुम्ही आधीपेक्षा बारीक होणं गरजेचं असतं. ‘आधीपेक्षा बारीक’ होण्याची मानसिकता तुम्ही ठेवली, तर आधीपेक्षा आता तुमचं वजन किती कमी आहे, यावर तुम्ही लक्ष केंद्रित कराल. तुम्ही इच्छित पातळीवर पोचला नसाल; परंतु तुम्ही सुरुवातीपेक्षा नक्कीच बारीक झाला आहात. जर वीस किलो वजन उतरवणं हे तुमचं उद्दिष्ट असेल आणि जर तुम्ही सहा किलो वजन उतरवलं असेल, तर तुम्ही सहा किलोंनी बारीक झाला आहात, याबद्दल आनंद माना. अजून चौदा किलो वजन उतरवायचं बाकी आहे, म्हणून निराश होऊ नका.

या दोन प्रकारच्या मानसिकतेमधला भेद काय आहे? ‘बारीक व्हायचंय’ या मानसिकतेत तुम्ही इच्छित उद्दिष्टाचा पाठपुरावा करून, अजून किती वजन उतरवायचं शिल्लक आहे, याची काळजी करत बसता; तर ‘बारीक झालोय’ या प्रकारच्या मानसिकतेत, इच्छित उद्दिष्टाच्या दिशेनं झालेल्या प्रगतीबद्दल तुम्ही आनंद मानत असता. अजून खूप वजन उतरवणं बाकी असलं म्हणून काय झालं? समजा, तुम्हाला तीस किलो वजन उतरवायचं आहे. त्यांपैकी दोन किलो वजन तुम्ही उतरवलंय. तर दोन किलो वजन उतरलं म्हणून आनंद मानून उरलेलं वजन उतरवायचा मनापासून प्रयत्न करण्याऐवजी जर तुम्ही म्हणालात, ‘शीऽ मी फक्त दोन किलो वजन घटवलंय. मला आणखी अठ्ठावीस किलो वजन घटवायचंय’ तर तुम्ही किती नाउमेद व्हाल बरं? अशा नकारात्मक पद्धतीनं तुम्ही आपण केलेल्या प्रगतीकडे पाहू लागलात, तर तुमच्या ठायी वजन उतरवायची उमेद उरेल? बहुधा उरणार नाहीच.

प्रत्येक किलो वजन घटवल्यावर आनंद मानायला शिका. पहिल्यापेक्षा बारीक

झाल्याचा आनंद माना. वजन उतरवताना ‘किती वजन उतरलं’ याकडे पाहण्याची सवय ठेवा; कारण उतरलेलं वजन लगेच लक्षात येतं. पृष्ठभागाचा घेरच सांगत असतो. वजन कमी करणं ही कौतुकाचीच गोष्ट असते.

☐ **तुम्ही असे आहात?** (चौकटीत बरोबरची खूण करा.)
की
तुमची मानसिकता ‘पहिल्यापेक्षा बारीक झालेय’ याचा आनंद मानणारी आहे?
अशी मानसिकता आणण्यासाठी अंतिम उद्दिष्टाकडे पाहून झुरण्याऐवजी,
पहिल्यापेक्षा बारीक झाल्याचा आनंद मानायला शिका.

☐ **विभागणी करा :** उद्दिष्टांचे उपप्रकार पाडायला शिका. जर एका वेळेस काही किलोच वजन उतरवून त्याबद्दल आनंद मानण्याचं ध्येय ठेवलं, तर टप्प्याटप्प्यानं तुम्हाला ध्येयपूर्तीकडे वाटचाल करता येईल. तुम्हाला एकूण तीस किलो वजन उतरवायचं असेल, तर एका वेळेस पाच किलो वजन उतरवण्याचं उद्दिष्ट डोळ्यांपुढे ठेवा, म्हणजे काम सोपं होईल.

☐ **अनुभवा :** दर वेळेस तुमचं वजन जेवढं उतरेल, त्या वजनाची वस्तू हातात घेऊन घरभर फिरा आणि तेवढं वजन घटल्याचा आनंद साजरा करा. जेव्हा ऑप्रा विन्फ्रीनं सदुसष्ट पौंड वजन उतरवलं, तेव्हा तिच्या टॉक शोवर प्रेक्षकांना दाखवायला ती सदुसष्ट पौंड वजनाचा चरबीचा गोळा घेऊन आली होती. तिनं किती वजन उतरवलंय याची ती दृश्य निशाणी पाहून प्रेक्षकांना ‘सदुसष्ट पौंड वजन म्हणजे काय’ हे स्पष्टपणे उमगलं. तुम्हाला तिच्यासारखं करता येईल. तुमचं वजन एक किलोनं उतरलं, तर त्याच वजनाची फळं, भाजी किंवा इतर कोणतीतरी वस्तू हातात घेऊन पाहा. तुमच्या कल्पनेपेक्षा तुम्हाला ती अधिक वजनदार वाटेल. लवकरच तुम्हाला ती वस्तू खाली ठेवून द्यावीशी वाटेल. कारण तुमच्या हाताला तिचा भार पेलणार नाही. तुम्ही तेवढंच वजन घटवलं आहे हे लक्षात ठेवा. आता पाच किलो वजन घटवलं, तर काय होईल, याचं चित्र डोळ्यांसमोर आणा. तुम्ही दहा किलो वजन उतरवलं, तर त्या वजनाची वस्तू हातात उचलून घेणं तुम्हाला अजिबात सोपं वाटणार नाही.

☐ **कल्पना करा :** तुमच्यापाशी निळ्या जीन्स आहेत. तुम्ही सुटीवर जाऊन आल्यापासून तुम्हाला त्या अंगावर चढवताच येत नाहीयेत. त्या जीन्स कपाटातून बाहेर काढा. तुम्ही तुमचं वजन तीन किलोंनी उतरवेपर्यंत, त्या जीन्स तुम्हाला अंगावर चढवताच येत नव्हत्या. आता तुम्ही पोट आत ओढून घेतलं, तर तुम्हाला चक्क त्यांची बटणंसुद्धा लावता येतील. तुम्हाला हवं होतं

तेवढं सारं वजन तुम्ही उतरवलं आहे का? तर नाही! परंतु पूर्वी ज्या गोष्टी तुम्हाला करता येत नव्हत्या, त्या आता तुम्हाला करता येत आहेत. नक्कीच!

- **आनंद माना :** दर वेळेस वजनाचा काटा कमी वजन दाखवू लागला की, अन्नाखेरीज अन्य कशानं तरी स्वत:चं कोडकौतुक करून घ्या. अंगाला मालीश करून घ्या, पार्लरमध्ये जाऊन छानपैकी पेडिक्युअर करून घ्या, खरेदीसाठी घराबाहेर पडा (कदाचित तुम्हाला आता पूर्वीपेक्षा लहान आकाराचा ड्रेस विकत घेता येईल!) किंवा एखादा सिनेमा बघून या. तुम्ही कुणीतरी खास व्यक्ती आहात. तुम्ही वजन घटवू लागला आहात, याचा आनंद माना.

माझे काही ग्राहक उद्दिष्टाएवढं वजन उतरण्यापूर्वीच्या टप्प्यावरचं थोडंसं घटलेलं वजन पाहून आणि त्यामुळे आपण किती सुडौल दिसतोय आणि आपल्याला किती हलकं वाटतंय हे अनुभवून इतके खूश होतात की, ते आधी योजलं होतं त्याहून जास्त वजनाचं उद्दिष्ट ठेवतात. 'मला अजून खूप वजन उतरवायचंय' असं मनात आणण्याऐवजी ज्या क्षणी तुम्ही 'वजन उतरवण्याच्या दिशेनं माझी प्रगती सुरू झालीय' असं मनात आणाल, त्या क्षणापासून तुम्ही स्वत:वर प्रेम कराल आणि स्वत:च्या प्रयत्नांबद्दल स्वत:ची पाठ थोपटू लागाल.

२. खाईन तर तुपाशी, नाहीतर उपाशी

अशा मोहाची सुरुवात होते चॉकलेटच्या एका तुकड्यापासून किंवा मूठभर बटाटा वेफर्सपासून. त्याचा शेवट होतो चार चमचे आइस्क्रीम, तीन सॉफ्ट ड्रिंक्स, खाऱ्या दाण्याची चार पॅकेट्स आणि डोंगराएवढ्या फ्रेंच फ्राइजनी. 'खाईन तर तुपाशी, नाहीतर उपाशी' अशी मनोवृत्ती अनेकदा वजन घटवण्याच्या प्रयत्नांच्या आड येत असते. गमतीची गोष्ट म्हणजे परिपूर्णतेचा हव्यास, हेच या मनोवृत्तीचं मूळ असतं आणि डाएट करणारे लोक नियमांचं परिपूर्ण पालन करणं आणि ते नियम संपूर्णपणे मोडणं या दोहोंबाबत टोकाला जात असतात. असं केल्यामुळे उपास किंवा खाणं या दोन्ही गोष्टींबाबत त्यांचं ताळतंत्र सुटतं.

असं आपल्या हातून का घडतं? त्यामागे अनेक कारणं असतात. एक भावना असते- आज नाहीतरी आपला खाण्याबाबतचा निग्रह ढळलाच आहे, तर आज खाऊन घेऊन उद्यापासूनच पुन्हा नियंत्रण आणावं किंवा- आजचाच दिवस, फक्त आजचाच दिवस आपण हवं ते मनसोक्त खाऊन घेतलं तर त्यानं फारसं बिघडणार नाही! दुर्दैवानं ही समजूत चुकीची असते. तुम्ही नियम मोडून अगदी थोडंसं खाल्लं, तरी त्यानं तोटा होतो आणि तुम्ही तोंडावर ताबा ठेवून अशी गोष्ट थोड्या प्रमाणातही टाळली, तरी त्यानं खूप फायदा होतो.

कल्पना करा की, तुमच्याजवळ बोनचायनाच्या सुंदरशा सहा कप-बश्यांचा सेट आहे. हस्तिदंती रंगाचे, फुलं आणि पक्ष्यांची चित्रं असलेले हे सुंदर ठेवणीतले कप खास अतिथी आले तरच तुम्ही बाहेर काढता. आज तुम्ही ते बाहेर काढले आहेत आणि त्यात तुम्ही चहा ओतणार, तोच तुमची शाळेतली जिवलग मैत्रीण चुकून एक कप खाली पाडते आणि तो फुटतो! तुम्हाला चुटपुट लागते. (वाटू लागतं की, तुम्ही तिला प्लॅस्टिकचा कप द्यायला हवा होता, ती किती वेंधळी आहे ते तुम्हाला ठाऊक नव्हतं का?) अशा वेळेस तुम्ही काय कराल?

१. उरलेले पाच कपसुद्धा फोडून टाकाल? नाहीतरी सेटमधला एक कप आता फुटलाच आहे.
२. उरलेल्या पाच कपांबाबत अत्यंत काळजीपूर्वक वागाल आणि ते फुटणार नाहीत याची काळजी घ्याल?
३. तुमच्या वेंधळ्या मैत्रिणीला घराबाहेर काढाल?

'मिळालं तर सारं काही, नाहीतर काहीच नको' (खाईन तर तुपाशी, नाहीतर उपाशी) अशी मानसिकता तुम्ही वजन घटवण्याबाबत ठेवणं म्हणजे 'एक कप फुटल्यावर उरलेले पाचही कप फोडून टाकणं' असंच नाही का? असं झालं तर आजवर तुम्ही केलेले सर्व प्रयत्न मातीमोल ठरतील. नेहमीपेक्षा पाचशे कॅलरीज जास्त खाल्ल्या आहेत, म्हणून आणखी तीन हजार कॅलरीज जास्त खाऊ नयेत, ही गोष्ट तुमच्या मनावर बिंबवण्यासाठी मी तुम्हाला चहाच्या कपांचं हे काल्पनिक उदाहरण दिलं आहे. लक्षात घ्या की, तुम्ही प्रमाणाबाहेर खाल्लेलं असं अन्न तुमच्या जिभेला रुचकरसुद्धा वाटणार नाही!

☐ **तुम्ही असे वागता?** (चौकटीत बरोबरची खूण करा.)
की
तुमची चहाच्या कपांसारखी मानसिकता आहे?

आपण सारी माणसंच आहोत. कुणीही सदासर्वकाळ मनावर निग्रह ठेवू शकत नाही. ते मलाही जमत नाही, तसं माझ्या ग्राहकांनाही जमत नाही. एखादा चहाचा कप आपल्या हातून चुकून फुटू शकतो; परंतु सारेच कप चुकून फुटत नाहीत.

☐ **वेळेत थांबा :** भावनेच्या भरात खाऊ लागण्याची क्रिया जशी प्रयत्नपूर्वक थांबवावी लागते, तसंच मोहापायी खाणं थांबवायलाही निग्रहाचीच गरज

असते. निग्रह केला नाही, तर तुमच्यावर पश्चात्तापाची वेळ येईल. खाण्याचा मोह झाला, तर खाद्य पदार्थांपासून दूर जा. घराबाहेर पडा. गप्पा मारायला एखाद्या मित्र-मैत्रिणीला बोलवा किंवा खाण्यापासून चित्त दूर व्हावं म्हणून दुसरी काहीतरी गोष्ट करू लागा.

- ☐ **लिहून काढा :** 'खाईन तर तुपाशी, नाहीतर उपाशी' अशी मानसिकता उफाळून आली की, त्या वेळेस मनात आलेले विचार सरळ लिहून काढा. सुरुवातीला लिहिणं अवघड वाटेल; परंतु तसं निग्रहानं करा. कोणत्या विचारानं तुम्ही मोहाला बळी पडता किंवा निग्रहानं मोहावर विजय मिळवता, अशा दोन्ही घटनांची नोंद करून ठेवा. जितक्या जास्त वेळा तुम्ही मोहावर विजय मिळवू शकाल, तितकीच तुम्हाला निग्रहाची जास्त सवय होईल.
- ☐ **आनंद साजरा करा :** दर वेळेस तुम्ही 'खाईन तर तुपाशी, नाहीतर उपाशी' अशा मानसिकतेवर विजय मिळवला की, यशाचा आनंद साजरा करा. आपल्याला निग्रह करणं जमतंय, याचा आनंद माना. स्वत:ला बक्षीस म्हणून आपलंच कोडकौतुक करून घ्या. मालीश करून घ्या किंवा स्वत:साठी एखादी छोटीशी वस्तू खरेदी करा.

तुम्ही सर्व गोष्टी प्रमाणात खाऊ शकणार आहात हे नेहमी लक्षात ठेवा. 'खाईन तर तुपाशी, नाहीतर उपाशी' अशी मानसिकता 'उपासमारीचं डाएट' या विचारसरणीतून निर्माण होत असते. उपासमारीच्या डाएटचा विचार मनातून काढून टाकला, तरच अशी मानसिकता दूर करता येईल.

३. वजन उतरवणं ही आरामदायी मानसिकता

वरीलप्रमाणे मानसिकता ठेवणाऱ्या लोकांना वाटतं की, वजन घटवण्याचा उपक्रम म्हणजे चैनीसाठीच्या आरामदायी प्रवासासारखी श्रीमंतांची चूष आहे. त्यासाठी भरपूर वेळ आणि पैसा हाताशी असणं आवश्यक आहे. असं वाटण्याचं कारण असं आहे की, अनेकांच्या मनात 'सुंदर, सुडौल दिसण्यासाठी फक्त वजन उतरवायचं असतं' हा विचार पक्का रुजलेला असतो. 'वजन स्वास्थ्यासाठी उतरवायचं असतं' या सत्याचं भान नसल्यामुळे अनेकांना ती श्रीमंतांची मक्तेदारी वाटते. काम, मुलं, आई-वडील, मित्र, मनोरंजन किंवा प्रवास याहून वजन घटवण्याला खूप खालचा प्राधान्यक्रम दिला जातो. कारण वजन उतरवणं म्हणजे सुंदर दिसणं हे समीकरण मनात घट्ट बसलेलं असतं. लग्नात, पार्टीत किंवा बीचवर सुंदर दिसायचं असेल, तरच त्यासाठी वजन उतरवायचं असतं, एवढाच विचार डोक्यात असतो. त्यामुळे इतर महत्त्वाची कामं समोर दिसत असताना वेळ कोण काढणार, अशीच मानसिकता असते.

☐ **तुम्ही असं वागता?** (चौकटीत बरोबरची खूण करा.)

की

आणीबाणीची वेळ आल्यावर धावाधाव करायची, असं तुमचं धोरण असतं?

बऱ्याचदा जेव्हा डोळ्यांना स्पष्टपणे दिसू लागतं, तेव्हाच आपण जागे होतो! पोटाच्या वळकट्या, लोंबणारी हनुवटी आपल्या ताबडतोब लक्षात येते. लठ्ठ मांड्या, सुटलेलं पोट लगेच डोळ्यांना खुपतं; परंतु खाण्याच्या अयोग्य सवयींमुळे आपल्या इंद्रियांना पोहोचणारी हानी आपल्या डोळ्यांना दिसत नसते. प्रकृतीचा त्रास जाणवू लागल्यानंतरच आपल्याला अयोग्य आहाराचे दुष्परिणाम लक्षात येऊ लागतात. तोवर व्याधी टाळण्याची संधी हातून निसटलेली असते. व्याधींवर इलाज करण्याचा पर्याय फक्त हाती असतो.

वजन वाढणं आणि व्याधी यांचा परस्परसंबंध बॉलिवूड सिनेमातील हिरो-हिरॉईनसारखा असतो. सिनेमातले हिरो-हिरॉईन एकमेकांच्या प्रेमात पडून एकमेकांकडे धावत येतात आणि एकमेकांना गळामिठी मारतात. आता समजून चाला की, हिरो म्हणजे लठ्ठपणा आणि हिरॉईन म्हणजे व्याधी! म्हणजे त्यांची परस्पर भेट होणं अटळ असतं! वजन वाढलं की व्याधीकडे वाटचाल होणं हे ठरलेलंच असतं.

स्वास्थ्य राखण्यासाठी वजन आटोक्यात आणण्याची ज्यांना निकड वाटत असते, ते लोक व्याधीपासून दूर राहू शकतात. जे लोक त्याकडे गांभीर्याने लक्ष पुरवत नाहीत, अशांना त्यांचे डॉक्टरच आहारतज्ज्ञाकडे पाठवतात आणि मग असे लोक रडतखडत वजन घटवण्यासाठी हातपाय हलवू लागतात!

तुम्हाला मधुमेह किंवा हृदयरोग झाला की, तब्येतीकडे गांभीर्यानं पाहावंच लागतं. रक्तातील साखरेची पातळी, कोलेस्टेरॉल नियंत्रणात ठेवण्यासाठी आहारावरदेखील नियंत्रण ठेवावंच लागतं! वजन उतरवण्याचा प्रयत्न तुम्हाला करावाच लागतो! कारण तुमच्यापुढं दुसरा पर्यायच शिल्लक नसतो. तेव्हा अशी वेळ येण्यापूर्वीच वजनाच्या प्रश्नाकडे गंभीरपणे लक्ष दिलं तर! आणीबाणीची वेळ उभी राहणार नाही याची आधीच काळजी घ्या. तुम्हाला घाबरवून टाकायचा माझा हेतू नाही; परंतु वजन वाढल्याचा तुमच्या रूपावर परिणाम (दुष्परिणाम?) होत असतो, हे मला तुमच्या निदर्शनास आणून द्यायचं आहे.

४. 'असं घडेल का?' या प्रकारची मानसिकता

ते आले, ते हरले, ते गायब झाले... कारण त्यांनी त्यांच्या देहावर विश्वास ठेवला नाही.

आरोग्याला घातक असा आहार घेणं थांबवून, आरोग्यदायी आहार घ्यायला प्रारंभ केला की, पहिल्या महिन्यातच माझ्या अनेक ग्राहकांचं वजन पाच किलोंनी घटतं (योग्य आहार ते दिवसातून जास्त वेळा घेऊ लागले की, त्यांचं वजन घटतं); परंतु या नव्या आहाराला आणि दिनचर्येला देह सरावला की, आणखी वजन घटण्याचा वेग मंदावतो. मग महिन्याला पाच किलो वजन उतरण्याऐवजी वैद्यकशास्त्रसंमत गतीनं महिन्याकाठी दोन ते तीन किलोंनी त्यांचं वजन घटू लागतं. वजन घटण्याचा हा वेग मंदावला की, असे लोक नाउमेद होतात आणि माझ्या क्लिनिकमध्ये येईनासे होतात.

'असं घडेल का?' ही मानसिकता संशयापोटी निर्माण होत असते. तुम्ही योग्य गोष्टी, योग्य गतीनं करत असूनही त्या उपयुक्त ठरतील, असा विश्वास तुम्हाला वाटत नसतो. माझ्या मते, प्रश्न केवळ विश्वास नसण्याचा असतो. अशा लोकांचा आपल्या देहावर, स्वत:वर पुरेसा विश्वासच नसतो आणि आपलं उद्दिष्ट आपल्याला गाठता येईल की नाही, याबद्दल ते सदैव साशंक असतात. अशा मानसिकतेमुळे वजन घटवण्याचे प्रयत्न हे लोक अर्ध्यातच सोडून देतात आणि 'भविष्यात ती गोष्ट आपल्याला कधीही जमणार नाही' अशी समजूत करून घेतात. कारण हे लोक आपल्या देहाची वजन घटवण्याची क्षमता गृहीत धरण्याऐवजी त्याबद्दल संदेह बाळगतात!

☐ **तुम्ही असे वागता?** (चौकटीत बरोबरची खूण करा.)
की
'तसं घडेलच' अशी तुमची मानसिकता असते?

विशाल पहिल्यांदा माझ्या क्लिनिकमध्ये आला, तेव्हा त्याचं वजन होतं ११६ किलो. तो अतिशय यशस्वी तरुण होता. जगातील अत्यंत नामांकित युनिव्हर्सिटीतून त्याने 'एमबीए' ही पदवी मिळवलेली होती. एका मोठ्या कन्सल्टन्सी फर्ममध्ये तो नोकरी करत होता. त्यानं अर्थशास्त्राचं सुवर्णपदक मिळवलेलं होतं. तो अत्यंत उमदा आणि दिलदार गडी होता! त्याचं वय होतं फक्त चौतीस वर्षं! असं सारं जमेला असलं, तरी जिना चढून आलं की त्याला माउंट एव्हरेस्ट चढून आल्यासारखं वाटत असे.

मी त्याला आहार आखून दिला. त्यात भात, बटाटे, ब्रेड आणि त्याला आवडणारे इतर अनेक जिन्नस तो खाऊ शकत होता. पहिले वीस किलो त्याने बघता बघता उतरवलं आणि त्यानंतर मात्र त्याचं वजन आणखी खाली उतरेना. त्याचे प्रयत्न चालूच होते; परंतु तो नाउमेद होऊ लागला. चार महिने तो धडपड करत राहिला. मला भेटायला येताना तो नाराज मनानं त्याची वजनाची नोंदवही घेऊन येत असे; परंतु तो नियमितपणे अपॉइंटमेंट्सना हजर राहत होता. तो व्यायाम करत होता

आणि आरोग्याला योग्य असाच आहार घेत होता अन् अचानक त्याचं वजन हळूहळू पण निश्चितपणे घटू लागलं. ते किलो-किलोनं कमी होऊ लागलं. त्याला इच्छित वजन गाठायला वेळ लागला; परंतु त्यानं अखेरीस आपलं उद्दिष्ट साध्य केलं वा ते करू शकला, कारण त्यानं आपल्या देहावर विश्वास ठेवला.

तुम्ही जेव्हा शेअर मार्केटमध्ये पैसे गुंतवता, तेव्हा आपल्याला नफा होईल याची काही तुम्हाला नेहमीच खात्री नसते. गुंतवणुकीवर नक्की परतावा मिळेल याची हमी कुणीच देऊ शकत नसतं. अगदी खात्रीच्या 'ब्ल्यू चिप' कंपन्यासुद्धा तुम्हाला तोंडघशी पाडू शकतात; परंतु तुमच्या देहासाठी प्रयत्न करा; तुम्ही नक्कीच यशस्वी व्हाल.

जेव्हा वजन घटवण्याच्या दृष्टीनं योग्य ते सारं तुम्ही करत असता, योग्य आहार घेत असता, तेव्हा इच्छित पातळीवर वजन नेण्यासाठी फक्त योग्य अवधी देण्याची गरज उरते. वाटेत असा टप्पाही येईल की, जेव्हा वजन एकाच पातळीवर स्थिर राहील; आणखी घटणार नाही. अशा वेळेस प्रयत्न चालू ठेवायचे की सोडून द्यायचे, हा महत्त्वाचा निर्णय घेण्याची वेळ तुमच्यावर येईल. अशाही वेळेस चिकाटीनं योग्य प्रयत्न चालू ठेवले, तर शरीरसुद्धा तुमच्या प्रयत्नांना योग्य असा प्रतिसाद देईल.

५. 'माझ्यापाशी पुरेसा वेळच नाही' अशी मानसिकता

'थोडा थोडा आहार जास्त वेळा घ्यायचा? कमी तेल वापरायचं? घरून जेवण न्यायचं? पूजा, सांगतेयस तरी काय? दिवसभर मी मीटिंग्जमध्ये गुंतलेली असते. माझं मूल अजून लहान आहे. माझी सासू सतत तगादे लावत असते. त्यात हे सारं कुठं सांभाळू मी?'

जेव्हा लोक स्वत:साठी पुरेसा वेळ काढायला तयार नसतात किंवा त्यांच्यापाशी खरोखरच वेळ नाही असं म्हणतात, तेव्हा माझ्या मते, ती केवळ सबब असते. काहीही असो! तुम्हाला जेवण हे घ्यावंच लागतं! तुमच्यापाशी पुरेसा वेळ नाही असं जेव्हा तुम्ही म्हणता, तेव्हा त्याचा खरा अर्थ इतकाच असतो की, तुम्हाला आहारात आणि दिनक्रमात कोणताही बदल न करता वजन घटवायची इच्छा असते.

दुर्दैवानं तसं करता येत नाही. जीवनशैलीत बदल घडवण्यासाठी दोन गोष्टी आवश्यक असतात- वजन घटवण्यासाठी व्यायाम करावा लागतो आणि त्यासाठी थोडा वेळ प्राधान्यानं बाजूला ठेवावा लागतो (त्याचप्रमाणे वेगळा आहार घेण्यासाठी बाजारहाट आणि स्वयंपाक करावा लागतो. ते काम तुम्हीच करत असलात, तर त्यासाठी वेळ काढावा लागतो), तसंच वजन घटवण्याकडे गांभीर्यानं पाहण्यासाठी मनाचा एखादा कोपरा मोकळा ठेवणं आवश्यक असतं; तरच तुम्ही विचारपूर्वक

योग्य निर्णय घेऊ शकाल. नव्या जीवनशैलीची सवय होईपर्यंत या गोष्टी प्रयत्नपूर्वक करण्याची गरज असते. तुमच्या देहाला तुमच्या संपूर्ण सहकार्याची आवश्यकता असते. तुमच्या देहासाठी तुम्ही वेळ आणि प्रयत्न खर्च करणं गरजेचं असतं. तुमची त्याला तयारी असायला हवी.

□ **तुम्ही असे आहात?** (चौकटीत बरोबरची खूण करा.)

की

सुसंघटितपणे कार्य करण्याची तुमची मनोवृत्ती आहे?

शर्वरी आणि राकेश हे दोघंही डॉक्टर्स आहेत. एकमेकांशी आणि त्यांच्या क्लिनिकशी ते एकनिष्ठ आहेत. तसेच ते आहाराबाबतसुद्धा अत्यंत जागरूक आहेत. त्यांनी माझ्या 'वेटलॉस प्रोग्रॅम'मध्ये सहभागी होऊन वजन घटवलं आणि 'वजन उतरवण्यासाठी प्रयत्न करण्याजोगा वेळच काढता येत नाही,' असं म्हणणाऱ्या माझ्या ग्राहकांपुढं एक उत्तम उदाहरण घालून दिलं.

शर्वरी-राकेशनी त्यांचं वजन इच्छित पातळीपर्यंत घटवल्यावर त्यांचा जोमसुद्धा वाढला आणि 'वेटलॉस प्रोग्रॅम'ची तत्त्वं त्यांना अत्यंत पूज्य वाटू लागली. ही तत्त्वं त्यांनी त्यांच्या क्लिनिकमध्येही आचरणात आणायला सुरुवात केली. त्यांच्या लक्षात आलं की, अन्न एका वेळेस कमी प्रमाणात; परंतु दिवसातून जास्त वेळा खाल्लं, तर आपल्या रक्तातली साखरेची पातळी स्थिर राहून आपणास ऊर्जेचा पुरवठा सतत मिळत राहतो. हे सत्य लक्षात घेऊन त्यांनी दोन तासांपेक्षा जास्त वेळ सर्जरी करत असणाऱ्या डॉक्टरलाही ऑपरेशन सुरू असताना त्यांना भरवण्यात आलेलं बिस्किट त्यांनी खाल्लंच पाहिजे, अशी सक्ती करायला सुरुवात केली आहे. त्यांना बिस्किट भरवणारा इंटर्न स्वत:चे हात आणि बिस्किट निर्जंतुक करतो, ऑपरेशन थिएटरमध्ये जातो आणि ऑपरेशन करणाऱ्या डॉक्टरना बिस्किट भरवतो. कामात व्यस्त असण्याची सबब सांगणाऱ्या माझ्या ग्राहकांसाठी हे सर्वोत्कृष्ट उदाहरण आहे. जर ऑपरेशन करत असलेल्या शल्यविशारदालासुद्धा दर दोन तासांनी अन्न भरवता येतं, तर तुम्हालाही तसं करता यायलाच हवं!

भारतात राहण्याचा महत्त्वाचा फायदा म्हणजे वजन उतरवण्यासाठी आपण अनेकांची मदत घेऊ शकतो. विचार करा! आपल्याला मदत करणारे अनेक लोक असतात. स्वयंपाकी आपल्यासाठी जेवण बनवत असतात. घरी राहत नसल्यास डब्यांची सोय असते. व्यायामासाठी तासाभराचा वेळ काढता यावा, म्हणून आपण अनेकांची मदत हक्कानं मागू शकतो. खरोखरच वजन उतरवता न येण्यासाठी आपण कोणतीही सबब पुढं करू शकत नाही.

मग आता शिल्लक राहिली गोष्ट फक्त पूर्वयोजना आखण्याची. दिवसभरात तुम्ही काय आणि केव्हा खाणार आहात आणि केव्हा व्यायाम करणार आहात, याबद्दल थोडं संयोजन करण्याचीच काय ती गरज असते. भूक लागल्यानंतर शेवपुरी खायला जायची गरजच उरणार नाही, कारण तुमच्या पर्समध्येच आरोग्यदायी शाकाहारी खाद्य पदार्थ असतील. तुम्ही नीटपणे पूर्वयोजना आखून त्याप्रमाणे वागलात की समस्याच उरणार नाहीत.

६. 'द ग्रास इज ग्रीनर' (शेजाऱ्याची बाग माझ्या बागेपेक्षा जास्त हिरवीगार दिसतेय) अशी मानसिकता

सारं जग फ्रेंच फ्राइज आणि चीज बर्गर्सवर ताव मारत असताना, तुम्ही मात्र 'ग्रीन टी'चे घोट घेत उकडलेला भात आणि भाजलेला मासा खाताय हा विचार असह्य होतो! तुम्ही चिकाटीनं नेमून दिलेला आहार घेत राहता; परंतु तुमच्या मनात दोनच शब्द सतत फेर धरून नाचत राहतात, 'मीच का? मीच का?'

'द ग्रास इज ग्रीनर' ही मानसिकता* ठेवणं म्हणजे मत्सराच्या गर्तेत बुडून जाऊन सतत विचार करणं. इतर लोक कोणत्याही प्रयत्नांशिवाय सडपातळ राहू शकत असताना, तुम्हालाच मात्र फक्त त्यासाठी बेचव अन्न खावं लागतंय, आपल्याला खाद्यानंदाला मुकावं लागतंय, या विचारानं तुम्ही नाउमेद होऊ लागता. कारण इतर कुणालाच वजन प्रमाणात ठेवण्यासाठी तुमच्याएवढे प्रयत्न करावे लागताना तुम्हाला दिसत नाही. अखेरीस तुम्ही वजन घटवण्याची जिद्द सोडून देता. कारण इतर सर्वांप्रमाणेच आयुष्याचा उपभोग घेण्याची ओढ तुम्हाला वाटू लागते.

परिपूर्ण जगात लठ्ठ लोकांनी एकत्रितपणे वजन उतरवायचा उपक्रम राबवला असता; परंतु प्रत्यक्षात तुम्हाला एकट्यानंच ती खटपट करावी लागते. तुम्हाला आजूबाजूला सडपातळ लोक तरी दिसतात किंवा वजनाबाबत बेफिकिरी दाखवणारे लोक तरी दिसतात. तुम्हाला असंख्य प्रलोभनं विचलित करत असतात. टीव्हीवरच्या खाद्य पदार्थांच्या आकर्षक जाहिराती तुमचा निग्रह ढळवतात किंवा तुमची प्रेमळ आत्या तुमच्या पुढ्यात मिठाईचं ताट ठेवते. उतरवलेलं वजन स्थिर ठेवण्यासाठी आयुष्यभर ठरावीक आहार खात राहावा लागण्यावाचून अन्य पर्याय नाही, हा विचार तुम्हाला फारच त्रासदायक वाटू लागतो. अशा वेळेस आरोग्य राखण्यासाठी फक्त आरोग्यदायी पदार्थ खाण्याची कल्पना तुम्हाला झेपेनाशी होते. आयुष्य फार लहान आहे, असं वाटू लागतं.

---

*Judith Beck, The Beck DIET Solution, Oxmoor House, 2008.

□ तुम्ही असे वागता? (चौकटीत बरोबरची खूण करा.)

की

'माझीच बाग सर्वांपेक्षा हिरवीगार आहे,' असं तुम्हाला वाटत असतं?

पंधरा हजारांपेक्षा जास्त लोकांना सल्ला दिल्यावर मी तुम्हाला खात्रीनं सांगू शकते की, आयुष्यात एका टप्प्यानंतर प्रत्येकालाच आपल्या आरोग्याची काळजी घेणं भाग पडतं. जर तुमची बालमैत्रीण फ्रेंच फ्राइजवर ताव मारूनही सडसडीत दिसत असली, तरी तिशी किंवा चाळिशी ओलांडल्यावर तिलासुद्धा अशा अतिरेकाचे दुष्परिणाम नक्कीच जाणवू लागतील. कारण आपलं वय जसजसं वाढत जातं, तसतसा आपल्या चयापचय क्रियेचा वेग मंदावू लागतो आणि आपला देह बदलू लागतो. ही गोष्ट काळानुसार घडणं अटळ असतं.

शिवाय आपलं आरोग्य राखण्यासाठी प्रयत्न करणारे लोक काही नेहमीच तुम्हाला त्यांच्या प्रयत्नांबद्दल सांगत बसणार नाहीत. कधी कधी त्यांना ही गोष्ट कबूल करायची नसते आणि कधी कधी वजन प्रमाणात ठेवण्यासाठीचे त्यांचे प्रयत्न इतके सहजपणे घडत असतात की, त्यांना त्याची जाणीवही नसते.

इतरांपेक्षा जेव्हा अधिक लवकर तुम्ही वजन प्रमाणात ठेवायचे प्रयत्न सुरू करता, तेव्हा त्यांच्यापेक्षा अधिक लवकर तुम्ही व्याधी टाळण्यासाठीसुद्धा प्रयत्न करू लागता. तुम्ही आरोग्यदायी सवयी इतरांपेक्षा जेव्हा लवकर लावून घेता, तेव्हा तुम्ही वजनाची सुयोग्य पातळी इतरांपेक्षा जास्त काळ राखता. तुमच्या आप्त-मित्रांना नंतर तुमच्या जीवनशैलीचं अनुकरण करण्यासाठी प्रयत्न करावे लागतील. कारण तुम्ही आधीच सुयोग्य जीवनशैली आचरणात आणलेली असेल.

मी यापूर्वी जे तुम्हाला सांगितलंय, तेच पुन्हा सांगतेय- तुम्ही दीर्घ काळ आरोग्यदायी आहार घेतला आणि वजन घटवून इच्छित पातळीवर स्थिर केलं, तर तुम्हाला साक्षात्कार होईल की, आयुष्यात अन्नाखेरीज इतरही गोष्टी महत्त्वाच्या असतात. जेव्हा तुमच्या ठायीची ऊर्जा वाढते, तुम्ही अधिक कार्यक्षम बनता, नोकरीत प्रगती करता, अधिक जोमानंस काम करू शकता, सुंदर कपडे परिधान करू शकता आणि पूर्वी शक्य नसलेल्या गोष्टी तुमचा देह जेव्हा करू शकतो, तेव्हा तुमच्या लक्षात येतं की, आपली बाग नेहमीच इतरांच्या बागेपेक्षा अधिक हिरवीगार होती!

७. नकारात्मक मानसिकता

अरे देवा! डाएट? 'चालेल'पेक्षा 'चालणार नाही' अशा गोष्टींची यादीच मोठी! आपण जीवनशैलीत बदल घडवायचा प्रयत्न सुरू करतो, त्या क्षणीच आपली

घाबरगुंडी उडते. 'नकारात्मक मानसिकता' म्हणजे काही प्रकारचे खाद्य पदार्थ आयुष्यभरासाठी वर्ज्य करावे लागणार आहेत, असं धरून चालणारी मानसिकता! 'डाएट' करणं म्हणजे 'उपासमार' आणि 'त्याग' असं समीकरण डोक्यात घट्ट बसलेलं असतं; त्यामुळे तुम्हाला 'डाएट' हा शब्द ऐकताक्षणी वाटू लागतं की, आता आपले आवडीचे अन्नपदार्थ आपल्याला कधीही खाता येणार नाहीत. तुम्हाला वाटू लागतं, 'देवा! आता उरलेलं सारं आयुष्य आइस्क्रीम, चॉकलेट, भजी, मिठाई न खाता कंठायचं?' हा अत्यंत निराश आणि नाउमेद करणारा विचार असतो. तो वजन उतरवण्याचे तुमचे प्रयत्न कायमचे बंद पाडायचं काम करू शकतो. जर वजन उतरवणं म्हणजे आयुष्यभर 'लो कॅलरी' अन्न खाणं अशी तुमची समजूत असेल, तर तुम्ही वजन उतरवण्याच्या फंदात कशासाठी पडाल? जिद्दीनं त्यासाठी प्रयत्न कशासाठी करत राहाल?

☐ **तुम्ही असे आहात?** (चौकटीत बरोबरची खूण करा.)

की

'ते खाण्याची सूट असते,' असं तुम्हाला माहीत असतं?

तुम्ही जेव्हा उपास धरता किंवा कोणतीतरी गोष्ट अल्प काळासाठी (धार्मिक श्रद्धेपोटी) वर्ज्य करता, तेव्हा तुम्हाला तसं करता येतं. कारण एका ठरावीक मुदतीनं उपास सोडता येणार आहे किंवा आज वर्ज्य केलेली गोष्ट पुन्हा खाता येणार आहे, हे तुम्ही जाणून असता.

तुम्ही चीजकेक्स, खूप कॅलरीज असलेली पेयं, भजी आणि सामोसे आयुष्यभरासाठी वर्ज्य करायची गरज नसते. लक्षात ठेवा की, मानवी देह हा पौगंडावस्थेतील हट्टी मुलासारखा असतो. आपण अमुक एक गोष्ट खाऊन चालणार नाही, ही गोष्ट आपल्या देहाला स्वीकारायची नसते. असं कुणी म्हटलं की, बाहेर जाऊन नेमकी तीच गोष्ट मनसोक्त खाण्याची इच्छा होते. खूप गोष्टी अजिबात वर्ज्य करायला लावणारे आहार-नियम आपण का पाळू शकत नाही? कारण तुम्ही वर्ज्य केलेल्या गोष्टींची तुमचा देह आक्रोश करून मागणी करू लागतो. अचानक सवयीचे सारे खाद्य पदार्थ वर्ज्य करायला कुणी सांगितलं, तर त्या नव्या आहारशैलीला तुमचा देह सरावू शकत नाही. वर्ज्य करण्यात आलेल्या खाद्य पदार्थांची तुम्हाला दुपटीनं लसलस वाटू लागते आणि मग पराजय हा अटळ असतो.

वेडेपणानं वागू नका; हुशारीनं वागा. तुमच्या देहाच्या सहजप्रवृत्तीवर विजय मिळवा. जेव्हा तुम्ही तुमचं वजन इच्छित पातळीपर्यंत घटवाल, त्यानंतर मात्र प्रत्येक खाद्य पदार्थ तुम्ही प्रमाणात खाऊ शकता. कोणताही खाद्य पदार्थ वर्ज्य

करण्याचं कारण नाही, अशी सूचना तुम्ही तुमच्या मेंदूपर्यंत पोचवली की, तुम्हाला कोणत्याही खाद्य पदार्थाला पारखं झाल्यासारखं वाटणार नाही. तुम्ही फक्त तुमच्या देहाला सोसेलसं अन्न प्रमाणात खाणार आहात आणि त्याला हानिकारक अन्नापासून दूर ठेवणार आहात.

वर सात प्रकारच्या मानसिकता नमूद केलेल्या आहेत. त्यांतल्या किती प्रकारच्या चौकोनांवर तुम्ही 'होय' अशा खुणा केल्या आहेत? तुम्ही जरी फक्त एका चौकोनावर 'होय' अशी खूण केली असली, तरी ती एकच गोष्ट तुमच्या वजन उतरवण्याच्या प्रयत्नांना बाधा आणत असेल. विचार करा!

तुमचं वजन घटवण्याबाबतचं स्वप्न कोणतं आहे?

वजन घटवण्याची इच्छा करणारी प्रत्येक व्यक्ती तिनं वजन घटवल्यावर ती लाखो पटींनी सुबक- सडसडीत बनली आहे, असं स्वप्नरंजन करत असते. आता असं करण्याची तुमची पाळी आहे. तुमच्या स्वप्नानुरूप तुम्ही वजन घटवलं की, तुम्ही कसे दिसाल, याचं स्वप्न तुम्हाला पाहता यावं, म्हणून तुमच्यासाठी जागा मोकळी सोडत आहोत. तुम्ही सडपातळ झाल्यानंतर काय परिधान कराल, कुणाकुणाची भेट घ्याल, कुठे कुठे जाल आणि कोणकोणत्या गोष्टी कराल, यासाठी भविष्यकालीन योजना तयार करा.

तुमची भविष्यकालीन छबी डोळ्यांपुढं आणणं हा वजन उतरवण्यासाठी संप्रेरणा मिळवण्याचा सर्वोत्कृष्ट उपाय आहे. जगभरातले लोक या उपायाचा वापर करतात. जेव्हा तुमचं इच्छित आकर्षक शरीर तुम्ही अंतश्चक्षूंसमोर आणता, तेव्हा आपोआपच तुमच्या मनातल्या नकारात्मक विचारांची (मी किती लठ्ठ आहे, माझं वजन कधीच घटणार नाही!) जागा सकारात्मक विचार (माझा माझ्या आहारावर ताबा आहे, मी माझं वजन नियंत्रणाखाली आणू शकेन, ते माझ्या ताब्यात असेल) घेतात आणि तुम्ही तुमच्या उद्दिष्टाच्या दिशेनं प्रगती करू लागता. कारण तुमचं उद्दिष्ट तुमच्या डोळ्यांपुढं दिसत असतं.

अंतश्चक्षूंनी कसं पाहायचं, याची गेल्या प्रकरणात दिलेली माहिती आठवतेय?

तुम्ही इच्छित वजन गाठलं आहे अशी कल्पना करा. तुम्हाला जो ड्रेस किंवा जी बिकिनी किंवा तुम्ही लग्नात घातलेला लेहंगा किंवा फिट्ट बसणारा डबल ब्रेस्टेड सूट पुन्हा अंगावर चढवायची तीव्र इच्छा सतत वाटत असते, तोच तुम्ही पुन:पुन्हा परिधान केला आहात आणि अशा वेषात तुम्ही विवाहसमारंभाच्या किंवा मेजवानीच्या स्थळी प्रवेश करत आहात. त्या वेळी लोकांच्या नजरा तुमच्याकडे कशा वळतील व तुमच्यावर स्तुतिसुमनांचा कसा वर्षाव होईल, याची कल्पना करा. वजन उतरवल्यावर तुम्हाला किती हलकं वाटत असेल आणि तुम्ही किती चपळतेनं सर्वत्र

फिरू शकाल, हे डोळ्यांपुढं आणा. ज्यांनी तुमच्या वजनाबद्दल नेहमीच तुमची टिंगलटवाळी केली आहे, अशा लोकांची आताची प्रतिक्रिया डोळ्यांपुढं आणा. तुमचं आताचं सडपातळ-प्रमाणबद्ध रूप पाहून ते कसा 'आ' वासतील याची कल्पना करा.

वरील उदाहरणाच्या आधारे वजनाबाबतचं तुमचं स्वत:चं स्वप्न रेखाटायला प्रारंभ करा. कल्पना करा की, एके दिवशी सकाळी तुम्ही अंथरुणाबाहेर पडला आहात, आरशातली आपली प्रतिमा बघत आहात... आणि काय चमत्कार! तुमचं इच्छित वजन तुम्हाला मिळवता आलंय याचा तुम्हाला साक्षात्कार झालाय!

आणि आता अखेरीस तुमचं स्वप्नातलं वजन सत्यात उतरल्यानंतर...

तुम्ही कोणते कपडे परिधान कराल?

____

____

____

तुम्ही कुठं कुठं जाल? मेजवानीसाठी, लग्नसमारंभासाठी की समुद्रकिनारी सुटी घालवण्यासाठी?

____

____

____

तिथं तुम्ही कुणाला भेटणार आहात?

____

____

____

तिथं तुम्ही काय करणार आहात?

____

____

____

तुमची नवी छबी कुणाकुणाच्या नजरेतून पारखली जाणार आहे?

तुमच्या आप्त-मित्रांची प्रतिक्रिया कोणती असेल? त्यांच्यापैकी कोण कोण स्तंभित होतील किंवा मत्सरानं जळफळतील? सध्या तुमची टिंगल करणारे लोक कोण?

आपल्याला वजन उतरवता आलंय ही गोष्ट जगापुढं सिद्ध करून दाखवल्यावर तुमची भावना काय असेल? कुणाकुणाला तुमचा अभिमान वाटेल? कोण तुमची प्रशंसा करेल?

तुम्ही धावू शकताय, उड्या मारू शकताय, नाचू शकताय किंवा ज्या गोष्टी तुम्हाला सतत कराव्याशा वाटत होत्या, त्या सर्व गोष्टी तुम्ही करू शकताय हे पाहून तुम्हाला काय वाटेल?

आपल्या कल्पनाशक्तीला लगाम लावू नका. कल्पनाशक्तीला स्वैर संचार करू द्या. दररोज हे पान वाचा. त्यात तुम्ही लिहिलेल्या गोष्टींवर लक्ष केंद्रित करा. तुमचं मन उद्दिष्टापर्यंत पोचलेलंच असेल; फक्त देहालाच तिथवर पोचायचं आहे.

तुमच्या (घट्ट) जीन्स अंगावर चढवता येणं

तुमचं वजन नेहमीच तुमच्या आहारावर अवलंबून नसतं. माझ्यापाशी येणाऱ्या काही जणांचं वजन आनुवंशिक किंवा वैद्यकीय कारणांमुळे वाढलेलं असतं. वजन वाढणं हे एखाद्या व्याधीच्या- मेटॅबॉलिक डिसऑर्डर (चयापचय

क्रियेतील असंतुलन) किंवा आनुवंशिकतेमुळे लठ्ठपणाची प्रवृत्ती किंवा हार्मोन्सची पॉलिसिस्टिक ओव्हेरियन सिन्ड्रोमसारखी विकृती यांच्या उपस्थितीचं लक्षण असू शकतं. अशा लोकांना माझं सांगणं आहे की, त्यांचं वजन केवळ त्यांच्या आहाराच्या सवयींमुळे वाढलंय, हे निदान करणं अयोग्य ठरेल.

दुर्दैवाची गोष्ट अशी की, त्यांतले काही जण आपले मेडिकल रिपोर्ट्स घेऊन माझ्याकडे येतात, तेव्हा त्यांनी आधीच उमेद सोडून दिलेली असते. त्यांनी मनानं आधीच हार मानलेली असते आणि केवळ डॉक्टरच्या सांगण्यावरून ते माझ्याकडे आहारविषयक सल्ला घेण्यासाठी आलेले असतात. थोडेसे किलो वजन उतरवलं तर औषधांचं प्रमाणही थोडं कमी करता येईल, या आशेनं ते आलेले असतात. मनानं ते दुःखी-कष्टी झालेले असतात. स्वप्नातली वजनाची पातळी आपल्याला आणता येईल, अशी त्यांना अजिबात आशा वाटत नसते.

अशा वेळेस मी काय करते? मी त्यांना 'विशेष' या सदरात धरून त्यांच्यासाठी काही विशेष आहार-योजना आखून देते? म्हणजे गावाच्या त्या विशिष्ट कोपऱ्यातल्या एका आडबाजूच्या गल्लीत असलेल्या त्या परदेशी दुकानातून मिळवण्यास अवघड असे आरोग्यदायी पदार्थ आणायला मी अशा लोकांना सांगते?

तर स्पष्ट साधं उत्तर आहे की, मी यातलं काहीही सांगत नाही! काहीही नाही! शून्य! इल्ले!

मी इतर ग्राहकांवर जी उपाययोजना करते, तशीच यांच्यावरही करते. तेही इच्छित पातळीवर वजन नेऊ शकतात. मी त्यांच्या व्याधींकडे दुर्लक्ष करते, असं मला अजिबातच म्हणायचं नाही. प्रत्येक रुग्ण वेगळा असतो आणि प्रत्येक व्याधीत काही अन्नपदार्थ टाळावे लागतात. उदाहरणार्थ, त्यांच्या व्याधीमुळे त्यांच्या रक्तातली कोलेस्टेरॉलची पातळी वाढलेली असेल किंवा इन्शुलिन रेझिस्टन्स निर्माण झालेला असेल, तर त्यासाठी योग्य खबरदारी घेणं आवश्यक असतं. मी त्यांना इतर ग्राहकांसारखंच वागवते, असं म्हणण्याचा अर्थ असतो की, वजन घटण्याबाबत मी त्यांच्याकडून इतर ग्राहकांसारख्याच अपेक्षा ठेवते (प्रत्येक महिन्याला त्यांचं इतर सर्वसामान्य ग्राहकांएवढंच वजन उतरेल असं मी धरून चालत नाही; परंतु वेटलॉस प्रोग्रॅमच्या अखेरीस, त्यांचं वजनसुद्धा तेवढंच उतरेल, असं मात्र मला खात्रीनं वाटत असतं). पॉलिसिस्टिक ओव्हेरियन सिन्ड्रोम असलेल्या किंवा हायपोथायरॉइडिझम असलेल्या माझ्या ग्राहकाकडून मी कमी वजन घटण्याची अपेक्षा का ठेवावी, हे मला कळत नाही!

वस्तुतः कधी कधी तर एखादी व्याधी असलेले माझे ग्राहक माझ्या इतर ग्राहकांएवढ्याच नव्हे, तर त्याहून जास्त वेगानं वजन घटवू शकतात! बघता बघता ते इच्छित पातळीवर वजन घटवतात. ते अत्यंत जागरूक असतात. योग्य सवयी कायमस्वरूपी स्वीकारतात आणि सुडौल देहाच्या रूपानं त्यांच्या प्रयत्नांना फळ मिळतं. त्यांना औषधांची मात्रासुद्धा कमी करता येते.

हे करणं नेहमीच सोपं जातं, असंही नाही. वजन इच्छित पातळीवर न्यायला त्यांना इतरांपेक्षा जास्त वेळसुद्धा लागू शकतो. इतर बऱ्याच लोकांपेक्षा त्यांना त्यासाठी अधिक प्रयत्नसुद्धा करावा लागतो. त्यांना थोडे बदलही स्वीकारावे लागतात. परंतु इतर सारे जण जो आहार घेत असतात, त्यापेक्षा फार वेगळा आहार घ्यायची वेळ त्यांच्यावर येत नाही. ते इच्छित पातळीपर्यंत किंवा त्यापलीकडेसुद्धा वजन घटवू शकतात. जेव्हा वैद्यकीय कारणांमुळे किंवा आनुवंशिक कारणांमुळे तुमची लठ्ठपणाची प्रवृत्ती असते, तेव्हा वाढणारं वजन नेहमीच तुमच्या हाती नसतं; परंतु वजन घटवणं मात्र तुमच्या हाती नक्कीच असतं.

विश्वास

तुमच्या देहावर विश्वास ठेवायची वेळ समीप आलीय

विश्वासाच्या बळावर आपल्याला नाती जोडता येतात; मग ते नातं आपल्या मित्रांशी, सहकाऱ्यांशी, आई-वडिलांशी, पत्नीशी असो किंवा आपल्या देहाशी असो. जर नातं विश्वासाच्या पायावर उभं नसेल, तर मात्र ते टिकणं सोपं नसतं.

माझ्या ग्राहकांना मी सुचवलेली आहाराबाबतची योजना जेव्हा 'डाएट'च्या पारंपरिक पठडीत बसणारी वाटत नसते, तेव्हा ते माझ्याकडे अक्षरशः संशयानं बघतात. मी भात आणि बटाटे यांचा आहारात समावेश करायला सांगते, तेव्हा माझे मधुमेही ग्राहक जोरजोरात नकारात्मक मान हलवतात. तरुण मुली, दिवसातून आठ वेळा खायचं हे ऐकून चीत्कारांनी आणि किंचाळ्यांनी प्रतिक्रिया व्यक्त करतात. सर्वसाधारणतःलोक रात्री ब्रेड आणि पिष्टमय पदार्थ टाळतात. आंबा आणि मिष्टान्नांना दूर ठेवतात. अनेक प्रकारच्या अन्नपदार्थांचा स्वीकार आपला देह कशा प्रकारे करेल, हे ठाऊक नसल्यामुळे अशा अन्नपदार्थांना भीतीपोटी दूरच ठेवतात. आहाराबाबत काटेकोर राहतात, आहाररूपानं बाहेरून देहावर काय लादायचं यावर नियंत्रण ठेवतात. कारण आपल्या देहाच्या अंतर्गत हालचालींवर त्यांचा विश्वास नसतो.

या विभागाचं नाव आहे 'विश्वास.' कारण कोणताही 'वेटलॉस' उपक्रम यशस्वी व्हायचा असेल, तर सर्वाधिक गरज असते ती विश्वासाची. मी 'पोषक आहार' या प्रकरणापूर्वी हे प्रकरण घातलं आहे. कारण तुम्हाला आहारविषयक सल्ला देण्यापूर्वी अन्नाबाबत तुम्ही तुमच्या देहावर विश्वास टाकायला शिकावं, असं मला वाटतं. तुम्ही जे अन्न खाता त्याचं तुमच्या देहात काय होतं, तुमचा देह त्यातलं किती अन्न (ऊर्जेसाठी) जाळतो आणि किती अन्न त्वरित ज्वलन पावतं, हे तुम्ही समजून घ्यायला हवं, असं मला वाटतं. त्यानंतर तुमच्या लक्षात येईल की, केवळ तुम्हाला फक्त जास्त प्रमाणात खाता येणार नाही, तर ज्या गोष्टी खाता येण्याची तुम्ही कल्पनादेखील केली नसेल, त्या गोष्टीसुद्धा तुम्हाला खाता येतील, कारण तुमच्या देहाला त्यांची गरज असते!

तुम्ही तुमच्या देहावर विश्वास ठेवण्याची वेळ समीप आलेली आहे. तुमच्या सुंदर देहाला इंधन पुरवण्याचं काम हे अन्नच करत असतं. तुमचा देह तुमची सेवा करत असतो. तो तुमच्यासाठी वजन उतरवायला सिद्ध असतो. त्यासाठी तुम्ही एकदा सर्व गोष्टींची फक्त सुरुवात करून द्यायची असते; उरलेल्या सर्व गोष्टी तुमचा देहच पार पाडत असतो. तुमच्या देहावर विश्वास टाकायला शिका; तुमचं वजन नक्कीच घटेल. विश्वास ठेवा माझ्या सांगण्यावर!

तुमच्या देहावर विश्वास ठेवा : धडा पहिला

तुमचा देह सुंदर आहे, गुंतागुंतीचा आहे आणि तो सतत काम करत असतो, तुमच्यासाठी!

तुम्ही फक्त फोननंबर डायल करत असता, तेव्हा तुमच्या देहाची होणारी प्रतिक्रिया लक्षात घेतली, तर 'फोननंबर फिरवणं' या सोप्या गोष्टीसाठी तुमच्या देहाची विविध इंद्रियं केवढ्या असंख्य गोष्टी करत असतात, हे पाहून तुम्ही थक्क व्हाल. तुम्ही तर्जनी वापरून नंबर फिरवता, तेव्हा हालचालींवर नियंत्रण ठेवणारे वेगवेगळे सात स्नायू संप्रेरित झालेले असतात. तुमच्या स्पायनल कॉर्डमधील (पृष्ठ मज्जारज्जू) मज्जापेशी तुमच्या बोटाला वेगवेगळे आकडे फिरवायचा जेव्हा संदेश देतात, तेव्हा हजारो विद्युतसंदेश पाठवले जातात आणि एवढ्या सर्व घडामोडींसाठी सेकंदाचा केवळ एक अल्पांश एवढा वेळ पुरतो.

जेव्हा तुम्ही हसता, तेव्हा ताबडतोब 'सुखाच्या भावने'चे हार्मोन्स- एन्डॉर्फिन्स तुमच्या रक्तात प्रवाहित केली जातात. त्यामुळे तुमच्या देहाला आनंदाची भावना जाणवू लागते. हसताना तुमची रोगप्रतिकारक यंत्रणा संप्रेरित होते. हसण्याच्या क्रियेसाठी चेहऱ्यावरचे पंधरा वेगवेगळे स्नायू आकुंचन पावत असतात.

आपला देह हे एक सुंदर, सजीव, श्वासोच्छ्वास करणारं यंत्र आहे. देहात वाद्यवृंदाचं संगीत, स्वरांचा सुसंवाद, संलग्नता आणि माधुर्य अस्तित्वात असतं. गुंतागुंतीची रचना असलेला आपला देह सदासर्वकाळ विविध कार्यं पार पाडत आपल्या सेवेत व्यग्र असतो. आपल्या धकाधकीच्या आयुष्यात आपल्या देहाच्या आश्चर्यकारक आणि जादुई कार्याचं आपल्याला खरोखरच विस्मरण झालेलं असतं.

अन्नाचा कण चुकून श्वासनलिकेत गेला तर? आपल्या देहाची पहिली स्वाभाविक प्रतिक्रिया असते खोकून बाहेर काढण्याची. डोळ्यात धुळीचा कण गेला तर अश्रू तयार करणाऱ्या ग्रंथी जोमानं कामाला लागतात आणि आपला डोळा सुरक्षित ठेवतात. आपल्या देहाला व्याधींपासून सुरक्षित आणि मृत्यूपासून दूर ठेवण्यासाठी

आपला देह लक्षावधी अँटिबॉडीज निर्माण करत असतो. आपल्याला सुरक्षित राखण्यासाठी देहाच्या आत अनेक यंत्रणा सिद्ध असतात.

या सर्वांचा वजन घटवण्याशी संबंध काय असू शकेल? आपण जेव्हा वजन घटवायला सुरुवात करतो आणि अपेक्षेनुरूप आपलं वजन लगेच उतरत नाही, तेव्हा आपला आपल्या देहावरचा विश्वास उडू लागतो. एकाच प्रकारचा 'वेटलॉस प्रोग्रॅम' वेगवेगळ्या देहांवर वेगवेगळ्या गतीनं काम करत असतो. आपण विश्वास ठेवणं आवश्यक असतं की, आपला देह त्याच्या कुवतीनुसार, शक्य तेवढ्या भरभर आपल्या 'वेटलॉस प्रोग्रॅम'ला प्रतिसाद देत आहे आणि वजन उतरायला प्रारंभ होणार आहे. आपल्या देहावर विश्वास ठेवण्याची ही पहिली पायरी असते. आपण हाही विश्वास ठेवायला हवा की, आपला देह सदैव आपली सेवा करत असतो आणि आपण आपल्या इच्छेनुसार सडपातळ होत असतो. कारण आपला देह अशक्याला शक्यतेत परिवर्तित करत असतो.

पुढील गोष्टींवर विचार करा

तुम्हाला योग्य वाटतील त्या पर्यायांवर 'बरोबर'ची खूण करा. प्रश्नांची उत्तरं पुढल्या पानाच्या तळाला दिलेली आहेत.

१) तुमची त्वचा तुमच्या देहाच्या तापमानाचा समतोल राखण्यासाठी मदत करत असते. बाहेरची हवा गरम असते, तेव्हा त्वचेवरची रंध्रं मोठी केली जातात आणि बाहेरची हवा गार असली की, ती बारीक केली जातात.

☐ बरोबर ☐ चूक

२) आपली रोगप्रतिकारक यंत्रणा आपल्याला सुरक्षित ठेवते, लक्षावधी

☐ बॅक्टेरियांपासून ☐ व्हायरसेसपासून

☐ विषारी पदार्थांपासून

☐ पॅरासाइट्स (परोपजीवी प्राणी किंवा वनस्पती)पासून

☐ वरील सर्वांपासून

३) तुमच्या नाकाच्या अंतर्भागातील केस

☐ तुमच्या श्वासाची हवा गाळून घेतात

☐ हवेतून येणाऱ्या सूक्ष्म रोगजंतू (बॅक्टेरिया)पासून तुम्हाला सुरक्षित ठेवतात

☐ वरील दोन्ही गोष्टी करतात

☐ त्यांचा काहीच उपयोग नसतो

४) तुमच्या नाकावाटे आणि तोंडावाटे प्रवेश करणाऱ्या रोगजंतूंना पकडून, तुमचे टॉन्सिल्स तुमचं जंतुसंसर्गापासून संरक्षण करतात.

☐ बरोबर ☐ चूक

५) तुम्हाला स्निग्ध पदार्थांची, अत्यावश्यक स्निग्ध पदार्थांची गरज असते. कारण ते

☐ तुमचा मेंदू, यकृत आणि हृदय यांना संरक्षण देतात
☐ तुमच्या देहाचं तापमान संतुलित ठेवतात
☐ तुमच्या सांध्यांना वंगण पुरवतात
☐ वरील सर्व गोष्टी करतात

तुमच्या देहावर विश्वास ठेवा : धडा दुसरा

अन्न तुम्हाला जिवंत ठेवतं. मग तुम्हाला जिवंत ठेवणाऱ्या गोष्टीची भीती बाळगून कसं चालेल?

तुमच्या देहाकडून घडणारी सर्वांत सोपी प्रक्रिया म्हणजे चयापचय क्रिया; म्हणजेच तुम्ही खाल्लेल्या अन्नाचं ज्वलन (तुम्ही फोन करत असाल, मल्टिप्लेक्समध्ये रांगेत उभे असाल किंवा भाजीपाला खरेदी करत असाल,) सतत होत असतं. तुम्ही श्वास घेता, तेव्हा ऊर्जेचं ज्वलन होतं. तुम्ही हसलात की ज्वलन होतं. तुम्हाला वाकुल्या दाखवणाऱ्या मुलाला पुन्हा वाकुल्या दाखवल्या की ज्वलन होतं. जेव्हा तुम्ही तुमच्या देहाबद्दल तक्रार करत असता, त्याबद्दल बोलत किंवा रडत असता, तेव्हाही ज्वलन प्रक्रिया सुरूच असते. तुम्ही श्वसन करता, तेव्हा प्रत्येक क्षणी कॅलरीज जाळत असता.

माझ्या दृष्टीनं हा अगदी प्राथमिक धडा आहे- अन्न म्हणजे केवळ कॅलरीज, वजन वाढणं किंवा मेद नव्हे! प्रत्येक सेकंदाला, मिनिटाला आणि तासाला अव्याहतपणे काम करत असलेल्या लक्षावधी पेशींचं पोषण करणारा एकमेव घटक म्हणजे अन्न (आणि पाणी). अन्न पोषण करतं, इंधन पुरवतं, पौष्टिक घटक पुरवतं आणि ते तुमच्या भल्यासाठी कार्यरत असतं. अन्न तुमच्या देहाला पौष्टिक घटक तर पुरवतंच, शिवाय देहासाठी कार्यही करत असतं आणि ज्या क्षणी तुम्हाला हा बोध होईल, त्या क्षणापासून तुमचं अन्नाबरोबरचं नातं सुधारण्याचा प्रारंभ होईल.

मागच्या धड्यातलं उदाहरण वापरू या. ज्या क्षणी आपण फोननंबर फिरवू

प्रश्नांची उत्तरं : १) बरोबर २) वरील सर्व गोष्टी ३) वरील दोन्ही गोष्टी ४) बरोबर ५) वरील सर्व गोष्टी

लागतो, त्या क्षणी आपण अनेक विद्युत संदेशांची मालिका सुरू करत असतो. त्याप्रमाणेच जीवनसत्त्वं (व्हिटॅमिन्स) आणि क्षार (मिनरल्स) हे महत्त्वाचे घटक असतात. या संदेशवहनाला लागणारा वेळ वाढू लागला, तर जीवनसत्त्वं किंवा क्षारांची कमतरता, हे त्यामागचं कारण असू शकतं. आम्लपित्त, पोटात गुबारा धरणं, चक्कर येणं, थकवा येणं, मळमळणं यांसारख्या लहान लहान समस्या किंवा मधुमेह, हृदयरोग, उच्च रक्तदाब, कर्करोग यांसारख्या मोठ्या व्याधी जीवनशैलीशी निगडित असतात आणि तुम्ही जो आहार घेता किंवा घेत नाही, त्यावर त्या अवलंबून असतात. खाणं चौरस आणि सकस नसेल, तर देहाची यंत्रणा सुरळीतपणे काम करू शकत नाही. तसं घडलं तर, आयुष्याच्या प्रत्येक टप्प्यावर त्याचा दुष्परिणाम दिसू लागतो.

या सर्वांचा मथितार्थ एकच आहे, तो म्हणजे अन्नाला भिऊ नका. प्रत्येक अन्नघटकाचे स्वत:चे असे गुणधर्म आणि फायदे असतात. लोक जेव्हा आहारातील पिष्टमय पदार्थ कमी करतात किंवा स्निग्ध पदार्थ वर्ज्य करतात, तेव्हा त्यांना वाटत असतं की, काही प्रकारचे अन्नघटक हे त्यांचे शत्रू आहेत. वजन घटवण्यासाठी लोक जेव्हा अन्नाबरोबर युद्ध पुकारतात, तेव्हा मी फारच अस्वस्थ होते. कारण वस्तुतःत्यांनी शरीराच्या घेराविरुद्ध युद्ध पुकारणं गरजेचं असतं.

विचार करा

१) तुमचा देह आठवड्याचे सात दिवस, दिवसाचे चोवीस तास कार्यमग्न असतो आणि त्या वेळी तो ज्वलन प्रक्रियेत व्यस्त असतो.

२) तुम्ही झोपलेले असता, तेव्हासुद्धा तुमच्या शरीरात कॅलरीज ज्वलन पावत असतात. त्या ज्वलनाच्या हिशेबाचं कोष्टकही बनवलं गेलं आहे. त्याला म्हणतात, रेस्टिंग मेटॅबॉलिक रेट (शरीर विश्रांती घेत असतं, तेव्हाच्या चयापचय क्रियेचा वेग).

३) तुमच्या हालचालींची पातळी वाढल्यामुळे तुम्ही किती उष्मांक जाळू लागाल याची तुम्हाला कल्पना करता येतेय?

४) तुम्ही जे खाता तसे वागता. तुमची मन:स्थिती, जोम, ऊर्जा, प्रत्येक क्रियेतली चपळाई अवलंबून असते ती तुम्ही गेल्या ४५ ते ११० मिनिटांमध्ये घेतलेल्या आहारावर!

५) तुमचा मेंदू आणि तुमचा उरलेला देह यांचा दुवा जोडण्यासाठी जीवनसत्त्वं आणि क्षार अत्यंत आवश्यक असतात. पोटॅशिअमच्या कमतरतेमुळे (त्यामुळे हायपोकॅलेमिया ही व्याधी उद्भवते.) प्रतिक्रिया आणि प्रतिसादासाठी जास्त विलंब लागण्यास सुरुवात होते.

तुमच्या देहावर विश्वास ठेवा : धडा तिसरा

खा आणि खर्चून टाका : 'फुकटात' जळणाऱ्या कॅलरीज

प्रत्येक देह काही कॅलरीज फुकटात जाळून टाकत असतो. या प्रक्रियेला बेसल मेटॅबॉलिक रेट किंवा बीएमआर (चयापचय क्रियेचा मूलभूत वेग) असं म्हणतात. आयुष्यात अत्यावश्यक अशी कार्यं पार पाडण्यासाठी आणि त्याकरिता आवश्यक अशा रासायनिक प्रक्रिया घडवण्यासाठी तुमचा देह ज्या कमीत कमी अन्नाचे उष्मांक वापरतो, त्याला तुमचा बीएमआर असं म्हणतात. या बीएमआरला मी 'ईट अॅन्ड डिलीट' (खा आणि खर्चून टाका) असं म्हणते. कारण तुमचा देह विश्रांतीच्या अवस्थेत असताना तेवढ्या अन्नाच्या उष्माकांचं ज्वलन करत असतो. नेमके तेवढेच उष्मांक तुम्ही आहारातून घेतले तर ते सारे उष्मांक तुमचा देह जाळून टाकेल (ईट-डिलीट).

माझ्या तेजस नावाच्या ग्राहकाचंच उदाहरण घ्या. त्याची उंची आहे पाच फूट अकरा इंच. सत्तावीस वर्षं वयाचा हा आयटी इंजिनिअर मध्यम चणीचा आहे. त्याचं वजन आहे सत्तर किलो. जर रविवारी काहीही न करता त्यानं अंथरुणात फक्त लोळत पडायचं ठरवलं, तरीसुद्धा तो श्वासोच्छ्वास करणारा सजीव प्राणी असल्यामुळे, त्याचा देह १७४० कॅलरीज जाळेल. म्हणजेच काहीही न करता अंथरुणात नुसतं लोळत पडणाऱ्या सत्तर किलो वजनाच्या माणसाच्या सतराशे कॅलरीज खर्च होत असतात. त्यानं १७४० कॅलरीजचाच आहार घेतला, तर त्याचं वजन तसूभरही हलणार नाही. जे अन्न तो खाईल, त्या साऱ्या अन्नाचं ज्वलन होईल. ईट-डिलीट!

तुमचा 'ईट-डिलीट' आकडा कसा शोधाल?

कोणताही 'वेटलॉस प्रोग्रॅम' सुरू करण्यापूर्वी, कोणताही आहारतज्ज्ञ तुम्हाला पहिली गोष्ट हीच सांगेल की, तुमचा बीएमआर शोधा! वजन उतरवण्यासाठीची ती पहिली पायरी असते. तुमचा बीएमआर जेवढा अधिक, तेवढ्या जास्त कॅलरीज तुम्ही आराम करत असताना वापरल्या जातील. आरामाच्या स्थितीतलं तुमचं शरीर जेवढ्या जास्त कॅलरीज जाळेल, तेवढंच तुम्ही खाल्लेलं जास्त अन्न जळून जाईल. तुमचा बीएमआर शोधण्यासाठी पुढील समीकरण वापरा. (या सबंध पुस्तकात मी तुम्हाला एवढीच फक्त आकडेमोड करायला लावणार आहे, हे मी शपथेवर सांगते!)

तुमचा बीएमआर शोधून काढा

हॅरिस-बेनेडिक्ट समीकरण	
स्त्रियांचा बीएमआर	**पुरुषांचा बीएमआर**
६५५ + (९.६ x तुमचं किलोमधलं वजन) + (१.८ x तुमची सेंटिमीटरमधली उंची) - (४.७ x तुमचं वर्षांमधलं वय) = ----दिवसाला खर्च होणाऱ्या कॅलरीज	६६ + (१३.७ x तुमचं किलोमधलं वजन) + (५ x तुमची सेंटिमीटरमधली उंची) - (६.८ x तुमचं वर्षांमधलं वय) = ----दिवसाला खर्च होणाऱ्या कॅलरीज

बीएमआरसाठीचं कॅच-मॅकार्डल सूत्र

जर तुम्ही खूप लठ्ठ असाल किंवा तुम्ही खूप स्नायू कमावलेले असतील, तर वर दिलेलं नेहमी वापरलं जाणारं हॅरिस-बेनेडिक्ट समीकरण तुमच्यासाठी अयोग्य ठरेल. अशा लोकांनी कॅच-मॅकार्डल सूत्र वापरून बीएमआरचा हिशेब करणं अधिक सयुक्तिक ठरेल. या सूत्राप्रमाणे बीएमआर शोधण्यासाठी, प्रथम तुमच्या किलोंमधील वजनातून तुमच्या शरीरातल्या चरबीचं किलोंमधील वजन वजा करावं लागतं. असं केलं की, तुमच्या शरीरातील चरबीविरहित स्नायूंचं वजन कळेल. त्यानंतर पुढील सूत्र वापरून तुमचा बीएमआर शोधून काढा.

बीएमआर = ३७० + (२१.६ x चरबीशिवायचं स्नायूंचं किलोमधील वजन)

हेच सूत्र स्त्री व पुरुष दोहोंसाठी वापरावं.

तुमच्या देहावर विश्वास ठेवा : धडा चौथा

जर तुम्हाला वाटत असेल की, तुमच्या वाट्याला आलेला बीएमआर बदलता येणार नाही, तर ती समजूत पूर्णपणे चुकीची आहे.

मागच्या धड्यावरून आपल्याला स्पष्टपणे बोध झालेला आहे की, तुमचा 'खा आणि खर्च करा' (ईट.डिलीट.) हा आकडा पुढील गोष्टींवरून ठरत असतो :

- **तुमची उंची :** तुम्ही जेवढे जास्त उंच, तेवढा तुमचा बीएमआर जास्त असतो.
- **तुमचं वय :** जर पूर्वीएवढंच खाऊन आता तुमचं वजन वाढू लागलं असेल, तर त्याचा संबंध तुमच्या वयाबरोबर असतो. दुर्दैवानं, आपलं वय जसजसं वाढत जातं, तसतसा आपला बीएमआर कमी होत जातो. वयाच्या विसाव्या वर्षानंतर तो दर दहा वर्षांनी दोन टक्क्यांनी कमी होतो.

- **तुम्ही स्त्री असा किंवा पुरुष :** स्त्रियांनो, वाईट वाटून घेऊ नका; परंतु हेच सत्य आहे की, स्त्रियांपेक्षा पुरुषांचा बीएमआर जास्त असतो. कारण त्यांच्या शरीरातल्या स्नायूंची टक्केवारी अधिक असते.
- **तुमचं वजन :** तुमचं वजन जेवढं जास्त असेल, तेवढाच तुमचा बीएमआर जास्त असेल; परंतु या विधानामुळे गैरसमज होण्याचा संभव असल्यामुळे, मी ते जरा सविस्तरपणे सांगतेय. जास्त वजनामुळे देहावर भार येतो आणि नेहमीचीच कार्यं करण्यासाठी देहाला अधिक उष्मांकांची आवश्यकता भासते. तुमचं वजन सरासरीपेक्षा वीस किलोंनी जास्त असेल, तर तेवढंच वजन राखण्यासाठी तुम्हाला जास्तीचे उष्मांक गरजेचे ठरतात.

वरील विधानं वाचून तुमच्या मनात येईल, 'माझा बीएमआर ज्या गोष्टींवर अवलंबून असतो, तो बदलणं माझ्या हाती कुठंय? वय, उंची, लिंग या गोष्टी मी कशी बरं बदलू शकेन?' तुमचा प्रश्न अगदी बरोबर असला, तरी तुम्हाला बीएमआर बदलता येणं शक्य नाही, हा निष्कर्ष मात्र चुकीचा आहे. तुमचा बीएमआर ज्या गोष्टींनी बदलू शकेल, अशा आणखी दोन गोष्टी तुमच्या हाती आहेत :

१) शरीरातले स्नायू तयार करा

'मी माझ्या मैत्रिणीपेक्षा खूप खाते असंही नाही; पण तरीही माझ्या बिकिनीत मला शिरता येत नाही! माझ्याच बाबतीत असं का व्हावं?'

हा साऱ्या जगाचा तुमच्याविरुद्ध कट आहे, असं समजू नका. तुमचं वजन वाढण्यासाठी आनुवंशिक आणि अन्य कारणं कारणीभूत नाहीत, अशी एकदा खात्री करून झाली की मग प्रश्न उरतो, तो तुमच्या मित्रांच्या तुलनेत तुमच्या शरीरात चरबीचं प्रमाण केवढं आहे याचा. उदाहरणार्थ, दोन स्त्रिया माझ्या ग्राहक आहेत. दोघी जणी वीस वर्षं वयाच्या आहेत आणि दोघीही १६० सेंटिमीटर उंचीच्या आणि सारख्याच वजनाच्या आहेत. दोघींचेही बीएमआर तेराशे कॅलरीज असतील; परंतु पहिल्या मुलीच्या शरीरात तीस टक्के चरबी असेल आणि दुसऱ्या मुलीच्या शरीरात वीस टक्के चरबी असेल, तर याचा अर्थ असा आहे की, दुसऱ्या मुलीच्या शरीरातलं स्नायूंचं प्रमाण जास्त आहे. तिच्या शरीरातील स्नायूंचं प्रमाण जास्त असल्यामुळे, ती दिवसाला तेराशेपेक्षा जास्त कॅलरीजचं ज्वलन करेल.

स्नायूंसाठी जास्त उष्मांकांचं ज्वलन होतं. त्यासाठी तुम्हाला जास्त अन्न खावं लागतं. शरीरातली चरबी जतन करायला जर 'क्ष' कॅलरीजचं ज्वलन करावं लागत असेल, तर शरीरातले स्नायू जतन करायला '३क्ष' (तिप्पट) कॅलरीजचं ज्वलन करावं लागतं. याचाच अर्थ असा की, तुम्ही जेव्हा काहीही करत नसता- फक्त

आराम करत असता, तेव्हा तुमच्या शरीरातल्या स्नायूंच्या प्रत्येक पौंडामागे तुमचं शरीर तिप्पट कॅलरीज जाळत असतं. छान सौदा आहे की नाही?

याउलट, तुमच्या शरीरातल्या चरबीचं प्रमाण एक टक्क्यानं वाढलं की, तुमच्या चयापचय क्रियेचा वेग मिनिटागणिक एकशतांश कॅलरीनं कमी होतो. तुमच्या शरीरातल्या चरबीचं- मेदाचं प्रमाण जेवढं वाढेल, तेवढा तुमचा बीएमआर कमी होतो.

तुमचा बीएमआर तुम्हाला वाढवायचा असेल, तर तुम्ही शरीरातल्या चरबीचं प्रमाण कमी करून स्नायूंचं प्रमाण वाढवलं पाहिजे. याचा अर्थ असा नव्हे की, हे साध्य करण्यासाठी तुम्हाला एखाद्या मुलाप्रमाणे जिममध्ये वजनं उचलावी लागतील. अंड्याचा कच्चा पिवळा बलक खावा लागेल! तुम्हाला असलं काहीही करावं लागणार नाही. बीएमआर वाढवण्यासाठी तुम्हाला आठवड्यातून दोन ते तीन वेळा हलकी वजनं उचलायचा व्यायाम करावा लागेल.

तुम्ही शरीरातल्या स्नायूंचं प्रमाण वाढवलं की, तुमचं वजन घटवण्याची जबाबदारी तुम्ही नि:शंकपणे तुमच्या देहावर सोपवू शकाल. तुम्ही काहीही न करता दिवसभर फक्त लोळत पडला तरी तुमचा देह काहीही न करता कॅलरीजचं ज्वलन करेल!

२) आहाराबाबत हुशारीचं धोरण ठेवा

इथं वजन उतरवण्यासाठी तुम्हाला फक्त अन्नाचा घास तोंडापर्यंत न्यावा लागणार आहे. तुमच्या खाण्याची पद्धत तुम्ही बदलली, तर तेवढ्यानं तुमचं वजन उतरू शकेल, याची तुम्हाला कल्पना आहे? जास्त वेळा खाऊन, हुशारीनं आहार आखून आणि काही प्रकारचे अन्नघटक आहारात घेऊन तुम्ही तुमचा बीएमआर वाढवू शकता, हे तुम्हाला ठाऊक आहे? मी याबद्दल सविस्तरपणे तुम्हाला सांगणार आहे; म्हणजे तुमच्या आहारात बदल घडवून तुम्ही वजन कसं घटवू शकाल, हे तुम्हाला उमगेल.

विचार करा

तुमच्या शरीरात चरबीचं प्रमाण किती आहे?

इंटरनेटवरून कोणत्याही चांगल्या आरोग्याविषयीच्या वेबसाइटवर जा आणि तुमच्या शरीरातल्या चरबीचं प्रमाण शोधून काढा. पुढे दिलेल्या तक्त्यावरून तुमच्या शरीरातल्या चरबीची टक्केवारी किती आहे, याचा तुम्हाला अंदाज बांधता येईल.

स्त्रिया				
वय	प्रमाणाहून कमी चरबी	योग्य प्रमाणात चरबी	वाजवीहून जास्त चरबी	खूप लठ्ठ
२० ते ४० वर्षं	२१% पेक्षा कमी	२१-३३%	३३-३९%	३९% पेक्षा जास्त
४१ ते ६० वर्षं	२३% पेक्षा कमी	२३-३५%	३५-४०%	४०% पेक्षा जास्त
६१ ते ७९ वर्षं	२४% पेक्षा कमी	२४-३६%	३६-४२%	४२% पेक्षा जास्त

पुरुष				
वय	प्रमाणाहून कमी चरबी	योग्य प्रमाणात चरबी	वाजवीहून जास्त चरबी	खूप लठ्ठ
२० ते ४० वर्षं	८% पेक्षा कमी	८-१९%	१९-२५%	२५% पेक्षा जास्त
४१ ते ६० वर्षं	११% पेक्षा कमी	११-२२%	२२-२७%	२७% पेक्षा जास्त
६१ ते ७९ वर्षं	१३% पेक्षा कमी	१३-२५%	२५-३०%	३०% पेक्षा जास्त

संदर्भ : http://lowcarbdiets.about.com/library/blbodyfatcharts.htm, accessed on12/1/12

एक गोष्ट लक्षात घ्या : इंटरनेटवरील शरीरातली चरबी मोजण्याची कोष्टकं अंदाज म्हणून ठीक असली, तरी ती अगदी बिनचूक नसतात. अगदी अचूक माहितीसाठी क्लिनिकमध्ये डेक्सा (DEXA) चाचणी करणं श्रेयस्कर ठरेल.

मेदाबद्दलची लठ्ठ कहाणी

दुर्दैवानं , फक्त चरबीच्या रूपातच आपला देह न वापरल्या गेलेल्या कॅलरीज साठवू शकतो. आपल्या देहाला जे अन्नघटक वापरता येत नाहीत, मग ती साखर असो, पिष्टमय पदार्थ असोत किंवा स्निग्ध पदार्थ असोत- ते सर्व अन्नपदार्थ, आपला देह चरबीच्या रूपात विविध जागी साठवून ठेवतो. तुमच्या देहात ज्या जागी चरबी साठवली जाते, त्यानुसार तुमचा देह सफरचंद किंवा पेअरचा आकार धारण करतो. पुरुषांच्या बाबतीत ही चरबी पोटावर जमा होऊन ते सफरचंदासारखे गोलमटोल दिसू लागतात, तर स्त्रियांच्या बाबतीत पृष्ठभाग आणि मांड्यांवर चरबी साठून त्यांचा आकार पेअरसारखा दिसू लागतो. जाळल्या न गेलेल्या पस्तीसशे कॅलरीजमागे

तुमच्या शरीरातली चरबी एक पौंडानं वाढते. तुमचा देह ही चरबी साठवून ठेवत असल्यामुळे तुमचा मेद हळूहळू वाढत जातो.

परंतु आपला देह अशी चरबी का साठवून ठेवतो? आपल्या देहाला ही जास्तीची चरबी जाळून किंवा शरीराबाहेर टाकून का देता येत नाही? याचं उत्तर मानवी देहाच्या उत्क्रांतीत आणि अन्नाच्या तुटवड्याच्या समस्येत सापडेल. हल्ली सर्व गोष्टी मुबलक प्रमाणात मिळतात; परंतु शेकडो वर्षांपूर्वीच्या काळात डोकावून पाहा. तेव्हा अवर्षण वा दुष्काळ या समस्या नित्याच्याच होत्या. त्या वेळेस प्रमाणाबाहेर खाणं सोडाच; पोटभर अन्नाचीही वानवा असे. त्यामुळे धोक्याची घंटा वाजून, मानवी देह वापरले न गेलेले उष्मांक चरबीच्या रूपात साठवून ठेवू लागला. त्यामुळे भविष्यात अन्नाची टंचाई उद्‌भवली, तर ही साठवणीतली चरबी उपयोगात आणून देह इंधन मिळवू लागला.

तुमचा देह हा आतिथ्यशील यजमान आहे आणि जास्तीची चरबी म्हणजे आगंतुक पाहुणा आहे, अशी कल्पना करा. तुमचा देह आतिथ्यशीलतेनं चरबीच्या रूपातील आणखी खूप पाहुण्यांना सामावून घेत राहतो; परंतु अशी घुसखोरी करून देहात घुसलेली ही चरबी स्वतःहून मात्र निघून जात नाही. तिला निग्रहानं देहाबाहेर ढकलावी लागते; अन्यथा तुम्हाला या आगंतुक अशा पाहुणे मंडळींना (चरबीच्या पेशी) सतत पोसत राहावं लागतं.

सध्या आपल्यापैकी बहुतेकांना प्रमाणाबाहेरच्या अन्नाला, उपभोगाला किंवा माहितीला सामोरं जावं लागतंय. प्रत्येक गोष्ट प्रमाणाबाहेर समोर येतेय. लोकांना सौदा फायद्याचा वाटावा म्हणून हॉटेलात खाद्य पदार्थ मागवला की, खूप प्रमाणात दिला जातो. अन्न हे करमणुकीचं साधन समजलं जाऊ लागलंय. अनेक ब्रँडचे खाद्य पदार्थ, वेगवेगळ्या वेष्टणांत आणि विविध आकारात तुमचं लक्ष वेधून घेण्यासाठी चढाओढ करत असतात. आरामाची आणि बैठ्या कामाची जीवनशैली बनत चालली आहे; परंतु एक गोष्ट लक्षात घ्या की, आजूबाजूची परिस्थिती अशी बदलली असली, तरी आपला देह मात्र त्याला सरावलेला नाही. आघाडीचे आहारतज्ज्ञ, डॉक्टर डीन ऑर्निश म्हणतात, 'प्रमाणापेक्षा जास्त वजन असणं ही आजची आधुनिक समस्या बनली आहे!'

अंगावर मेद असतानासुद्धा बारीक

सर्व प्रकारचा मेद-चरबी एकाच प्रकारे तयार होत नाही आणि त्यातील भेद लक्षात घेणं, हा जीवनमरणाचा प्रश्न असतो.

त्वचेखालची चरबी आपल्याला दिसू शकते आणि ती त्वचेखाली जमा होत असल्यामुळे त्याला सबक्युटेनिअस (subcutaneous) असं नाव मिळालेलं आहे. वजन वाढल्यावर हीच चरबी ताबडतोब डोळ्यांत भरते आणि या चरबीमुळेच आपल्या देहाचा आकार बदलतो. थुलथुलीत दंड, लोंबलेली हनुवटी, पोटावरल्या वळ्या या साऱ्या अशा प्रकारच्या चरबीच्या दृश्य निशाण्या असतात.

शरीराच्या अंतर्गत भागात (विशेषतः आतडी, यकृत अशा पोटाच्या पोकळीतील इंद्रियांवरली) असलेली चरबी आपल्याला दिसत नसली तरी, ती चुपचाप आपल्या शरीराचा घास घेत असते आणि विनाश घडवत असते. अशी चरबी अधिक घातक असते. ती आपल्या यकृत, मूत्रपिंड, स्वादुपिंड अशा इंद्रियांमध्ये जमा होत जाते. विस्तृत संशोधनांती सिद्ध झालं आहे की, ज्या लोकांच्या शरीराच्या अंतर्गत भागात अशी चरबी जमा झालेली असते, ते लोक मधुमेह, कॅन्सर, उच्च रक्तदाब, हृदय आणि फुफ्फुसांच्या समस्या अशा व्याधींना बळी पडण्याची शक्यता अधिक असते. जेव्हा शरीरांतर्गत चरबीचं विघटन होऊन त्या चरबीचा प्राणवायूशी संयोग होतो, त्या वेळेस 'फ्री रॅडिकल्स' (सिंगल-सेल ऑक्सिजन ॲटम्स किंवा प्राणवायू असलेले पेरॉक्साइडसारखे परमाणू) तयार होतात. हे 'फ्री रॅडिकल्स' अत्यंत घातक असतात. रानटी जनावर ज्याप्रमाणे दिसेल त्यावर हल्ला चढवतं, त्याप्रमाणेच हे 'फ्री रॅडिकल्स' त्यांना मनाला येईल त्या इंद्रियांवर हल्ला चढवून त्याचा विनाश घडवू लागतात.

जर तुमचा आकार सफरचंदासारखा गोलमटोल (जाड कंबर, बारीक पाय) असा असेल, तर तुमच्या देहाच्या अंतर्गत भागात अधिक चरबी असण्याचा बराच संभव असतो. तुमच्या शरीराच्या (हात, पाय, डोके वगळून) धडाच्या भागातच तुमची सर्व इंद्रियं असतात आणि तिथेच ही चरबी जमा होत जाते. पुढील समस्या टाळण्यासाठी तुम्ही आरोग्यदायी अन्न खायला सुरुवात करून वजन उतरवण्याचा प्रयत्न ताबडतोब सुरू करायला हवा. थोडक्यात, तुम्ही सफरचंदाच्या आकाराचे दिसू लागला, म्हणजे तुम्ही सफरचंद खायला सुरुवात करणं गरजेचं आहे, असं धरून चला!

तुमच्या देहावर विश्वास ठेवा : धडा पाचवा

तुम्ही उपाशी राहिलात, तर चरबी जाळू शकणार नाही

'क्रॅश डाएट' करून स्वत:ची उपासमार करणाऱ्या सर्वांनी हा धडा वाचणं आवश्यक आहे. तुमच्या शरीरातल्या स्नायूंचं प्रमाण वाढलं की, तुमचा बीएमआर (बेसल मेटॅबॉलिक रेट = चयापचय क्रियेचा वेग) वाढतो आणि तुम्ही उपासमार करून घेतली की नेमकं उलटं होतं आणि बीएमआर कमी होतो. जोवर तुम्ही क्रॅश डाएट करत आहात, तोवरच तुमचं वजन खाली राहतं. उपासमार होण्याइतक्या कमी उष्मांकांचा आहार घेऊन, तुम्ही घटलेली वजनाची पातळी दीर्घ काळापर्यंत तशीच ठेवू शकत नाही. क्रॅश डाएटमुळे परिस्थिती पहिल्यापेक्षाही वाईट होते.

'सूप आणि सॅलड' असा नेहमीचा क्रॅश डाएटचा आहार तुम्ही घेतला, तर त्यातून दिवसाकाठी सरासरी आठशे उष्मांक मिळतात. अशा आहारानं तुमच्या देहाची उपासमार होते. मी 'उपासमार' हा शब्द वापरते, तेव्हा मला 'शून्य पोषण' असं म्हणायचं नाहीये. हा शब्द मी तुलनात्मकरीत्या वापरत आहे. उदाहरणार्थ, तुमचा बीएमआर चौदाशे आहे आणि तुम्ही आठशे उष्मांकांचाच आहार घेत आहात, तेव्हा एकाएकी तुम्ही तुमच्या देहाला त्याच्या गरजेपेक्षा सहाशे उष्मांक कमी पुरवत असता आणि तुम्ही देहाची 'उपासमार' सुरू केलेली असते. या आहाराला मी 'जनरेटर पद्धतीचा आहार' म्हणते.

जनरेटर पद्धत

जर तुमच्या घरातली वीज अचानक गेली, तर तुम्ही जनरेटर किंवा इनव्हर्टर चालू करता. मात्र जनरेटर चालू केल्यावर तुम्हाला घरातले सारे दिवे-पंखे-यंत्रं एकाच वेळेस चालू करता येत नाहीत. तुम्ही पंखा चालू केला तर तुम्हाला एअर कंडिशनर चालू करता येत नाही. तुम्हाला अत्यावश्यक गोष्टीलाच प्राधान्यक्रम द्यावा लागतो. त्याप्रमाणेच तुमच्या देहाला जेव्हा तुम्ही फक्त आठशे उष्मांकांचाच आहार देऊ लागता, तेव्हा तुमच्या देहाला श्वसन, रुधिराभिसरण, पचन ही सर्व कामं नेहमीप्रमाणे सुरू ठेवता येत नाहीत. या सर्व कामांवर तुम्ही आपोआपच ही ऊर्जा खर्च करू लागता. उदाहरणच द्यायचं तर, जर तुम्ही साठ टक्के ऊर्जा श्वसनासाठी वापरत असाल, तर आता त्यावर तुम्ही कमी ऊर्जा खर्च करता किंवा तुम्ही रुधिराभिसरणासाठी चाळीस टक्के ऊर्जा वापरत असाल, तर त्यासाठी तुम्ही कमी ऊर्जा वापरता. जेव्हा तुम्ही अचानकपणे आहारातले उष्मांक मोठ्या प्रमाणात घटवता, तेव्हा तुमचा देह आपला चयापचय क्रियेचा वेग कमी करतो. तुमचा देह

चरबीचं ज्वलन करू शकत नाही. कारण त्यासाठी चयापचय क्रियेचा वेग खूप असणं गरजेचं असतं. त्यामुळे तुमचं शरीर जेव्हा ज्वलनासाठी चरबीचा उपयोग करू शकत नाही, तेव्हा ते ज्वलनासाठी स्नायूंचा उपयोग करू लागतं.

स्नायूंची झीज होणं इतकं घातक का समजलं जातं?

ही चेन रिॲक्शन (शृंखला प्रतिक्रिया) असते. तुम्ही वजन घटवण्यासाठी जेव्हा उपासमार करून घेता, तेव्हा तुमच्या शरीरातल्या स्नायूंचं प्रमाण घटू लागतं आणि ज्वलनाच्या दृष्टीनं अत्यंत कार्यक्षम असा तुमच्या देहाचा हा भाग नष्ट होऊ लागतो. तुमचे स्नायू जितके घटतील, तेवढ्याच तुमच्या शरीरातल्या चरबीच्या पेशी वाढतील. तुमच्या शरीरातल्या चरबीचं प्रमाण जेवढं वाढेल, तेवढा तुमचा बीएमआर कमी होईल आणि तुमच्या शरीरात चरबीच्या पेशी जेवढ्या वाढतील, तेवढीच तुम्ही उपासमार (क्रॅश डाएट) थांबवल्यावर शरीरात चरबी जमा करायची तुमच्या देहाची प्रवृत्ती वाढेल.

क्रॅश डाएटमुळे वजन तात्पुरतं घटतं आणि पुन्हा का वाढतं, हे आता तुमच्या लक्षात आलंच असेल! चुकीच्या पद्धतीनं तुम्ही वजन उतरवलं की, ते काही काळानं पहिल्यापेक्षाही अधिक वाढतं. म्हणून वजन उतरवताना चरबी उतरवणं हे सर्वांत महत्त्वाचं आहे. वजन उतरवताना स्नायूंची घट अगदी एक ग्रॅमसुद्धा होऊ न देणं गरजेचं आहे. त्यामुळे कायमस्वरूपी वजन घटवण्यासाठी तुम्ही चरबीचंच वजन उतरवायला हवं. जर स्नायूंचा विनाश करून स्नायूंचं वजन उतरवलं, तर तुमचं वजन पुन्हा हमखास वाढेल आणि ते वाढतच राहील.

विचार करा

१) तुम्ही उपासमार करून वजन उतरवलं, तर तुमचं शरीर अखेरीस-

अ) स्नायू गमावेल आणि चरबी वाढवेल

ब) चरबी गमावेल आणि स्नायू वाढवेल

क) वजन घटवेल आणि चरबी घटवेल

ड) वरील सर्व गोष्टी करील

२) आहाराविषयी विचार करा.

अधिक महत्त्वाची गोष्ट कोणती : चरबी घटवणं की वजन घटवणं?

उत्तर : १. अ

उपासमारीचा वजन वाढण्यावर कसा परिणाम होतो, हे समजून घ्या.

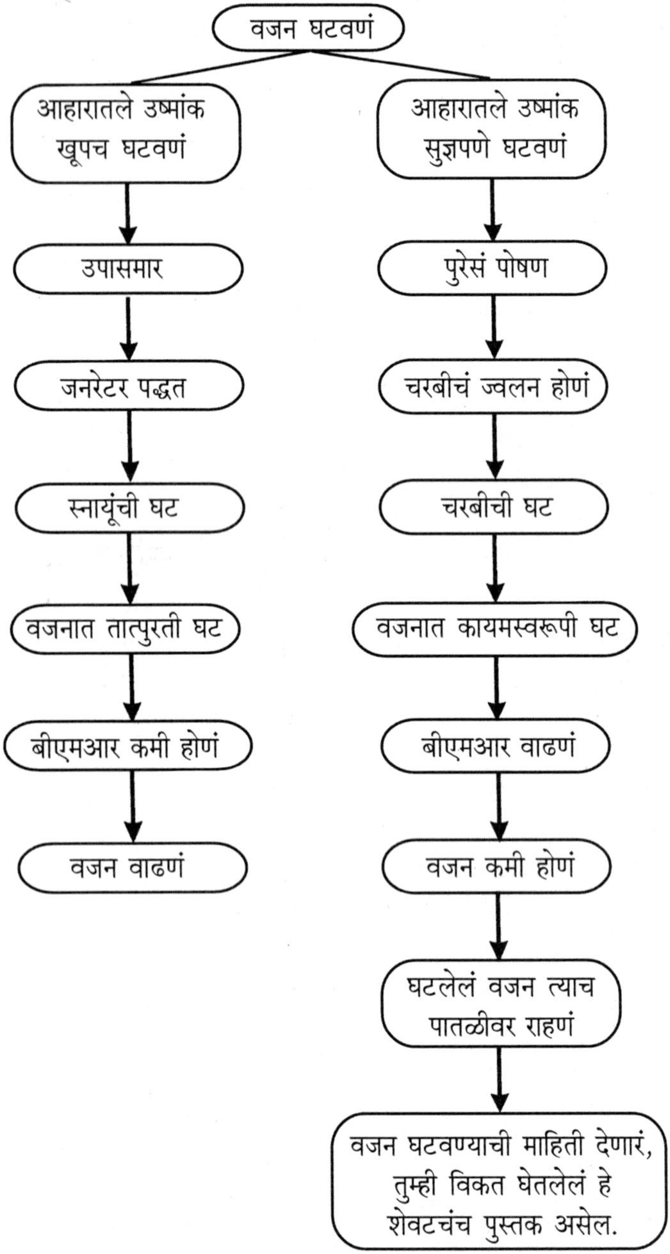

तुमच्या देहावर विश्वास ठेवा : धडा सहावा

पचनक्रियेत उष्मांक वापरले जातात

जर श्वसन करत असताना, झोपलेलं असताना, हसताना उष्मांकांचं ज्वलन होत असेल, तर पचनाच्या वेळेसही ते होतच असलं पाहिजे!

ट्रेडमिलवर धावायचा विचार सोडा! अन्नपचन हीच उष्मांक खर्च करणारी क्रिया आहे. पुढील सत्य ध्यानात ठेवा : आहारातून तुम्ही घेत असलेल्या प्रत्येक उष्मांकाचा काही हिस्सा तुमचा देह अन्न पचवण्यासाठी खर्च करीत असतो. खरेदीला जाऊन बिल चुकतं करतानाच बिलातला काही भाग परत मिळवण्यासारखं झालं की हे! प्रश्न एवढाच आहे की, तुमच्या देहाची ही मोलाची देणगी तुम्ही कशा चतुराईनं वापरू शकता आणि मिळणारा 'रिफंड' किती वाढवू शकता!

थोड्या थोड्या वेळानं- दिवसाकाठी जास्त वेळा- थोडं थोडं अन्न खात राहण्यामागचं महत्त्वाचं तत्त्व हेच आहे! असं केल्यामुळे तुमचा देह, खाल्लेल्या अन्नातील जास्त उष्मांक पचनासाठी खर्च करतो. जेव्हा तुम्ही तुमच्या देहाला सतत इंधन पुरवत असता, तेव्हा तुम्ही तुमच्या देहाला सतत पचनाच्या कामाला जुंपत असता. पचनासाठी खर्चले जाणारे उष्मांक तुम्हाला दिसत नसतील; परंतु खूप अंतरानं भरपेट जेवण्याऐवजी थोड्या अंतरानं थोडं थोडं खात राहिल्यामुळे तुमचा देह पचनासाठी खूपच जास्त उष्मांक खर्च करत असतो, हे सत्य लक्षात ठेवा.

जन्म अपत्याला द्यावा, समस्यांना नव्हे!

जेव्हा स्त्रिया उपासमार करून घेतात किंवा त्यांच्या बीएमआरपेक्षा खूपच कमी उष्मांकांचा आहार घेतात, तेव्हा लक्षात घेतलं पाहिजे की, त्यामुळे फक्त त्यांच्या देहातील स्नायूच विनाश पावत नसतात, तर त्याचा फटका सर्वांत आधी बसतो तो त्यांच्या प्रजनन यंत्रणेला! ज्या क्षणी स्त्री पौष्टिक आहार घेणं कमी करते, त्याच क्षणी तिच्या मासिक पाळीचं चक्र अनियमित होऊ लागतं. परंतु असं का होतं?

मासिक पाळीच्या वेळी बीजांडकोशातील बीजांड जेव्हा गर्भाशयात उतरतं, तेव्हा स्त्रीदेह गर्भधारणेसाठी उतींचा थर देऊन अंतस्थ त्वचा तयार करत असतो. जेव्हा बीजांडाचं फलन होत नाही, तेव्हा या अंतस्थ त्वचेच्या उती विघटित होऊ लागतात आणि स्त्रीला रक्तस्राव सुरू होतो; परंतु जेव्हा स्त्रीचं कुपोषण होत असतं, तेव्हा गर्भाशयाची अंतस्थ त्वचा उतींच्या आवरणानं तयार करण्याच्या कार्यात अडथळा येतो. ही अंतस्थ त्वचा पुरेशी

जाड बनली नाही, तर मासिक पाळी अनियमित होते, अंगावर कमी जाऊ लागतं आणि प्रजनन यंत्रणा बंद पडू लागते.

हे तर हिमनगाचं केवळ टोक आहे! क्रॅश डाएट केल्यामुळे गर्भधारणेत अडथळा येतो, गर्भस्खलनाची शक्यता वाढते. पुरे दिवस भरण्यापूर्वी प्रसूती होण्याची शक्यताही वाढते. ब्युलिमिया (खाल्लेलं अन्न मुद्दाम ओकारी काढून ओकून टाकणं)सारख्या विकृतींमुळे घडणारे दुष्परिणाम तर इतके भीषण आहेत की, त्यामुळे स्त्री निरोगी बालकाला जन्म देण्यास असमर्थ ठरते.

अन्न हे काही केवळ देहाचं पोषणच करत नसतं, तर ते देहाची पुनरुत्पादनाची क्षमताही टिकवून धरत असतं. जर एखादी स्त्री स्वतःच्या देहाच्या पोषणासाठी पुरेसं अन्नच खात नसली, तर ती दुसऱ्या देहाचं पोषण करण्यास समर्थ कशी राहू शकेल? त्यामुळेच 'फॅड-डाएट्स' (वजन घटवण्यासाठीची टोकाची आहार पद्धत) जवळजवळ नेहमीच प्रजनन यंत्रणेला हानी पोचवत असतात. जर स्त्रियांना मुलं जन्माला घालायची असतील आणि त्यांना समस्यांना जन्म द्यायचा नसेल, तर त्यांनी उपासमारीपासून दूरच राहणं श्रेयस्कर. त्याबद्दल कोणतीही तडजोड नाही.

पचनासाठी उष्मांक खर्च होतात, हे आपण पाहिलंच आहे. पचनासाठी आणखी उष्मांक खर्च व्हावेत, यासाठी दोन युक्त्या उपलब्ध आहेत :

आपण किती आहार घेतो?

आपण आहारात कोणत्या अन्नघटकांचा आणि केवढा समावेश करतो, हा मुद्दा सध्या बाजूला ठेवू या. आपण घेत असलेल्या आहारात भरपूर ट्रान्स फॅट असोत की साखर; आपलं वजन वाढतं, कारण आपला देह एका वेळेस ठरावीक आकाराच्या अन्नाचंच शोषण करू शकतो— प्रत्येक जेवणात जास्तीत जास्त तीनशे ते पाचशे उष्मांकांच्या (नेमका आकडा त्या त्या व्यक्तीच्या बीएमआरवर अवलंबून असतो) अन्नाचं पचन आणि शोषण करण्याची आपल्या देहाची कुवत असते. उदाहरणार्थ, तुम्ही दुपारच्या जेवणात दोन पोळ्या, वरण, दही आणि भाजी एवढा आहार घेतला आणि तुमच्या देहाला जर तेवढंच इंधन वापरायची गरज आहे, तर चॉकलेट, चीजकेक किंवा फळांनी जेवण संपवण्याचा विचारही करू नका. कारण त्यांचं चरबीत परिवर्तन केलं जाऊन ती चरबी शरीरात साठवली जाते. पोळी, वरण, दही, भाजी या जेवणातून तुमच्या देहाला पुरेल एवढं इंधन मिळालेलं आहे. त्यामुळे अधिक अन्नाची तुमच्या देहाला गरज नाही. याहून जे काही जास्त खाल

त्याचं चरबीत रूपांतर होऊन, ती चरबी शरीरात साठून राहील. त्यामुळे तुमच्या आहाराचा आकार योग्य असणं अत्यंत महत्त्वाचं आहे.

माझे अनेक ग्राहक, मी सुचवलेल्या आहाराचा तक्ता घरी नेतात आणि दुपारी भरपूर खाऊन, कॅलरीजची बचत करण्यासाठी रात्री फक्त सूप पितात. पण असं करून काहीही फायदा होत नाही. एका वेळेस प्रमाणाबाहेर आहार घेऊन तुम्ही गरजेपेक्षा जास्तीचं अन्न चरबीच्या रूपात देहात साठवून ठेवत असता. जर अवाजवी आहाराचं परिमार्जन करण्यासाठी रात्री तुम्ही फक्त सूप घेतलं, तर तुमच्या देहाची उपासमार होईल आणि तुमचा देह ऊर्जा मिळवण्यासाठी तुमच्या स्नायूंचं विघटन आणि वापर करू लागेल. त्यामुळे देहाच्या दृष्टीनं अत्यंत मोलाच्या अशा स्नायूंची घट होऊ लागेल. थोडक्यात, देहाचा जमाखर्च दिवसाच्या शेवटी मांडायचा नसतो! तो प्रत्येक जेवणानंतर मांडायचा असतो.

आपण कोणता आहार घेतो?

तुमच्या पचनक्षमतेला आव्हान द्या. आहारात तुम्ही भात घ्या, आइस्क्रीम घ्या, फ्रेंच फ्राइज घ्या किंवा कोक घ्या. तुम्ही खाल्लेली प्रत्येक गोष्ट पचनानंतर शोषली जाते आणि चयापचय क्रियेच्या वेगवेगळ्या वेगानं ऊर्जेसाठी जाळली जाते. त्यामुळे योग्य अन्नघटकांची निवड करून तुम्ही तुमचा बीएमआर वाढवू शकता. जो अन्नपदार्थ पचनासाठी कठीण असेल, तो अन्नघटक पचवण्यासाठी तुमचा देह जास्त कॅलरीज जाळत असतो. ज्या गोष्टी पचवण्यासाठी तुमच्या देहाला जास्त कॅलरीज खर्च कराव्या लागत असतील, असे अन्नपदार्थ खाण्यात हुशारी आहे!

तुमच्या पचन संस्थेला आव्हान द्या

हाय फायबर (जास्त तंतुमय पदार्थ असलेलं) अन्न पचनास जड असतं आणि असं अन्न पचवण्यासाठी आपला बीएमआर जवळजवळ दहा टक्क्यांनी वाढतो. अधिक पिष्टमय किंवा स्निग्ध पदार्थ असलेला आहार घेतला, तर तो पचवण्यासाठी बीएमआर फक्त चार टक्क्यांनी वाढतो. प्रथिनं पचवण्यासाठी बीएमआर तीस टक्क्यांनी वाढतो. कारण प्रथिनांचं विघटन करण्यासाठी खूप ऊर्जा खर्च होते आणि त्यासाठी वापरल्या जाणाऱ्या कॅलरीज तुमच्या देहातील चरबीच्या साठ्याकडून मिळवल्या जातात.

याउलट साखरेसारखे साधे पिष्टमय पदार्थ पचवणं सोपं असतं. हे अन्नपदार्थ तुमच्या शरीरात इतक्या जलद गतीनं शोषले जातात की, त्यांच्या पचनासाठी फारशी ऊर्जा खर्चावी लागत नाही. स्निग्ध पदार्थांच्या बाबतीतही असंच होतं. तुम्ही खात असलेले स्निग्ध पदार्थ चरबीच्या रूपातच देहात साठवले जातात. उदाहरणार्थ, दोन लोकांचा आहार समान उष्मांकाचा आहे; परंतु पहिला माणूस जर त्याच्यापेक्षा जास्त

प्रमाणात स्निग्ध पदार्थ खात असेल, तर त्याचा देह अधिक चरबी साठवून ठेवेल.

फळं आणि भाज्यांमधून मिळणारी साखर गुंतागुंतीच्या रचनेची असते. ती पचवण्यासाठी आपल्या देहाला तिचं विघटन क्रमानं पॉली, डाय आणि त्यानंतर मोनो स्वरूपात करावं लागतं. त्यासाठी ऊर्जेची आवश्यकता असते आणि त्यामुळे आपला देह अधिक कॅलरीज जाळतो.

परंतु हे समजल्यावर, टोकाचा आहार म्हणजे फक्त मांस किंवा खूप प्रथिनं किंवा शून्य स्निग्ध पदार्थ घ्यायला सुरुवात करू नका. ॲटकिन्स डाएटसारखा म्हणजे खूप प्रथिनं असलेला आहार घेण्याच्या धोक्यांबाबत जगात एकमत झालेलं आहे. प्रथिनांच्या बाबतीत अतिरेक करू नये, अशी धोक्याची सूचनासुद्धा कारणांनिशी देण्यात आलेली आहे. ज्या आहारात एकाच अन्नघटकाचा अवाजवी समावेश केला जातो (मग ती वाजवीपेक्षा जास्त प्रथिनं असोत की कच्च्या भाज्या असोत!) त्या आहारामुळे अनेक वैद्यकीय समस्या निर्माण होतात आणि तुमच्या देहाची यंत्रणा खालावू लागते. असा आहार असंतुलित असतो. या सत्याकडे तुम्ही डोळेझाक केली, तर त्याचे दुष्परिणाम तुम्हाला भोगावेच लागतील.

विचार करा

१) सारखे उष्मांक असलेल्या अन्नपदार्थांची यादी पुढं दिलेली आहे. अधिक कॅलरीज जाळल्या जाव्यात, या दृष्टीनं त्यांपैकी कोणते अन्नपदार्थ तुम्ही निवडाल?

१.	☐ सफरचंद	किंवा	☐ टोस्ट केलेला ब्रेडचा स्लाइस
२.	☐ ग्रेप फ्रूट/पपनस	किंवा	☐ २-३- बिस्किटं
३.	☐ ऑरेंज ज्यूस	किंवा	☐ अंड्याचा पांढरा बलक
४.	☐ खाकरा	किंवा	☐ साखरेची गोड गोळी (शुगर कँडी)
५.	☐ साबुदाणा	किंवा	☐ वाटीभर ब्रॅन फ्लेक्स (कोंडा असलेले व्हीट किंवा कॉर्नफ्लेक्स)

तुमच्या देहावर विश्वास ठेवा : धडा सातवा

दर दोन तासांनी आहार घेतला, तर तुमचा बीएमआर वाढेल

माझ्या ग्राहकांनी दिवसाकाठी दहा वेळा विभागून आहार घेतल्यामुळे त्यांच्यापैकी नव्वद टक्के लोकांना त्याचा खूप फायदा झालेला मला दिसून आला आहे.

उत्तर : १. सफरचंद २. ग्रेपफ्रूट/पपनस ३. अंड्याचा पांढरा बलक ४. खाकरा ५. वाटीभर ब्रॅन फ्लेक्स.

तुमच्या मुख्य भोजनांदरम्यान (ब्रेकफास्ट, लंच, डिनर) दर दोन तासांनी तुम्ही एखादं फळ किंवा थोडे बदाम, काजू किंवा एक-दोन बिस्किटं खाल्ली, तर वजन उतरायला मदत होतेच; पण त्यामुळे रक्तातली साखरेची पातळीही स्थिर राहते. तुमच्या नेहमीच्या आहारामुळे अनेक वर्षांत तुमच्या वजनात अजिबात फरक पडलेला नसला, तर तोच आहार तीन-चार जेवणांत विभागण्याऐवजी आठ ते दहा जेवणांत विभागून खा. तुमचं वजन उतरू लागलेलं पाहून तुम्ही थक्क व्हाल!

दर दोन तासांनी थोडं थोडं खाल्लं, तर तुमच्या रक्तातली साखरेची पातळी कधीच खाली जाणार नाही आणि खूप इन्शुलिनही तयार होणार नाही. मी सुचवलेला आहार घेत असलेल्या माझ्या कोणत्याही ग्राहकाची तुम्ही तपासणी करा : त्यांच्या रक्तातली साखरेची पातळी दिवसभर तेवढीच असलेली दिसेल. त्यात कधीही खूप चढ-उतार झालेले दिसणार नाहीत. त्यामागचं कारण असं की, त्यांच्या देहाला सतत इंधन पुरवलं जात असतं, देहाला अशा प्रकारे सतत इंधन पुरवठा होत असेल तर पोट भरल्यासारखं वाटतं आणि मग तुम्हाला कधीच चोरून खावंसं वाटत नाही.

दर तीन तासांनी खाऊन पुरेसं ठरणार नाही, कारण तीन तासांनी खाल्लं, तर एका वेळेस तुम्हाला जास्त खावं लागेल. आपल्याला माहीतच आहे की, एका वेळेस आपला देह ठरावीक आकाराच्या अन्नाचंच पचन, शोषण आणि ज्वलन करू शकतो. त्याहून जास्तीचं अन्न चरबीच्या रूपात देहात साठवून ठेवलं जातं आणि तीच गोष्ट आपल्याला नकोय.

खरंतर माझ्या काही ग्राहकांना दर तासाला खाऊन खूप फायदा होतोय. त्यांचं लंच (दुपारचं जेवण)सुद्धा मी त्यांना दोन भागांत विभागून काही वेळाच्या अंतरानं घ्यायला सांगते. त्यामुळे ते दुपारी एक वाजता डाळ-भात खातात. मग तासाभरानं, दोन वाजता भाजी-पोळी खातात आणि त्याचा त्यांच्या देहावर सुपरिणाम घडलेला दिसून येतो; परंतु बऱ्याचशा लोकांना दर दोन तासांनी खाल्लेलं पुरतं आणि फारच थोड्यांना दर तासानं खावं लागतं.

परंतु याहून कमी अंतरानं मात्र खाऊ नये. माझा एक ग्राहक होता. तो त्याच्याबरोबर नेहमीच थोडे चणे आणि ताक ठेवत असे आणि दिवसभर ते खात असे. कधी कधी तर तो वीस मिनिटांच्या अंतरानंच ते खात असे. असं करण्यानं अजिबात फायदा होत नाही, कारण तुमच्या देहाला अन्न पचवण्यासाठी पुरेसा वेळच न मिळाल्यामुळे चरबी जाळण्याची प्रक्रिया होतच नाही. दोन जेवणांमध्ये योग्य ते अंतर ठेवलं, तरच देह चरबी जाळायची प्रक्रिया सुरू करेल आणि त्यासाठी दोन तासांचं अंतर हेच सुयोग्य ठरेल.

विचार करा

१) वेगवेगळ्या जेवणांमध्ये, दिवसभरात तुम्ही खात असलेल्या अन्नपदार्थांची यादी करा.

ब्रेकफास्ट (सकाळी .... वाजता) ....

जेवण (लंच) (दुपारी .... वाजता) ....

चहा (दुपारी .... वाजता) ....

जेवण (डिनर) (रात्री .... वाजता) ....

२) वजन उतरवण्यासाठी वर दिलेला आहारच लहान आकारात, जास्त वेळा विभागून खा.

सकाळी ७ वाजता : ....

सकाळी ९ वाजता : ....

सकाळी ११ वाजता : ....

दुपारी १ वाजता : ....

दुपारी ३ वाजता : ....

संध्याकाळी ५ वाजता : ....

रात्री ७ वाजता : ....

रात्री ९ वाजता : ....

दर दोन तासांनी खाण्याबद्दल वहिदा रेहमानचं मत

मला वाटतं की, दर दोन तासांनी खाण्याच्या सवयीमुळे माझं आयुष्यच बदलून गेलं! त्यामुळे मला भरपूर जोम आणि उत्साह मिळू लागला. मला गरजेहून जास्त खाण्याची इच्छा कधीच होत नाही; कारण मी दर दोन तासांनी काहीतरी तोंडात टाकत असते. त्यामुळे मला तंदुरुस्त तर वाटतंच, पण त्यामुळे माझं वजनही स्थिर राहतं.

तुमच्या देहावर विश्वास ठेवा : धडा आठवा

लेप्टिन, घ्रेलिन, इन्शुलिन- तुमचं वजन नियंत्रित करणारे हार्मोन्स

लेप्टिन, घ्रेलिन, इन्शुलिन ही तीन अत्यंत महत्त्वाची हार्मोन्स आहेत, जी तुमच्या आहाराबाबत हाहाकार माजवू शकतात किंवा तो नीटपणे नियंत्रणात ठेवण्यासाठी तुम्हाला मदतही करू शकतात.

तुमचं पोट भरलंय, असा संदेश देण्याचं काम करणारं हार्मोन आहे लेप्टिन. लेप्टिन आणि घ्रेलिन ही दोन हार्मोन्स एकत्रितपणे काम करून, तुमची भूक आणि

पोट भरल्याची भावना यावर नियंत्रण ठेवतात. तुमच्या शरीरातली लेप्टिनची पातळी जेव्हा खाली जाते, तेव्हा तुम्हाला पोट भरल्यासारखं कधीच वाटत नाही. जेव्हा शरीरातली घ्रेलिनची पातळी वर जाते, तेव्हा तुमच्या शरीराला चुकीचा संदेश दिला जातो की, त्याला अधिक अन्नाची विशेषतःशर्करायुक्त अन्नाची गरज आहे. जर तुम्हाला नेहमीपेक्षा जास्त खावंसं वाटत असेल किंवा तुमचा हात सतत कोक, बिस्किटं अशा गोड पदार्थांकडे जात असेल, तर तपासणी करून घ्या. लेप्टिनची पातळी कमी झाल्यामुळे आणि घ्रेलिनची पातळी वाढल्यामुळे असं घडत असण्याची शक्यता आहे.

स्वादुपिंडामध्ये इन्शुलिनची निर्मिती होते. त्याचं काम संदेशवाहकासारखं आहे. रक्तातले पोषक घटक शरीरातील पेशींमध्ये साठवणीसाठी नेण्याचं काम इन्शुलिन करत असतं; परंतु शरीरात गरजेपेक्षा जास्त इन्शुलिन तयार झालं, तर त्यामुळे शरीरातली चरबी जळण्याची प्रक्रिया थांबते. तुम्ही जेव्हा खूप गोड पदार्थ खाता, तेव्हा तुमच्या रक्तातली साखरेची पातळी वाढते. तसं झालं की, इन्शुलिनची निर्मितीही प्रचंड प्रमाणात वाढते, कारण तुमच्या रक्तातलं ग्लुकोज काढून ते तुमच्या शरीरातल्या पेशींकडे साठवणीसाठी पाठवण्यासाठी इन्शुलिन प्रयत्न करू लागतं; परंतु इन्शुलिननं रक्तातलं ग्लुकोज पेशींपर्यंत पोचवलं की, रक्तातली ग्लुकोजची पातळी खाली जाते आणि तुम्हाला साखरेची कमतरता जाणवू लागते. अशा प्रकारे एका दुष्टचक्राला प्रारंभ होतो, ज्यामुळे इन्शुलिन रेझिस्टन्स*, ओबेसिटी (मेदवृद्धी) आणि टाइप टू डायबेटिस यांना प्रारंभ होतो.

या सर्व गोष्टींकडे पाहता लक्षात येईल की, तुम्ही जे खाता, त्याचा या हार्मोन्सच्या कार्यक्षमतेवर प्रचंड परिणाम होत असतो. आहारात गोड पदार्थ घेणं कमी करा. फक्त एवढाच फरक करून पाहा. तुमची भूक, तृप्ती (Satiety) आणि रक्तातली साखरेची पातळी या गोष्टी नियंत्रणात येतील. तुम्हाला आहारावर अधिक चांगलं नियंत्रण ठेवता येईल व तुम्ही आरोग्यदायी आहार घेऊ लागाल.

विचार करा

जर लेप्टिनची पातळी कमी आणि घ्रेलिनची पातळी जास्त असेल, तर त्यांची

---

* इन्शुलिन रेझिस्टन्स - वारंवार ग्लुकोजची पातळी खूप वाढत राहिली तर हळूहळू आपल्या पेशी इन्शुलिनला नीट प्रतिसाद देईनाशा होतात. याला इन्शुलिन रेझिस्टन्स म्हणतात. असं झाल्यामुळे इन्शुलिनची पातळी वारंवार खूप वर जाऊ लागते. याचा पुढचा परिणाम म्हणजे स्वादुपिंडाची दमछाक आणि इन्शुलिन उत्पादनात घट : म्हणजेच मधुमेहाची सुरुवात.

पातळी योग्य प्रमाणात आणण्यासाठीचा सर्वोत्तम मार्ग म्हणजे रात्री शांत झोप घेणं, प्रत्येक जेवण माफक आकाराचं खाणं, तणाव दूर करणं आणि रक्तातली साखरेची पातळी नेहमीच प्रमाणात राखणं!

तुमच्या देहावर विश्वास ठेवा : धडा नववा

व्यायामानंतर खाल्लं तर अधिक उष्मांक खर्च होतात

या पुस्तकात सुचवलेली ही सर्वांत सोपी युक्ती आहे. तुमचा देह किती अन्न जाळू शकतो, किती उष्मांक खर्च करू शकतो, हे तुम्ही केव्हा खाता- व्यायामापूर्वी की व्यायामानंतर- यावर अवलंबून असतं. जेव्हा तुम्ही व्यायाम करता, तेव्हा व्यायाम थांबवल्यानंतर बराच वेळ तुमचा देह उष्मांक जाळत राहतो. वस्तुतःतुम्ही व्यायाम केल्यानंतर तीन तासांएवढा प्रदीर्घ काळ तुमचा बीएमआर वाढलेला राहतो. याचाच अर्थ असा की, व्यायामानंतर लगेचच आहार घेतला तर अधिक उष्मांक जळतात. म्हणजे तेवढंच अन्न अधिक जलद गतीनं चयापचय क्रियेतून जातं. म्हणजेच व्यायामामुळे तुमचं वजन कमी होतं आणि त्यानंतरही उष्मांक खर्च होत राहतात. एका वस्तूच्या किमतीत दोन वस्तू मिळवण्यासारखाच सौदा नाही का हा?

अनेकांची (गैर)समजूत असते की, खाल्ल्यानंतर व्यायाम केल्यामुळे आहारातले उष्मांक जाळले जातील. ही समजूत चुकीची आहे. वस्तुतःखाल्लेलं अन्न जाळण्यासाठी खाऊन व्यायाम केला, तर पचनक्रियेला अडथळा येतो आणि व्यायामानंतर खाल्ल्यास जितके उष्मांक जळतील, त्याहून कमीच उष्मांक जळतात.

उपाशीपोटी व्यायाम करणंसुद्धा हितावह नसतं. तुम्ही झोपेतून उठता, तेव्हा सलग सात ते दहा तास तुमच्या देहाला काहीही इंधन मिळालेलं नसतं. जर काहीही न खाता तुम्ही देहावर व्यायामाची सक्ती केली, तर देह 'उपासमारीच्या अवस्थेत' जातो आणि तुम्ही व्यायामाला सुरुवात केल्यावर ऊर्जेसाठी फक्त चरबी न जाळता स्नायूसुद्धा जाळू लागतो. त्यामुळे जागं झाल्यावर थोडंसं काहीतरी खाऊन त्यानंतर तुम्ही व्यायामाला सुरुवात केलेली योग्य. मग तुम्ही अर्धं फळ खा किंवा थोडंसं काहीतरी पौष्टिक खा आणि देहाला इंधन पुरवून कामाला लावा. मग व्यायाम करून त्यानंतर नेहमीचा नाश्ता घ्या; कारण त्या वेळेस तुमचा बीएमआर अत्युच्च पातळीवर पोचलेला असतो.

तसेच व्यायामानंतर डुलकी घ्यायची सवय असलेल्यांसाठी सावधगिरीची सूचना : व्यायामानंतर तुमचा देह जोमानं उष्मांक जाळत असतो. त्याचा फायदा

घ्या! तुमचा देह जोमानं उष्मांक जाळण्याच्या स्थितीत असतो, तेव्हा तुम्ही व्यायामानंतर झोपला, तर तुमचा देह कमी उष्मांक जाळू लागेल. म्हणूनच व्यायामानंतर जागे राहा आणि वाढलेला बीएमआर सत्कारणी लावून कॅलरीज जाळत राहा!

व्यायामाच्या वेळा नव्यानं आखा

तुमच्या देहाकडून अधिक कॅलरीज जाळल्या जाव्यात यासाठी तुम्हाला फक्त व्यायामाची वेळ बदलावी लागणार आहे. व्यायामाची नवी वेळ ठरवून त्यावर गोलाकार खूण करा.

१) नाश्त्यापूर्वी
सकाळी ६.०० सकाळी ७.०० सकाळी ८.०० सकाळी १०.००

२) दुपारच्या जेवणापूर्वी
सकाळी ११.०० दुपारी १२.०० दुपारी १.०० दुपारी २.००

३) दुपारच्या चहापूर्वी
दुपारी ३.०० दुपारी ४.०० संध्याकाळी ५.००

४) रात्रीच्या जेवणापूर्वी
रात्री ७.०० रात्री ८.०० रात्री ९.००

सूचना : तुमची व्यायामाची नवी वेळ लक्षात घेऊन तुमच्या जेवणाच्या वेळा थोड्याशा बदला.

तुमच्या देहावर विश्वास ठेवा : धडा दहावा

तुमचा देह व्यायामाला ताबडतोब प्रतिसाद देतो

हे अटळ सत्य आहे! तुम्ही कितीही काळजीपूर्वक खा; तुम्हाला वजन उतरवण्यासाठी व्यायामाची गरज असतेच, ही साधी गोष्ट दुर्लक्षून चालणार नाही. तुमचा देह व्यायामाला कसा प्रतिसाद देतो याची सत्य आकडेवारी पाहून तुम्ही स्तिमित व्हाल.

तुम्हाला ठाऊक होतं?

- हृदयाला व्यायाम देणारी चालणं किंवा धावणं ही क्रिया करत असताना, त्या क्रियेत भाग घेणारे तुमचे स्नायू आरामाच्या स्थितीत असताना वापरतात त्याहून

पंचवीस पट अधिक ऊर्जा वापरतात. पन्नास ते शंभर मीटर वेगानं धावण्यासारखा व्यायाम नेहमीपेक्षा १२० पट जास्त ऊर्जा वापरतो! याच कारणास्तव, 'इन्टर्व्हल ट्रेनिंग' (बेताचा किंवा जोरदार व्यायाम काही दिवस करून त्यानंतर विश्रांतीचा काळ जाऊ देणं) इतकं लोकप्रिय झालेलं आहे.

- तुम्ही व्यायाम करता, तेव्हा तुमच्या हृदयाचे ठोके अधिक जलद गतीनं पडतात आणि तुमच्या स्नायूंकडे आणि अन्य उतींकडे (tissues) जास्त रक्तपुरवठा केला जातो. जोराचा व्यायाम करताना हृदयाचे ठोके मिनिटाला दीडशे इतके जलद पडू लागतात (नेहमीपेक्षा दुप्पट वेगानं पडू लागतात).
- सर्वसाधारण माणसाचं हृदय मिनिटाला साधारणतःपाच लिटर रक्त शरीरभर रवाना करतं. जोराचा व्यायाम करत असताना हृदय पाचऐवजी वीस लिटर रक्त शरीरभर पाठवू लागतं.
- तुम्ही किती जोरानं व्यायाम करत आहात, त्यानुसार तुमचा बीएमआर तुमच्या आरामाच्या स्थितीतल्या बीएमआरपेक्षा चार ते वीस पटींनी वर जातो. वीस पटींनी बीएमआर वर गेला की, तुम्ही वीसपट अधिक कॅलरीज जाळता.
- व्यायामासाठी वेळ बाजूला ठेवून खूप जोमानं कष्ट करायला हवेत, असं नाही! वरच्या मजल्यावर जाताना लिफ्टऐवजी जिना वापरणं, फोनवर बोलत असताना चालत येरझारा घालणं, अशा साध्या गोष्टींचा दिनक्रमात समावेश करून घेतला तरी तुम्ही वजन उतरवू शकता. लक्षात ठेवा, वजन कणाकणानं वाढतं, तसंच कणाकणानं उतरतही जातं. अगदी सहज जमण्यासारख्या हालचाली केल्यामुळेही कालांतरानं भरपूर फायदा होत असतो!

परंतु, 'मी आता व्यायामानं जेवढ्या कॅलरीज खर्च करतेय, तेवढ्याच जास्तीच्या कॅलरीज मी आता आहारातून घेऊ शकेन,' अशा मोहात मात्र अजिबात पडू नका! सर्वसाधारणत: आपण आहारातून किती उष्मांक घेतो, हा आकडा आपण कमी धरत असतो आणि व्यायामानं आपण किती उष्मांक जाळतो, हा आकडा आपण फुगवून धरत असतो.

वजन घटवण्यासाठी तुम्ही शारीरिक हालचालींमधून आनंद मिळवायला शिका! एक गोष्ट नेहमी लक्षात ठेवा- काहीही हालचाल न करण्याच्या तुलनेत तुम्ही केलेली कोणतीही शारीरिक हालचाल नेहमीच अधिक उष्मांक जाळत असते. तुम्हाला आनंद देणारा एखादा व्यायाम शोधून काढा आणि दर आठवड्याला त्यासाठी ठरावीक वेळ राखून ठेवा.

विचार करा

सत्तर किलो वजन असलेल्या व्यक्तीच्या दर तासाला खर्च होणाऱ्या कॅलरीजचा अंदाज बांधता येतोय? उत्तर पाहून तुम्ही आश्चर्यचकित व्हाल! योग्य उत्तरं पुढं दिलेली आहेत.

१) बसलेलं असताना
☐ ७१ कॅलरीज ☐ ८२ कॅलरीज ☐ २८ कॅलरीज

२) उभं असताना
☐ ९७ कॅलरीज ☐ ५६ कॅलरीज ☐ १२ कॅलरीज

३) भरभर चालत असताना (ताशी ५ किलोमीटर वेगानं)
☐ २१० कॅलरीज ☐ २८० कॅलरीज ☐ ३२९ कॅलरीज

४) बेताची शारीरिक हालचाल (ऑफिसातील काम किंवा स्वयंपाक)
☐ २१० कॅलरीज ☐ २४६ कॅलरीज ☐ ११९ कॅलरीज

५) सायकल चालवणं (ताशी १० किलोमीटर वेगानं)
☐ १८८ कॅलरीज ☐ २४६ कॅलरीज ☐ २१७ कॅलरीज

जे अन्नपदार्थ केवळ तुमचं वजन घटवणार नाहीत, तर तुम्ही आयुष्यभरासाठी आवडत्या अन्नपदार्थांना मुकत आहात, या भावनेपासून तुम्हाला दूरही ठेवू शकतील, असे अन्नपदार्थ निवडण्यासाठी या पुस्तकात मी तुम्हाला मदत करणार आहे.

तुमचं वजन कितीही असो! तुम्ही दीर्घ श्वास घ्या, स्मित करा आणि स्वत:च्या देहावर विश्वास ठेवायला शिका. एक गोष्ट कायम लक्षात ठेवा- जिवंत असेपर्यंत आपला देह सतत उष्मांक जाळत असतो!

उत्तर : १. ८२ कॅलरीज २. ९७ कॅलरीज ३. ३२९ कॅलरीज ४. २४६ कॅलरीज ५. २४६ कॅलरीज

Calculator, http://www.healthcalculators.org/calculators/calories_burned.asp,accessed on 12/12/12

मनापासून प्रयत्न करा

...तर मग कधी प्रारंभ करताय?

आहाराबाबतच्या तुमच्या जुन्या सवयींना रामराम ठोका!

एकदा का तुमच्या लक्षात आलं की, आहाराच्या तुमच्या सवयी आरोग्याला घातक आहेत, तरच तुम्ही त्या बदलण्यासाठी प्रारंभ करू शकाल आणि त्यासाठी एकच मार्ग उपलब्ध आहे, तो म्हणजे खाण्याबाबतच्या तुमच्या जुन्या सवयींना रामराम ठोकणं! आजवर अन्न हे तुमचं प्रेमपात्र होतं, ते वास्तवापासून सुटका करून घेण्याचं एक साधन होतं, करमणुकीचं साधन होतं, तुमच्यावर हुकमत गाजवणारं वरिष्ठ होतं आणि तुमची काळीकुट्ट गुपितं तुम्ही विश्वासानं त्याला सांगितली होती. प्रकृतीस घातक अशा आहाराबरोबर नातं असणं ही गोष्ट विनाशकारी मित्र किंवा मैत्रीण जवळ करण्यासारखीच आहे. असं नातं निग्रहानं तोडणंच बरं.

'आपण मनमोकळा संवाद साधणं गरजेचं आहे'

अशा प्रकारचं संभाषण कुणालाच नको असतं. पण तुम्हाला अशा घातक सवयी सोडण्याची खरोखरच इच्छा असेल आणि नव्या सुयोग्य सवयी अंगी रुजवायच्या असतील, तर स्वत:मधील कोणत्या गोष्टींमध्ये आपण बदल करायला हवा याचा आढावा घेणं गरजेचं आहे. इतर वेळी करता तसं या वेळीसुद्धा वस्तुस्थितीकडे डोळेझाक केल्यानं तुमचा कोणताही फायदा होणार नाहीये. तुमचं अन्नाबाबतचं धोरण तुम्ही प्रामाणिकपणे तपासून पाहायला हवं. त्यासाठी फक्त एक टिपणवही करा, सवयी लिहून काढा; इतकं सोपं काम करायचंय.

एका वहीची सात कोरी पानं घ्या आणि प्रत्येक पानावर नोंद करा की, सोमवार ते रविवार या सात दिवसांत तुम्ही दररोज कोणता आहार घेतला. मग तुम्ही अगदी मूठभर दाणे खाल्लेले असोत की दोन वेफर्स किंवा चार टेबलस्पून बुंदी रायता खाल्लेला असो- प्रत्येक गोष्टीची वहीत नोंद करा. कोणत्या वेळेस काय खाल्लं याचीही नोंद करा. एवढा वेळ दिल्यानं तुमचा खूप फायदा होणार आहे, ही गोष्ट विसरू नका. कारण ही यादी पाहताक्षणी तुमच्या लक्षात येईल की, तुम्ही काय काय खाल्लं आहे. माझे काही ग्राहक मला सांगतात की, ते नेहमी कॅलरीजचा हिशेब करूनच खात

असतात आणि बाहेर जेवायला गेले असता, फक्त सॅलडच खातात. अशा ग्राहकांना सल्ला देताना, मी त्यांच्या निदर्शनाला आणून देते की, सॅलडला नटवणाऱ्या विविध गोष्टी आणि सॅलड ड्रेसिंगमुळे, सीझर सॅलड खाल्ल्यामुळे नऊशे कॅलरीज पोटात जात असतात. नऊशे कॅलरीज म्हणजे दिवसाला आवश्यक असलेल्या कॅलरीजच्या अर्ध्याहून अधिक हिस्सा! रशियन सॅलडमुळे दिवसाला आवश्यक अशा स्निग्ध पदार्थांपेक्षा सहाशे टक्के जास्त स्निग्ध पदार्थ आपल्या पोटात जातात. मग त्यापेक्षा रशियन सॅलडऐवजी चीज न घातलेला बर्गर खाणं जास्त श्रेयस्कर ठरेल.

वहीत नोंद करण्याजोगी आणखी एक गोष्ट म्हणजे- दिवसभरात कोणत्या वेळेस सर्वांत जास्त भूक लागते? तुमचं वजन इच्छित पातळीपर्यंत घटवण्यासाठी ही माहिती अत्यंत महत्त्वाची आहे. दिवसाच्या वेगवेगळ्या वेळेस तुम्हाला खूप भूक लागते आणि ती मंदावलेली असते. दिवसाच्या ज्या ज्या वेळी तुम्हाला खूप भूक जाणवते, त्या वेळांची नोंद करा आणि आहाराबाबतचं नियोजन करा. संध्याकाळी पाच ते सातच्या दरम्यान मला सर्वांत जास्त भूक जाणवते आणि त्या वेळेस मी सर्वांत जास्त खाते. माझे काही ग्राहक रात्रीच्या जेवणानंतर काहीतरी तोंडात टाकत राहतात. ज्या वेळेस असं चटकमटक खाद्य तोंडात टाकायचा मोह सर्वांत जास्त होत असतो, त्या वेळेस हा मोह टाळण्यासाठी तुम्ही दिनचर्येत कोणता बदल करू शकता, यावर वजन उतरवण्यात लाभणारं यश अवलंबून असतं. ही नोंदवही जपून ठेवा; कारण अन्नाबाबतचं धोरण तुम्हाला पूर्णपणे बदलायचं आहे. अन्नाबाबतचं तुमचं धोरण काय आहे, हे आपण थोडंसं तपासून पाहू.

नोंद करा

तुम्हाला सर्वांत जास्त भूक केव्हा जाणवते?

सकाळी ८ वाजता ....

सकाळी १० वाजता ....

दुपारी १२ वाजता ....

दुपारी ३ वाजता ....

संध्याकाळी ५ वाजता ....

रात्री ७ वाजता ....

रात्री ९ वाजता ....

'तुमच्यामुळे नाही, माझ्यामुळे!'

हात वर करा. तुमच्यापैकी किती जणांनी नातं तोडण्यासाठी ही सबब पुढं केलीय? कुणालाही न दुखावता नातं तोडण्याची, ही पूर्वापारपासून चालत आलेली पद्धत आहे. खाण्याबाबतच्या चुकीच्या सवयी तोडताना ही पद्धत हमखास उपयोगात आणा. कारण आनुवंशिकता, आजूबाजूचं वातावरण, हार्मोन्स, सध्याचा काळ या सबबी तुम्ही कितीही पुढं केल्या तरी अंतिमतःखाण्याच्या सवयींबाबत तुम्ही आणि फक्त तुम्हीच जबाबदार असता!

अन्नाला उद्देशून एक पत्र लिहा. अन्न हे एक माणूसच आहे, असं समजून त्याच्याशी बोला. अन्नाशी असलेलं नातं तोडू नका; खाण्याबाबतच्या चुकीच्या सवयी तोडा.

प्रिय अन्ना,

दोष तुझा नाही. दोष माझा आहे. माझं तुझ्यावर अजूनही प्रेम असलं, तरी एक गोष्ट ध्यानात ठेव. तू माझा बॉसही नाहीस किंवा वास्तव विसरण्याचा मार्गही नाहीस. तू माझा मित्र आहेस; अगदी जवळचा मित्र आणि तू वजन उतरवण्याच्या माझ्या कामात मला मदत करणार आहेस. त्यासाठी तू योग्य वेळी आणि योग्य प्रमाणात मला उपलब्ध होणार आहेस.

अन्ना, तू पुढील गोष्टी नाहीस!

(पुढील जागेत सध्या तुमच्या आयुष्यात अन्न जी नकारात्मक भूमिका वरचश्मा ठेवून बजावत आहे, त्याबद्दल लिहा.)

१. माझा बॉस

....

२. मी काय करतो किंवा केव्हा करतो यावर नियंत्रण ठेवत असलेली गोष्ट

....

३. माझी ज्याच्यात भावनिक गुंतवणूक आहे, अशी गोष्ट

....

४.

....

५.

....

६.

....

अन्ना, तू पुढीलप्रमाणं वागावंस असं मला वाटतंय :

१. माझ्या देहाचं योग्य प्रकारे पोषण करण्याला मदत करणारा

....

२. मला गरज असेल, तेव्हा उपलब्ध होणारा

....

३. माझ्या वेळा पाळणारा

....

४.

....

५.

....

तुझी मैत्रीण
(तुमचं नाव) ....

अन्नाला लिहिण्याच्या पत्राचा एक मसुदा आम्ही सुचवला आहे. तुम्हाला आवडेल त्या पद्धतीनं तुम्ही हे पत्र लिहू शकता.

'आपण मित्र बनू या'

तुमच्या जीवनात तुमचे अनेक प्रकारचे मित्र असतात. कुणी असतात पुस्तकी किडे. कुणाला खरेदीचीच चटक असते. कुणाला तुम्ही पहाटे तीन वाजतासुद्धा मोकळेपणानं फोन करू शकता. कुणी तुम्हाला झिंगलेलं पाहिलंय किंवा आत्मघातकी नाती जोडतानाही पाहिलंय. अन्नाबाबतही तुम्ही हेच तर्कशास्त्र वापरायला हवं. अन्न वेगवेगळ्या आकारांत, प्रकारांत उपलब्ध असतं. काही प्रकारच्या खाद्य पदार्थांशी तुम्ही दुरूनच तोंडओळख ठेवलेली बरी. काहींशी तुम्ही मैत्री जोडू शकता, तर काहींशी तुम्ही घनिष्ठ मैत्री जोडणं आवश्यक असतं; परंतु आनंदाची गोष्ट अशी की, सर्व प्रकारच्या अन्नाबरोबर तुम्ही मैत्री जोडू शकता. जसं आपण आपलं सामाजिक आयुष्य आखतो, तसंच आपण वेगवेगळ्या खाद्य पदार्थांबरोबरचं नातं आखलं पाहिजे.

सर्वांत जवळचे मित्र

म्हणजेच तुम्ही रोज खाऊ शकता अशा गोष्टी

भात, पोळी, ब्रेड, **उपमा,** कुरमुरे, **दलिया,** कॉर्नफ्लेक्स,**लाह्या,** नूडल्स, पोहे, भेळ, स्पघेट्टी, होलव्हीट पास्ता, **भाज्या,** बटाटे, **मटार,** चिकन, मासे, डाळ, **मूग,** चणे, राजमा, **द्राक्षं,** आंबे, केळी **पनीर,** साय काढलेलं दूध, दही, **अंड्याचं पांढरं**, किनोआ (एक धान्य), कुसकुस (एक धान्य), रताळी, रवा, बाजरी, ज्वारी, नाचणी बिस्किट, मोमो

मित्र

आठवड्यातून एक-दोन वेळा खाण्याजोग्या गोष्टी

चीज, गोड पदार्थ, **चॉकलेट मफिन्स**,तळलेले पदार्थ, **पिझ्झा,** कोळंबी, केक, आइस्क्रीम, **सामोसा,** बटाटावडा, **भजी,** तळलेलं वॉंटन*, **जिलेबी**

ओळखीचे लोक

महिन्यातून एखाद्या वेळेस हसून ओळख दाखवण्याजोगे मित्र (खाद्य पदार्थ)

चरबी, **बेकन,** बीफ, **मटण,** पोर्क, शेलफिश, **स्मूदी,** फ्रूट ज्यूस, फसफसणारी पेयं आणि खावंसं वाटणारं सर्व काही!

(वरील यादी ढोबळ आहे. संपूर्ण नाही. त्यामागचा हेतू म्हणजे कोणते अन्नपदार्थ किती वारंवार खावेत याबद्दलचं मार्गदर्शन करणं)

आता तुमच्या आहाराच्या सवयींबद्दल (अन्नपदार्थ, ते खाण्याच्या वेळा आणि ते किती वारंवार खाल्ले जातात याबद्दलची) तुम्ही केलेली नोंदवही काढा आणि वरील गोष्टींबरोबर तुमच्या सध्याच्या आहाराची तुलना करून तुमच्या हातून घडणारी

---

* फ्राइड वॉंटन : तिंबलेली कणीक लाटून, आत पोर्कचं सारण भरून कडा करंजीप्रमाणे चिकटवून तळून काढलेला चीनमधला लोकप्रिय खाद्य पदार्थ.

चूक शोधून काढा. काही गोष्टी तुम्ही महिन्यातून एकदा थोड्या प्रमाणात खाण्याऐवजी सारख्या खाताहात का? (तुम्ही ओळखीच्या लोकांशी जास्त सलगी करताय?) रोज घेण्याजोग्या महत्त्वाच्या खाद्य पदार्थांकडे दुर्लक्ष करताय? (तुमच्या जिवलग मित्रांना तुम्ही टाळताय?) आठवड्यातून एक-दोन वेळा खाण्याजोग्या गोष्टींना तुम्ही जास्त वेळा खाताय? (मित्रांना डोक्यावर बसवताय?) अशा प्रकारे विचार केला, तर हातून घडणाऱ्या चुका उमगतील. तुमचं वजन उतरवण्यासाठी तुमच्या 'जिवलग मित्रां'वर आणि 'मित्रां'वर विश्वास ठेवा. तरच तुम्हाला तुमच्या प्रयत्नांमध्ये यश लाभेल. वजन उतरवताना 'ओळखीच्या लोकां'कडे संपूर्ण दुर्लक्ष करा. तुम्ही संकटात सापडलात, तर कुणावर भिस्त ठेवाल? जिवलग मित्रांवर की जुजबी तोंडओळख असलेल्यांवर? विचार करा.... आणि काळजी करू नका! तुम्ही इच्छित पातळीएवढं वजन घटवलं की, तुमच्या 'जुजबी ओळखीच्या लोकांशी' ओळख कशी वाढवायची, याबद्दल मी तुम्हाला मार्गदर्शन करेन.

अथपासून इतिपर्यंत

स्वतःपुढलं उद्दिष्ट ठरवा

माझ्याकडे सल्ल्यासाठी येणारे लोक कुणीही असोत, कोणताही व्यवसाय करत असोत; प्रत्येक जण डोक्यात एक विशिष्ट आकडा घेऊन येत असतो.

'मला माझं वजन छप्पन्न किलोंपर्यंत उतरवायचंय.'
'माझ्या कॉलेजच्या दिवसांतल्या चोवीस साइझच्या जीन्स मला घालता आल्या पाहिजेत.'
'मला झीरो साइझ गाठायचाय.'
'मला महिन्याला पाच किलो वजन उतरवायचंय.'

गमतीची गोष्ट म्हणजे, हे सर्व लोक डोक्यात नेमका एकच आकडा घेऊन येतात. पर्याय म्हणून ते दोन, तीन किंवा चार आकडे कधीही धरत नाहीत. मला साधारणतःपंचावन्न ते साठ किलोंवर वजन आणायचंय किंवा सहा ते आठ साइझ आणायचीय, असं म्हणणारे लोक क्वचितच दिसतात. त्यांच्या डोक्यात फक्त एकच आकडा घट्ट बसलेला असतो आणि तो गाठता आला नाही, तर आपला सपशेल पराजय झाला, असंच त्यांना वाटत राहतं.

असं केल्यामुळे तुम्ही स्वतःवरच किती दडपण आणताय, याचा विचार करा बरं! कामाचा ताण, कौटुंबिक समस्यांचा ताण यांच्या जोडीलाच तुम्ही वजनाची नेमकी एक पातळी गाठण्याचा ताण ओढवून घेत असता. तुमच्या कॉलेजच्या स्नेहसंमेलनासाठी एक विवक्षित काळा ड्रेस घालता यावा किंवा फिट्ट बसणारा सूट घालता यावा, यासाठी तुम्ही अनेक वर्षं वाढवत नेलेलं वजन केवळ काही आठवड्यांमध्ये उतरवण्याचा प्रयत्न सुरू करता. माझ्याकडे असे अनेक ग्राहक येतात, ज्यांचं वजन एक्याऐंशी किलो असतं आणि त्यांना अवघ्या सहा महिन्यांमध्ये ते तीस किलोंनी घटवायचं असतं!

आणि त्यांनी अद्याप प्रयत्न सुरूही केलेला नसतो!

यातला सर्वांत वाईट भाग कोणता असेल, तर तुम्हीच उद्दिष्ट आखून घेता, तुम्हीच स्वत:ला त्याबद्दल काळजी लावून घेता आणि तुम्हीच स्वत:ला अपरिहार्य अपयशाच्या दिशेनं नेऊ लागता. असा अतिरिक्त ताण घेऊ नका. शांतपणे विचार करा आणि हळूहळू आपल्याला झेपेल अशा व्यवहार्य पद्धतीनं वजन उतरवायला प्रारंभ करा. घाईघाईनं एखादं उद्दिष्ट ठरवलं असलं, तर ते डोक्यातून आधी काढून टाका. त्याऐवजी झेपेल असं, साध्य करता येईल असं नवं उद्दिष्ट ठरवा. म्हणजे तुमच्या मनावर अकारणच आलेला ताण आपोआप नाहीसा होईल आणि त्यानंतर लवकरच तुमचा वजनाचा काटा तुमचं वजन घटत असल्याची आनंदाची बातमी तुम्हाला देईल.

'ए'पासून 'ए'पर्यंत की 'ए'पासून 'बी'पर्यंत?

वरवर पाहता, वजन घटवणं म्हणजे फक्त 'ए'कडून (तुमच्या आताच्या वजनाकडून) 'बी'कडे (तुमच्या इच्छित वजनाच्या उद्दिष्टाकडे) जाणं. परंतु बऱ्याचदा 'ए'कडून 'बी'कडे जाताना, आपल्यापैकी अनेक जण रस्ता चुकतात. आपला वेग कमी होतो, आपण प्रयत्न करणं सोडून देतो आणि आपलं थोडंफार घटलेलं वजन पुन्हा मूळ पदावर जातं. म्हणजे आपण 'ए'पासून सुरुवात करून पुनश्च 'ए'कडेच पोचतो.

असं घडण्याचं कारण काय? असं तर घडलेलं नसतं की, आपण मुक्कामाची जागा ठरवतो, पण तिथं जाण्याचा मार्ग आखत नाही? आपण उद्दिष्ट ठरवताना, फक्त आताचं वजन पाहून इच्छित वजनाचा आकडा तर ठरवत नसतो? आपल्याला वजन किती घटवायचंय एवढंच ठरवून भागत असतं का? की उद्दिष्ट ठरवताना इतर गोष्टीही लक्षात घेणं गरजेचं असतं? उद्दिष्ट गाठण्यासाठी काय करावं लागेल, कोणते व्यायाम करावे लागतील, नव्या प्रकारची जीवनशैली स्वीकारण्यासाठी कोणती तडजोड करावी लागेल, याबद्दल पुरेसा विचार करणं गरजेचं असतं.

आणि हाच तर कळीचा मुद्दा असतो. वजन घटवण्यासाठी आयुष्यात बदल घडवावे लागतात. त्यासाठी योग्य अशी मानसिकता आणावी लागते. तुम्ही स्वास्थ्याच्या दिशेनं खरोखरच वाटचाल सुरू केलेली आहे, याचा पुरावा म्हणजे तुम्ही आता घेत असलेला सुयोग्य आहार!

वजन उतरवण्याचं उद्दिष्ट जसं व्यवहार्य असायला हवं, तसंच ते आव्हानात्मकसुद्धा असायला हवं. समजा, तुम्ही एक पस्तीस वर्षं वयाची स्त्री आहात, विवाहित आहात आणि तुम्हाला दोन मुलं आहेत आणि तुमच्यावर त्या अनुषंगाने येणाऱ्या

जबाबदाऱ्या आहेत. रोज तुम्ही दहा तास नोकरीत व्यस्त असता आणि महिन्याकाठी पाच-सहा किलो वजन उतरवण्याचा तुमचा विचार आहे. पण लक्षात घ्या की, असं उद्दिष्ट ठेवलं, तर तुमच्या स्वास्थ्याला धोका पोचेलच; परंतु उद्दिष्ट गाठता न आल्यामुळे तुम्हाला वैफल्यसुद्धा येईल! याउलट स्वत:पुढं अगदी तोकडं उद्दिष्ट ठेवलं, तर तुम्ही प्रयत्न करण्यास कधी सुरुवातच करणार नाही! सतत आजचं उद्दिष्ट उद्यावर ढकलत राहाल. त्यामुळे तुम्हाला खरोखरच काय शक्य होईल, याचा व्यवहार्य दृष्टीनं विचार करा. कारण उद्दिष्ट गाठता येण्यासाठी योग्य प्रकारे प्रारंभ करणं हे सर्वांत महत्त्वाचं असतं.

तुमच्या आताच्या वजनापासून इच्छित वजनापर्यंतचा ('ए'पासून 'बी'पर्यंतचा) प्रवास तुम्हाला स्वत:च्या निर्णयानुसार पार पाडता यावा, या दृष्टीनं मी अथपासून इतिपर्यंतच्या महत्त्वाच्या मुद्द्यांची जंत्री खातरजमेसाठी देणार आहे. मी दिलेले मुद्दे लक्षात घ्या आणि मोकळ्या जागांमध्ये योग्य ते आकडे भरा, म्हणजे वजन घटवण्याची योजना तुम्ही विनासायास आखू शकाल. किती काळात उद्दिष्ट साध्य करता येईल आणि त्यासाठी जीवनशैली कशा प्रकारे बदलता येईल हे ठरवू शकाल. तुमच्या गरजेनुसार आणि सोईप्रमाणे तुम्हाला वजन घटवण्याबाबतचं उद्दिष्ट ठरवता यावं, यासाठी मी तुम्हाला फक्त काही साधनं पुरवणार आहे. ती वापरून तुम्ही स्वत:च निर्णय घ्यायचा आहे. पुढील मजकूर वाचा आणि मोकळ्या जागा भरून झाल्यानंतर, दिलेल्या चौकोनांमध्ये खूण करत जा आणि तुमच्या वजनाबाबतच्या उद्दिष्टाकडे वाटचाल करण्यास प्रारंभ करा.

सर्वप्रथम एबीसी

ए- तुमचं सध्याचं वजन किती?

सकाळी उठल्याबरोबर (एकदा बाथरूमला जाऊन आल्यानंतर) सकाळच्या नाश्त्यापूर्वी आणि हलक्या वजनाच्या कपड्यांमध्ये स्वत:चं वजन करा. हे दिवसातलं तुमचं सर्वांत कमी वजन असेल आणि तुमच्या सध्याच्या वजनाचा हा बिनचूक अंदाज असेल.

असं करणं शक्य नसेल, तर तुम्हाला शक्य होईल त्या वेळेस स्वत:चं वजन करा; परंतु तुम्ही कोणत्याही वेळेस वजन केलं, तरी वजनाबाबतची तुमची प्रगती मापण्यासाठी आठवड्यातून एकदा, त्याच वारी, त्याच वजनकाट्यावर (कारण वजनाचे वेगवेगळे काटे वेगवेगळी वजनं दाखवू शकतात) दिवसाच्या त्याच वेळेस आणि त्याच प्रकारच्या कपड्यांमध्ये वजन करा. (उदाहरणार्थ, एका आठवड्याला तुम्ही सलवार-कमीजमध्ये वजन केलं आणि पुढच्या

आठवड्याला जीन्समध्ये वजन केलं, तर जीन्स घातल्यावर तुमचं वजन अर्ध्या किलोनं जास्त भरेल.)

आताचं वजन .... किलो.

☐ वजन करून मोकळ्या जागेत तो आकडा भरला की, या चौकोनात ✓ अशी खूण करा.

बी- तुमची वजन घटवण्याबाबतची प्रगती लक्षात यावी या दृष्टीनं योग्य असा पोशाख निवडा

तुम्ही आहाराचे नियम कितीही काटेकोरपणे पाळले आणि कितीही व्यायाम केला, तरी दर आठवड्याला वजनकाट्यावर फरक दिसेलच असं नाही. तेव्हा असेच कपडे निवडा की, वजन उतरलं तर तो फरक ताबडतोब जाणवेल. जीन्स, सलवार-कुर्ता कशाचीही निवड करा. जर तुमचे कपडे तुम्हाला आणखी आणखी ढगळ होऊ लागले किंवा अनेक वर्षं घट्ट होत असलेला ड्रेस तुम्हाला आता अंगावर चढवता येऊ लागला, तर तुमचं वजन कमी झालंय हे नक्की; मग वजनकाटा काहीही दाखवो!

☐ ही गोष्ट केल्यानंतर चौकोनात ✓ अशी खूण करा.

सी- तुमचं उद्दिष्ट कोणतं?

उद्दिष्ट निश्चित कराल, तेव्हा नेहमी लक्षात ठेवा की, तुम्ही लाखात एक आहात! तुमचं वजन तुमच्या दृष्टीनं अद्वितीय आहे. प्रत्येकाला एकाच तराजूत तोलून चालणार नाही. प्रत्येकानं एक उद्दिष्ट डोळ्यांपुढे ठेवून, त्या दिशेनं वाटचाल करणं गरजेचं असलं, तरी सर्वांची उद्दिष्टं कधीही समान असू शकत नाहीत. समान उंचीला विवक्षित वजन, असं कोष्टक धरून चालणं मला पटत नाही. सारखीच उंची असलेल्या सर्वांचंच सर्वयोग्य वजन सारखंच असणार नाही. तुम्हाला शोभेल एवढं तुमचं वजन असायला हवं. सहा फूट उंचीची आणि पंचाहत्तर किलो वजनाची दोन माणसं वेगळी दिसतात. मध्यम चणीच्या माणसाला हे वजन योग्य दिसेल; परंतु थोराड माणूस एवढंच वजन असता कृश भासेल. वजनाबाबत उद्दिष्ट ठरवताना जास्तीत जास्त आणि कमीत कमी असा दोन प्रकारच्या मर्यादांमधला टप्पा डोळ्यांपुढं धरावा. थोडक्यात, एकच ठरावीक आकडा डोळ्यांपुढं न धरता, दोन मर्यादांमधला कोणताही आकडा गरजेनुसार निवडण्याचं स्वातंत्र्य घ्यावं.

एलआयसीनं (लाइफ इन्शुरन्स कॉर्पोरेशन) वजन-उंचीचा एक प्रमाणबद्ध तक्ता बनवला आहे. भारतीय लोकांच्या चणीसाठी तो तक्ता एका ठरावीक मर्यादांमधलं वजन सुचवतो. हा तक्ता अध्याहृत धरतो की, त्यात दिलेल्या मर्यादेदरम्यानचं वजन तुम्ही निवडू शकता आणि या मर्यादांबाहेरचं वजन निवडायचं स्वातंत्र्यही तुम्ही घेऊ शकता. या मर्यादांमध्येच बसणारं वजन असलं पाहिजे, असा कोणताही नियम नाही!

खालील तक्ता पाहून तुमच्या वजनाची निवड करा.

उंची मीटरमध्ये आणि फूट व इंचांमध्ये	पुरुष किलो/पौंड	स्त्रिया किलो/पौंड
१.५२ (५'०")	--	५०.८ ते ५४.४/ ११२-१२०
१.५४ (५'१")	--	५१.७ ते ५५.३/ ११४-१२२
१.५७ (५'२")	५६.३ ते ६०.३/ १२४-१३३	५३.१ ते ५६.७/ ११७-१२५
१.६० (५'३")	५७.६ ते ६१.७/ १२७-१३६	५४.४ ते ५८.१/ १२०-१२८
१.६३ (५'४")	५८.९ ते ६३.५/ १३०-१४०	५६.३ ते ५९.९/ १२४-१३२
१.६५ (५'५")	६०.८ ते ६५.३/ १३४-१४४	५७.६ ते ६१.२/ १२७-१३५
१.६८ (५'६")	६२.२ ते ६६.७/ १३७-१४७	५८.९ ते ६३.५/ १३०-१४०
१.७० (५'७")	६४.० ते ६८.५/ १४१-१५१	६०.८ ते ६५.३/ १३४-१४४
१.७३ (५'८")	६५.८ ते ७०.८/ १४५-१५६	६२.२ ते ६६.७/ १३७-१४७
१.७५ (५'९")	६७.६ ते ७२.६/ १४९-१६०	६४.० ते ६८.५/ १४१-१५१
१.७८ (५'१०")	६९.४ ते ७४.४/ १५३-१६४	६५.८ ते ७०.३/ १४५-१५५
१.८० (५'११")	७१.२ ते ७६.२/ १५७-१६८	६७.१ ते ७१.७/ १४८-१५८
१.८३ (६'०")	७३.० ते ७८.५/ १६१-१७३	६८.५ ते ७३.९/ १५१-१६३
१.८५ (६'१")	७५.३ ते ८०.७/ १६६-१७८	--
१.८८ (६'२")	७७.६ ते ८३.५/ १७१-१८४	--
१.९० (६'३")	७९.८ ते ८५.७/ १७६-१८९	--

(एलआयसीने बनवलेला हा तक्ता भारतभर वजनाचा सर्वमान्य तक्ता म्हणून स्वीकारला जातो. 'Height-Weight chart for Indian Men and Women', http:/

/www.mohanraohospital.com/heightweightchart.html, accessed on 31/3/2012)

टीप :

१) ३० वर्षं वयापर्यंत : वर दिलेल्या ठरावीक वजनापेक्षा दहा टक्के जास्त वजन ग्राह्य धरलं जातं.

२) ३० ते ३५ वर्षांदरम्यान : वर दिलेलं ठरावीक वजन सुयोग्य वजन समजलं जातं.

३) ३५ वर्षांवरल्या व्यक्तींसाठी : वर दिलेल्या ठरावीक वजनापेक्षा दहा टक्के कमी वजन ग्राह्य धरलं जातं.

वजनाची मर्यादा .... किलो

□ तक्ता भरल्यावर चौकोनात बरोबरची (✓) खूण करावी.

वजन घटवण्यासाठी डोळ्यांपुढं एक आकडी उद्दिष्ट न ठेवता तुम्ही एका टप्प्यातलं वजन ठेवलं की, काय होतं ते पाहिलं? तुमच्या मनावरचा ताण ताबडतोब कमी होऊ लागतो. या वजनाच्या टप्प्यात तुम्ही वजन राखू शकला, तर तुमचा हेतू साध्य होणार आहे, हे तुमच्या लक्षात येऊ लागलंच असेल. एकाच आकड्यावर वजन कायमचं स्थिर करणं सोपं नसतं. मानवी देहाची रचना ज्या प्रकारे आहे, त्यानुसार आठवड्याचे सातही दिवस एकसारखं वजन राखणं केवळ अशक्य आहे. वस्तुतःएकाच दिवसात तुमचं वजन एक-दोन किलोंनीही बदलू शकतं. मानवी देहाची ती स्वाभाविक प्रवृत्ती असते. मग मृगजळामागे का धावायचं?

स्वत:चं वजन कोणत्या पातळीपर्यंत घटवायचं, याचं उद्दिष्ट समोर ठेवताना नेहमीच ध्यानात असू द्या की, हे उद्दिष्ट म्हणजे काळ्या दगडावरची रेघ नव्हे! वेटलॉस पैशांसारखा असतो; मनापासून प्रयत्न केला तर तो खेचून आणता येतो! तुम्ही इच्छित टप्प्यापर्यंत वजन पोचवू शकला आणि तुम्हाला ते त्याहूनही घटवावंसं वाटलं, तर बेलाशक तसा प्रयत्न करा; परंतु तुम्हाला जर वाटत असेल की, थोडंसं जास्त वजन तुम्हाला शोभून दिसतंय आणि त्या वजनावर तुमची प्रकृती उत्तम राहतेय, तर त्यापेक्षा वजन आणखी खाली आणण्याची काहीच आवश्यकता नाही. तुम्हाला हवं तेव्हा तुम्ही प्रयत्न थांबवू शकता.

डी- गिर्यारोहक ज्या सहजतेनं पर्वत चढून जातात, त्या सहजतेनं वजन घटवा

जर तुमचं उद्दिष्ट तीस किलोंनी वजन घटवणं असं असेल, तर 'मला तीस किलो वजन घटवायचंय,' असं कधीही म्हणू नका. कारण तुमचं वजन एक किलोनं घटवल्यावर तुम्हाला वाटत राहील, 'अरे बाप रे! मला आणखी एकोणतीस किलो वजन उतरवायचंय!' असं मनात आलं की, माणूस घाबरून जाऊन सारे प्रयत्नच थांबवणार, नाही का? तुम्ही एकदा ढोबळपणे उद्दिष्ट ठरवलं की, त्याबद्दल नंतर विचार करण्याचं सोडून द्या आणि तेच उद्दिष्ट छोट्या छोट्या तुकड्यांमध्ये विभागून घ्या (उदाहरणार्थ, पाच किलोंनी वजन घटवणं), म्हणजे हे उपउद्दिष्ट साध्य करताना दडपल्यासारखं वाटणार नाही. दर तीन महिन्यांसाठी असं एक उपउद्दिष्ट आखा. तीन महिन्यांत उद्दिष्ट सहजपणे साध्य करता येतं. एका वेळेस तर असं छोटंसं उपउद्दिष्ट साध्य केलं की, तुमचा हुरूप वाढेल. महत्त्वाची उद्दिष्टं साध्य करता येण्यासाठी आपला आपल्या कुवतीवर विश्वास असणं अत्यंत गरजेचं असतं आणि अशी छोटी छोटी उद्दिष्टं टप्प्याटप्प्यानं क्रमवार साध्य करत गेलं की, यशस्वी होण्याच्या दृष्टीनं आपल्या अंगची कौशल्यं आणि आपली पद्धत सुयोग्य आहे, असा विश्वास आपल्याला वाटू लागतो. आपल्या कुवतीबद्दलचा आत्मविश्वास बळकट होतो आणि टप्प्याटप्प्यानं आपण दीर्घकालीन उद्दिष्ट साध्य करू लागतो!

महिन्याला दोन ते चार किलोंपेक्षा जास्त वजन घटवणं हितावह नसतं. तीन महिन्यांत सहा ते नऊ किलोंपेक्षा जास्त वजन घटवण्याचा प्रयत्न करू नये.

हिशेब करा

- ☐ तुमच्या उद्दिष्टानुसार तुम्हाला .... किलो वजन उतरवायचं आहे.
- ☐ महिन्याला २ ते ३ किलो × ३ महिने = ६ ते ९ किलो.
- ☐ वजन उतरवण्यास .... महिने लागतील.
- ☐ हिशेब झाल्यावर चौकोनात बरोबरची (✓) खूण करावी.

वजन उतरवण्याच्या प्रयत्नांना तुमच्या जीवनशैलीत समाविष्ट करून घ्या

वजन उतरवण्यासाठी काय आणि किती खावं हे माहीत करून घेण्याबरोबरच आपली जीवनशैली नियोजनपूर्वक बदलून आहारातील बदल कार्यान्वित करणं गरजेचं असतं. तुम्हाला आरोग्यदायी अन्नाची आणि व्यायामाच्या सुविधेची सोय

करावी लागते. सध्याच्या जीवनशैलीत फेरफार करून, वजन घटवत असताना नवा दिनक्रम स्वीकारावा लागतो. हे बदल खूप मोठे नसले, तरी तुम्हाला चार मुख्य गोष्टींकडे लक्ष पुरवावं लागतं- सुयोग्य पोषक आहार, व्यायाम, तुमची वजन घटवण्याखेरीजची अन्य उद्दिष्टं आणि स्वत:वरचा तणाव मर्यादेत ठेवण्यासाठीचे प्रयत्न (शेवटच्या गोष्टीकरिता स्वत:साठी असा वेगळा वेळ राखून ठेवणं आवश्यक असतं).

तुमच्या पोषक आहाराबाबतचं संयोजन

वजन उतरण्याच्या दृष्टीनं योग्य आहार अत्यंत महत्त्वाचा असतो; म्हणून तुम्हाला तसा आहार घेणं शक्य होईल किंवा नाही हे बघणं आवश्यक असतं. वाचत जाल, तेव्हा रिकाम्या चौकोनात बरोबरची (✓) खूण करा.

ई- तुम्हाला ताजी, पौष्टिक फळं, भाज्या आणि अन्य अन्नपदार्थ मिळवता येतील? ☐

एफ- तुमच्याकडे चांगल्या प्रतीची निर्लेपची भांडी आहेत काय? ☐

जी- तुम्ही स्वत:च स्वयंपाक करता की कमी तेल वापरून दुसरं कुणीतरी तुमच्यासाठी पोषक असा स्वयंपाक बनवून देणार आहे? कमी तेल वापरून करण्याजोग्या पाककृती तुम्हाला मिळवता येतील? ☐

एच- तुम्हाला दररोज पाच मिनिटं वेळ काढून दुसऱ्या दिवशीच्या जेवणांबाबत संयोजन करता येईल? ☐

आय- दिवसाकाठी किती पेले पाणी तुम्ही सहजपणे पिऊ शकता? योग्य उत्तरावर वर्तुळ करा. ४ ६ ८ १० १२

परंतु तुमच्याजवळ स्वयंपाकघराची सुविधा नसेल तर?

समजा, तुम्ही एखाद्या वसतिगृहात किंवा नोकरी करताना एकटेच अशा जागी राहत असाल, जिथं स्वयंपाकघराची सुविधा उपलब्ध नाही, तरीसुद्धा तुम्ही योग्य गतीनं वजन उतरवू शकाल; परंतु हॉस्टेलमधलं किंवा कँटीनमधलं जेवण तेलात पोहत असतं आणि खूप स्निग्धांशयुक्तही असतं. अशा ठिकाणचं जेवण तुम्हाला घ्यावं लागत असेल, तर वजन उतरवणं अवघड जाईल. माझ्या काही ग्राहकांनी या समस्येवर काही उत्तम तोडगे शोधून काढले आहेत. ते पुढीलप्रमाणे :

- **डबा लावणं**

  माझे काही ग्राहक दुपारच्या आणि रात्रीच्या जेवणासाठी डबा मागवतात व कमी तेल घालण्याची आणि आवश्यकतेनुसार अन्य गोष्टींची स्पष्ट सूचना देऊन ठेवतात.

- **घरगुती डबा मागवणं**

  माझ्याकडे एकाच कॉलेजमध्ये जाणाऱ्या दोन मुली येतात. त्यांच्यापैकी अदिती हॉस्टेलवर राहते आणि ॲलिशिया घरी राहते. ॲलिशियाची आई लेकीसाठी जो स्वयंपाक करते, त्याचाच डबा अदितीसाठी पाठवते. त्यामुळे प्रश्न सुटतो.

- **दुपारच्या जेवणातला भागीदार**

  नोकरीत व्यस्त असणाऱ्यांसाठी हा आणखी एक पर्याय आहे. तुम्ही आणि तुमचा भागीदार आळीपाळीनं दुपारच्या जेवणाचा डबा दोघांसाठी आणू शकता. तुम्ही एकसारखा पोषक आहार घ्यायचं ठरवून, तसंच जेवण बनवण्याची जबाबदारी वाटून घेऊ शकता. हा आहे सोपा आणि हुशारीचा पर्याय!

- **सर्व प्रकारच्या खाद्य पदार्थांसाठी स्वयंपाकघर गरजेचं नसतं**

  भेळ, चक्क्यात बुडवून खाण्याजोग्या भाज्या, सॅलड, सँडविच हे सारे पोषक अन्नपदार्थ आहेत आणि ते शिजवायची गरज नसते. तुम्ही ते कुठेही बनवू शकता. ते न्यायला व बनवायला सोपे, बिनतेलाचे असतात. इतर असेच अन्नपदार्थ आहेत- कॉर्नफ्लेक्सचं चाट, दूध घातलेले कॉर्नफ्लेक्स किंवा व्हीटफ्लेक्स, दही, ताक, क्रॅकर्सवर घालून खाण्याजोग्या कच्च्या भाज्या, पोह्यांचा कमी तेलाचा (किंवा विनातेल मायक्रो केलेला) चिवडा.

आपल्या व्यायामाबद्दल आखणी करा

तुम्ही अनेक वर्षांमध्ये व्यायाम केला नसेल, तर आठवड्यातले सहा दिवस जिमला जाण्याचा विचार थोडा अव्यवहार्य ठरू शकतो. जो व्यायाम तुम्ही नक्की करू शकाल, अशाच व्यायामाचा विचार करा. तुम्ही दररोज किती व्यायाम करू शकाल, त्यावर तुमचा वेटलॉस अवलंबून असेल, हे आणखी वेगळं सांगण्याची आवश्यकता नाही! पुढील मजकूर वाचत जाल, तसं मोकळ्या चौकोनांमध्ये बरोबरची (✓) खूण करत जा.

जे- तुमच्या घराजवळ दररोज तासभर व्यायाम करता येईल असं जिम किंवा मोकळी जागा किंवा चालण्यासाठीचा मार्ग आहे का? ☐

के- तुम्ही आठवड्यातले किती दिवस व्यायाम करू शकाल?
आठवड्याकाठी .... दिवस. ☐

तुम्हाला सलग तासभर वेळ व्यायामासाठी देता येणार नसेल, तर साठ मिनिटांना लहान तुकड्यांमध्ये म्हणजे सहा वेळा प्रत्येकी दहा मिनिटे विभागून तुम्ही वेगवेगळ्या वेळेस एकूण साठ मिनिटं व्यायाम करू शकता किंवा दोन वेळा तुमच्या सोयीनुसार प्रत्येकी अर्धा तास व्यायाम करू शकता.

एल- तुम्ही कोणत्या वेळा व्यायामासाठी मोकळ्या ठेवू शकता? सकाळी/ रात्री .... वाजता? ☐

पान क्रमांक ९६ वर तुम्ही व्यायामासाठी ठरवलेला वेळ पाहा आणि त्यानुसार वरच्या रिकाम्या जागा भरा.

एम- व्यायामासाठी हा वेळ देता यावा म्हणून सध्याच्या दिनक्रमात कोणता बदल करणं आवश्यक आहे?

☐ मुलांना शाळेत सोडण्याचं काम दुसऱ्या कुणावर तरी सोपवायला हवं
☐ तुम्हाला नेहमीपेक्षा तासभर लवकर उठता येईल
☐ व्यायामासाठी तासभर तुम्ही घराबाहेर पडाल, तेव्हाच्या घरकामाच्या/ ऑफिसच्या जबाबदाऱ्या तुम्ही इतर कुणावर तरी सोपवू शकाल
☐ आठवड्याची काही कामं वीकेंडवर ढकलून तुम्ही आठवडाभर फिरण्यासाठी एक तास मोकळा ठेवू शकाल

एन- तुमची शारीरिक हालचाल वाढवण्यासाठी तुम्हाला काय करता येईल? तुम्हाला आणखी भरभर वजन उतरवावंसं वाटत असेल, तर तुमच्या शारीरिक हालचाली वाढवा. जवळची काही अंतरं तुम्ही पायी जाऊ शकाल, लिफ्टनं न जाता पायऱ्या चढून जाऊ शकाल, सहकाऱ्याशी ई-मेलनं संपर्क साधण्याऐवजी चालत त्याच्या टेबलापाशी जाऊ शकाल, घरातली काही कामं तुम्ही करू शकाल. आपली दैनिक हालचाल वाढावी, म्हणून तुम्हाला कोणकोणते बदल करता येतील, याबद्दल विचार करा. ☐

'वजनाव्यतिरिक्त' अन्य उद्दिष्टं नक्की करा आणि आपल्या आयुष्याचा दर्जा सुधारा

'सिन्ड्रोम एक्स' नामक एक व्याधी आहे; त्यात प्रमाणाबाहेर वजन वाढल्यामुळे वेगवेगळ्या इंद्रियांना हानी पोचलेली असते. मी अनेक ग्राहकांची उदाहरणं पाहिली आहेत की, ज्यात जीवनशैलीशी निगडित 'टाइप टू डायबेटिस'खेरीज हृदयरोग आणि फॅटी लिव्हर (यकृतात अवास्तव चरबी साठणं) यांसारख्या व्याधींनासुद्धा सामोरं जावं लागतं. कारण एक आणि विविध इंद्रियांना पीडा अनेक.

देहाचं योग्य वजन कोणतं हे ठरवताना, सर्व गोष्टी विचारात घेणं आवश्यक असतं. वजन घटवण्याखेरीज, स्वास्थ्याशी निगडित पण वजनकाट्यावर मापता न येण्याजोग्या यशाचं उद्दिष्टसुद्धा डोळ्यांपुढं ठेवा. त्यामुळे वजन घटवण्याबाबतचा तुमचा उत्साह द्विगुणित होईल. वजनकाट्यावर मापली न जाणारी अशी काही उद्दिष्टं पुढं दिलेली आहेत. त्यातल्या तुम्हाला पटणाऱ्या उद्दिष्टांपुढील चौकोनात बरोबरची (✓) खूण करा किंवा स्वत:साठी आणखी काही वेगळी उद्दिष्टं आखा.

ओ- मला माझ्या ठायीचा जोम वाढवण्याची इच्छा आहे. ☐

पी- माझे कपडे मला आतापेक्षा अधिक नीटपणे बसावेत, अशी माझी इच्छा आहे. ☐

क्यू- मला आतापेक्षा कमी वेळा आजारपण यावं/ मला माझ्या औषधांचं प्रमाण घटवता यावं, असं वाटतंय. ☐

आर- मला माझ्या मुलांबरोबर जास्त वेळ खेळता यावं/ आयुष्यात अधिक जोमानं सहभाग घेता यावा/ धाप न लागता जिना चढता यावा, अशी माझी इच्छा आहे. ☐

एस- मला माझ्या ठायीचा आत्मविश्वास वाढवायचा आहे. ☐

टी- खाण्याच्या तीव्र इच्छेवर मला आताहून अधिक नियंत्रण मिळवायचं आहे. ☐

यू- मला अधिक चांगली झोप लागावी, अशी माझी इच्छा आहे. ☐

व्ही- माझी चिडचिड कमी व्हावी, अशी माझी इच्छा आहे. ☐

ही केवळ काही उदाहरणं आहेत. ही यादी वेळोवेळी पाहा आणि तुमच्या आयुष्याचा दर्जा सुधारला आहे किंवा नाही आणि सुधारला असला तर कशामुळे सुधारला आहे, याचा आढावा घ्या. पुढील जागेत तुम्ही स्वत:ची अशी खास (वजनाशी निगडित) उद्दिष्टं लिहू शकता.

माझी वजनाखेरीजची अन्य उद्दिष्टं

वजन उतरल्यामुळे होणारे अन्य लाभ

जेव्हा ब्याऐंशी वर्षं वयाचे श्रीयुत पटेल माझ्या क्लिनिकमध्ये आले, तेव्हा त्यांच्या मनात केवळ 'वजन घटवणं' हेच उद्दिष्ट नव्हतं. त्यांच्या डोळ्यांपुढलं उद्दिष्ट अगदी स्पष्ट आणि स्वच्छ होतं-

ते म्हणाले, ''पूजा, मला वजनाची फिकीर वाटत नाही. मी आता कसा आहे, मी कसं असायला हवं, कसं दिसायला हवं याबद्दलही मी चिंता करत नाहीये. मला फक्त एकच गोष्ट साध्य करायचीय ती म्हणजे मला आतासारखं असं चालावं लागू नये!''

ते बसले होते त्या खुर्चीला त्यांनी त्यांची काठी टेकवून ठेवली होती. हालचाल करताना त्यांना त्या काठीची गरज भासत असे. बाहेर जेवायला जाताना, बर्थडे पार्टीला जाताना, बागेत जाताना काठीशिवाय त्यांचं निभावत नसे. त्यामुळे त्यांना ही गोष्ट फार डाचत होती. त्यांचं वजन वाजवीपेक्षा खूप जास्त होतं. त्यांना उच्च रक्तदाब होता, मधुमेह होता, हृदयरोग होता आणि त्यांचं पोट चांगलं गरगरीत घेराचं होतं. त्यांना त्यांच्या प्रकृतीबाबत अजिबात चिंता नव्हती. मात्र काठीशिवाय चालता न येणं, ही गोष्ट त्यांना अपमानास्पद वाटत होती.

माझ्या वेटलॉस प्रोग्रॅममध्ये सहभागी झाल्यावर त्यांनी झपाट्यानं आपलं

वजन उतरवलं. यावरून स्पष्ट होत होतं की, काठीशिवाय फिरता येण्याची त्यांची इच्छा खरोखरच किती तीव्र होती! त्यांनी उत्तम प्रगती केली. पंचवीस किलो वजन उतरवलं आणि त्यांच्या पावपट वयाच्या माणसांएवढीच उत्तम कामगिरी केली. त्यांच्या प्रकृतीत खूपच सुधारणा झाली. त्यांच्या औषधांचं प्रमाण निम्म्यानं घटलं आणि अखेरीस आठ महिन्यांनी ते त्यांना नकोशा झालेल्या, अस्वास्थ्याची निदर्शक अशा काठीला रामराम ठोकू शकले.

केवळ आपण आकर्षक दिसावं, यासाठीच वजन उतरवायचं नसतं. ऐंशीहून जास्त वयाचा हा माणूस त्याच्या निम्म्या वयाच्या माणसांना लाजवेलशा गतीनं वजन उतरवू शकला, कारण त्याला त्याच्या आयुष्याचा दर्जा सुधारण्याची तीव्र इच्छा होती. त्या प्रेरणेमुळे तो प्रयत्न करत राहिला. ज्या लोकांना वजनाच्या आकड्यावरूनच यश मापण्याची सवय असते, अशांना मी नेहमीच श्रीयुत पटेल यांचं उदाहरण देत असते. अशा लोकांना मी सतत सांगत असते की, वजनाच्या आकड्याव्यतिरिक्त अन्य उद्दिष्टंसुद्धा त्यांनी डोळ्यांपुढं ठेवली पाहिजेत; म्हणजे अपेक्षेएवढं वजन उतरताना दिसलं नाही, तरी अन्य उद्दिष्टं साध्य होताना पाहून, त्यांना त्याचा आनंद मिळत राहील.

स्वतःसाठी खास वेगळा वेळ राखून ठेवा

आपलं स्वास्थ्य सुधारण्याचा स्तुत्य हेतू तणावामुळे मातीमोल होऊ शकतो. आयुष्यातल्या धडपडीत, आपण काय खातोय याचा आपल्याला विसर पडतो. आपण जेवणाची योग्य वेळ पाळत नाही आणि बऱ्याचदा तणावमुक्तीचं एक साधन म्हणून अन्नाचा वापर करतो. तुम्हाला वजन घटवण्यात यश मिळवायचं असेल, तर तणावमुक्तीसाठी अन्नाखेरीजचे अन्य मार्ग शोधून काढा. तुमचा तणाव हलका करेल, असा एखादा उपक्रम सुरू करा. गरम गरम पाण्यानं अंघोळ करा किंवा मालीश करून घ्या किंवा एखाद्या 'स्पा'ला भेट द्या. ध्यान लावा किंवा दीर्घ श्वसन करा. दैनंदिन कोलाहलापासून मन अलिप्त राखा आणि ताजंतवानं व्हा. या गोष्टी दररोज केवळ दहा-पंधरा मिनिटं केल्या, तरी आयुष्यातील समस्या तुम्हाला भीतिदायक वाटणार नाहीत.

डब्ल्यू- मला .... करून तणाव दूर करायचा आहे. ☐

एक्स- मी दिवसाकाठी .... मिनिटं तणावमुक्तीसाठी खर्च करते. ☐

वाय- तीन महिने 'वेटलॉस' उपक्रमात भाग घेतल्यानंतर आपल्या प्रगतीचा आढावा घ्या, वजन घटवण्याबाबतची स्वतःची उद्दिष्टं पुन्हा एकदा तपासून पाहा आणि त्यानंतर पुढील प्रश्नांची उत्तरं द्या.

- तुम्ही सहा ते नऊ किलो वजन घटवण्यात यश मिळवलं आहे? ....
  ☐ हो ☐ नाही

- या कालावधीत तुम्ही किती किलो वजन घटवू शकला आहात? ☐

- इथवरचा प्रवास तुम्हाला आनंददायक वाटला? ☐ हो ☐ नाही

- उद्दिष्ट साध्य केल्याची भावना तुम्ही अनुभवली? ☐ हो ☐ नाही

- तुम्ही किती वेळा व्यायाम केला? आठवड्यातून .... वेळा.

- किती वेळा तुम्ही घराबाहेर जेवला? आठवड्यातून .... वेळा.

- तुम्हाला सुचवण्यात आलेला आहार तुम्ही किती तंतोतंत पाळला?
  ☐ १० ते ३० टक्के
  ☐ ३० ते ५० टक्के
  ☐ ५० ते ७० टक्के
  ☐ ७० ते १०० टक्के

जरी तुम्हाला सहा ते नऊ किलो वजन घटवता आलं नसेल आणि तुम्ही फक्त चार किलो वजन घटवू शकला असला, तरीही त्याबद्दल आनंद माना. संशोधनाअंती सिद्ध झालं आहे की, तुमचं वजन फक्त पाच टक्क्यांनी कमी झालं, तरी औषधांची मात्रा कमी करता येते (विशेषतःतुम्हाला मधुमेह आणि उच्च रक्तदाबाचा त्रास असेल तर). प्रत्येक किलो महत्त्वाचा असतो आणि पुढल्या तीन महिन्यांच्या काळात तुम्हाला एकूण उद्दिष्टाहून तेवढं वजन कमी घटवायचं असतं.

झेड- लक्षात ठेवा की, तुम्ही एक विशेष व्यक्ती आहात. ☐

वरील चौकोनात बरोबरची (✓) खूण करायला विसरू नका. तुमचं वजन तुम्हाला कितीही कमी करता आलेलं असो, तुमच्यावर कितीही तणाव असो, पण तुम्ही एक अद्वितीय अशी खास व्यक्ती आहात, याची स्वत:ला सतत आठवण करून द्या. तुम्हाला आपल्या देहाकडून जे प्रेम अपेक्षित आहे, तेवढ्याच प्रेमाचा वर्षाव आपल्या देहावर करा!

पौष्टिक आहार

मी पाहिलेल्या पंचेचाळिशीच्या सासवांपैकी, ती सर्वांत तंदुरुस्त सासू होती. तिने लेगिन्स आणि टँक टॉप परिधान केलेला होता आणि कंबरेभोवती जाकीट गुंडाळून घेतलेलं होतं. तान्या मनचंदा ही माझी सर्वांत नवी ग्राहक होती. आमच्या संभाषणाची सुरुवात तर अफलातूनच झाली.

'मी हजारो आहारतज्ज्ञांकडे जाऊन आलेय. कश्शाचाही उपयोग झाला नाही. तुम्ही एक अत्यंत वाक्‌बगार आहारतज्ज्ञ आहात याबद्दल मला अजिबात संदेह नाही... परंतु तुमच्याकडूनही मला तशी फारशी काही आशा वाटत नाही!'

किती लक्षवेधक सुरुवात!

तान्यासारख्या भरपूर स्त्रिया माझ्या पाहण्यात आलेल्या होत्या. तिला जेवढं वजन उतरवायचं होतं, त्यातलं जवळजवळ सर्व वजन तिनं उतरवलं होतं. आता शेवटचे फक्त सहा किलो वजन उतरवायचं बाकी होतं. परंतु चयापचय क्रियेचा मंदावलेला वेग आणि तिनं आधीच खूपसं वजन उतरवलेलं असल्यामुळे हे शेवटचे काही किलो वजन घटवणं तिला कठीण जात होतं. त्यात काही आश्चर्यही नव्हतं.

आपली बॅग माझ्या मापाच्या वाडग्यांजवळ ठेवून, खुर्चीत बसत ती पुढे म्हणाली, "तुम्हाला याबाबत काहीही करता येणार नाही, हे मला ठाऊक आहे अन् तेच फक्त सिद्ध करण्यासाठी मी इथं आलेय."

मला तिची दया आली. एवढं प्रचंड अंतर धावून आल्यावर शेवटचे सहा किलोमीटर धावण्याबाबत हताश झालेली- विशेषतःइतकी तंदुरुस्त दिसणारी स्त्री माझ्यानं बघवेना. तिच्या रक्ताच्या चाचण्यांचे अहवाल व तिच्या आहाराच्या सवयींच्या पाहणीनंतर मी तिला आहाराची आखणी करून दिली आणि चार आठवड्यांनंतर पुन्हा यायला सांगितलं.

❖

ती परत आली. तिचं वजन एक ग्रॅमनंसुद्धा उतरलेलं नव्हतं! "पूजा, तुम्ही लक्षातच घेत नाही आहात!" हे बोलतानासुद्धा ती रडकुंडीला आलेली होती. "मी

माझ्या सेलफोनवर गजर लावते आणि माझ्या मोलकरणीला दर दोन तासांनी मला खायची आठवण करून द्यायला सांगते. मी अगदी वेळेवर खाते. मिनिटभरही मागं-पुढं नाही! भाज्या आणि तेल मी मोजूनमापून घेते. आहाराच्या आकारावर नियंत्रण ठेवते. मी स्वतः जाऊन मापाची भांडी विकत आणली आहेत. त्यात मोजूनमापून मी सारं घेते. मी वजन करून नेहमी खात्री करून घेते की, एका वेळेस मी फक्त शंभर ग्रॅमच फळ किंवा बटाटा खातेय ना! मी दररोज रोजनिशीत या सर्व गोष्टींची नोंद करते.''

आठवडाभर साऱ्या गोष्टी, सारे नियम निग्रहानं पाळून वीकेंडला मनमानी करून त्या प्रयत्नांवर बोळा फिरवणाऱ्या ग्राहकांकडे मी जसं रागावून पाहते, तसंच मी तान्याकडे रागावून बघितलं. परंतु मी मनोमन जाणून होते की, मी सांगितलेले सर्व नियम तान्यानं तंतोतंत पाळलेले आहेत. मग तिचं वजन अजिबातच न उतरण्यामागचं कारण कोणतं असावं?

ती पुढे म्हणाली, ''मी उठल्याबरोबर माझं वजन करते. अंघोळीपूर्वी वजन करते. अंघोळीनंतर वजन करते. दुपारच्या जेवणापूर्वी आणि दुपारच्या जेवणानंतर वजन करते. व्यायामापूर्वी आणि व्यायामानंतर वजन करते; पण माझं वजन ग्रॅमभरही कमी होताना दिसत नाहीये. मी व्यायामासाठी एका अनुभवी पर्सनल ट्रेनरची नेमणूक केलेली आहे. आहाराचे नियम मी पाळतेच आहे. आता मला वजन न उतरण्यामुळे इतका मानसिक त्रास होतोय की, रात्री मला झोपच लागत नाही. मी आणखी काय करू? कशाचाच फायदा होत नाहीये!''

तिनं माझ्याकडे उदासपणे पाहिलं. तिचे डोळे अश्रूंनी डबडबले होते.

मी सुचवलेले आहार-नियम ती किती काटेकोरपणे पाळतेय, हे ऐकून मी खरं म्हणजे प्रभावित झाले होते; परंतु तिनं मला जेव्हा सांगितलं की, ती दिवसाकाठी सात वेळा स्वतःचं वजन करते, तेव्हा माझी खात्री पटली की, तान्याला स्वतःला बरं वाटावं किंवा आपण चांगलं दिसावं, यासाठी वजन उतरवायचं नव्हतं; तर वजन उतरवण्याच्या विचारानं तिला पछाडलं होतं म्हणून तिला वजन उतरवायचं होतं. तिच्या दृष्टीनं अन्न म्हणजे निव्वळ कॅलरीज होत्या! तिच्या दृष्टीनं 'वेटलॉस' हा उद्दिष्टाकडे पोचण्याचा मार्ग नव्हता. वेटलॉस हेच तिचं उद्दिष्ट बनलेलं होतं. तिच्या वयाच्या मानानं ती खरंच सुरेख दिसत होती; परंतु वजन उतरवण्याचं वेड तिच्या मानगुटीवर स्वार झालेलं होतं. त्यामुळे ती जेवत असे तेव्हा 'मी माझ्या देहाला इंधन पुरवतेय आणि जेवण किती रुचकर लागतंय,' असं तिला वाटतच नसे. जेवताना तिच्या मनातला विचार असे, 'मी कॅलरीज पोटात ढकलतेय आणि त्या खर्च करायला मला जिममध्ये मेहनत करायला हवी!'

पुढली पंचवीस मिनिटं खर्च करून मी तिच्याशी बोलत राहिले. माझ्या

ऑफिसबाहेरच्या वेटिंगरूमभर माझे ग्राहक ताटकळत बसले होते; परंतु मला जाणून घ्यायचं होतं की, कुणालाही दिवसातून सात वेळा आपलं वजन कशासाठी बघावंसं वाटत असेल? मी तान्याला सांगितलं की, ती जे अन्न खाते, ते तिनं कॅलरीजचा विचार मनात न आणता आनंदानं खायला हवं. तिच्या समस्येमागचं कारण आहार नसून तिची मानसिकता आहे, हे सिद्ध करण्यासाठी मी तिला आताचा वेटलॉस प्लॅन चालू ठेवायला, परंतु त्या वेळेस आनंदी, सकारात्मक मानसिकता ठेवायलाही सांगितलं. मी तिला बाहेर जाऊन मौज करायला, आनंद वाटेल अशा गोष्टी करायला सांगितलं आणि तिला तंबीसुद्धा दिली की, तिनं स्वत:चं वजन अजिबात बघायचं नाही.

दोनच आठवड्यांत, त्याच वेटलॉस प्लॅनची उत्तम फळं मिळाली. वजनकाट्यावर सतत उभं राहण्याचं भूत मानगुटीवरून उतरल्यामुळे, ती आपली ऊर्जा अन्यत्र वापरू लागली. ती नोकर वर्गाला पूर्वीप्रमाणे 'सळो की पळो' करून सोडू लागली. आणि फक्त पंधरा दिवसांतच, ज्या गोष्टीसाठी ती अनेक महिने धडपडत होती, ती गोष्ट तिला साध्य झाली. तिचं वजन दोन किलोंनी उतरलं. आहार तोच- फक्त मानसिकता वेगळी!

जरी तान्यानं अखेरीस तिच्या उद्दिष्टाप्रमाणे सहा किलो वजन उतरवलं, तरीही ती अजूनही माझ्या क्लिनिकमध्ये नियमितपणे येते आणि मला तिच्या प्रगतीचा अहवाल सांगते. माझ्या वेटिंगरूममध्ये बसलेल्या ग्राहकांना तिचे वेटलॉसबद्दलचे अनुभव सांगते. ती अनाहूत सल्ले देणाऱ्या मावशीसारखी वागत असते. माझ्या ग्राहकांना वेटिंगरूममध्ये सल्ला देत असते तेव्हाचं तिचं संभाषण माझ्या कानी पडलं की, मला हसू येतं. ती छातीठोकपणे सांगत असते, 'काळजी करू नका. वजनाच्या विचारानं पछाडून जाऊ नका. चिंता सोडा! म्हणजे तुमचं वजनही तुम्हाला सोडेल!'

चिंता सोडा! चिंता सोडा!! चिंता सोडा!!!

फक्त चिंता सोडा

वेटलॉसच्या काळजीनं पछाडलं जाणं, हे क्रॅश डाएटएवढंच घातक असतं. मी यापूर्वी सांगत होते, तो मुद्दा तान्याच्या या कथेनं पूर्णपणे सिद्ध केला आहे. माझं म्हणणं आहे, तुम्हाला हा एकच देह लाभलेला आहे. त्यावर प्रेम करा. त्याचं कोडकौतुक पुरवा. बारीकसारीक गोष्टींबाबत चिंता करणं थांबवा आणि प्रत्येक कॅलरीचा हिशेब करणं सोडा. आपोआप गोष्टी घडताना दिसतील. काही जणांना लगेचच यश मिळेल; काहींना थोडा जास्त वेळ लागेल. फक्त लक्षात असू द्या की, पौष्टिक आहार घेत राहिलात तर तुम्हाला वजन घटवण्याचं उद्दिष्ट नक्कीच साध्य करता येईल!

शिलकीतली चरबी

वेटलॉस प्रोग्रॅमच्या अखेरीस माझ्या अनेक ग्राहकांना येणारा अनुभव असा आहे : त्यांचं जवळजवळ सर्व इच्छित वजन घटलं की, शेवटचे काही किलो घटता घटत नाहीत. ज्यांनी आपल्या वजनाची इच्छित पातळी गाठण्यासाठी अनेक महिने- काहींनी तर अनेक वर्षं- खर्च केली आहेत, त्यांच्या दृष्टीनं ही गोष्ट तर अत्यंत नाउमेद करणारी ठरते.

मी त्यांना पहिला सल्ला देते की, चिंता करू नका आणि आपल्या देहावर विश्वास ठेवायला शिका. तुम्ही उद्दिष्ट साध्य कराल (आणि माझं हे म्हणणं नेहमीच खरं ठरत आलेलं आहे). मी त्यांना दुसरी गोष्ट सांगते की, त्यांनी या गोष्टीकडे बँकेतील पैशांप्रमाणे पाहावं. तुमच्या खात्यात जेवढा जास्त पैसा, तेवढाच जास्त पैसा तुम्हाला काढता येईल; नाही का? त्याप्रमाणेच तुमच्या देहावरचं चरबीचं प्रमाण जेवढं जास्त, तेवढीच जास्त चरबी तुम्ही उतरवू शकणार; नाही का? जेव्हा तुमचं वजन पंधरा ते वीस किलोंनी जास्त असतं, तेव्हा तुम्ही महिन्याकाठी तीन ते पाच किलो वजन सहजपणे उतरवू शकता; परंतु तुमचं वजन जेव्हा वाजवीपेक्षा फक्त तीन ते पाच किलो जास्त असतं, तेव्हा हे वजन घटवण्याचा वेग स्वाभाविकत:च कमी असतो. अशा वेळेस जरी तुम्ही योग्य आहार आणि व्यायाम घेत असला, तरी तुमचं वजन महिन्याकाठी दोन ते तीन किलोंपेक्षा (कधी कधी त्याहूनही कमी) जास्त घटणार नाही.

तुमच्या अंगावर जेवढी कमी चरबी असेल, तेवढाच तुमचा वजन उतरवण्याचा वेगही कमी असेल; कारण उतरवण्याजोगा माल शिलकीतच पुरेसा नसेल. हे शेवटचे काही किलो उतरवायला प्रयास पडले, तरी निराश होऊ नका. त्याचा दुसरा अर्थ असा की, तुम्ही उद्दिष्ट जवळजवळ गाठलंच आहे.

डाएट जंगल

तान्या इतक्या वेगवेगळ्या आहारतज्ज्ञांकडे आणि स्वास्थ्य सल्लागारांकडे गेली होती की, ती विनोदानं म्हणत असे, स्वत:चा टीव्ही शो करण्याइतके तज्ज्ञ मी जमवले आहेत. अगदी ताज्या अंदाजानुसार, वजन घटवण्यावर जगभरात २०१४ च्या अखेरीस ५८६ बिलियन डॉलर्स (५८६ अब्ज) खर्च केले जातील.*

---

*Global market for weight loss worth US$ 586.3 Billion by 2014, http://www.marketsandmarkets.com/PressReleases/global-market-for-weight-loss-worth $726-billion- by- 2014.asp, accessed on 28/1/12

तुम्ही जाल तिथं लोक डाएट पिल्सपासून सेल्युलाइट क्रीमपर्यंत, सेल्फ हेल्प बुक्सपासून लेक्चर्स, सेमिनार्स आणि रिट्रीट्सपर्यंत असंख्य गोष्टी विकताना दिसत असतात. माल दुकानात येऊन पोचतो न पोचतो तोच, आतुर गिऱ्हाइकं सर्वांत नव्या- जलद परिणाम दाखवणाऱ्या गोष्टींवर झडप घालतात. चंदीगडमधील गृहिणींपासून ते कोचीमधील तरुणींपर्यंत प्रत्येकाला वजन घटवायचं असतं; ताबडतोब!

मला असं अजिबात म्हणायचं नाही की, हा माल वापरून तुमचं वजन उतरणार नाही! जाहिरातीत म्हटल्याप्रमाणेच या गोष्टी तुम्हाला सडपातळ बनवतील; परंतु केवळ सडपातळ होणं हेच तुमचं उद्दिष्ट असेल, तर तुम्ही स्वत:ला काही प्रश्न विचारणं खरोखरच गरजेचं आहे : 'साइझ झीरो' मिळवून, त्यानंतर तुम्हाला मूल होऊ शकणार नसलं, तर त्या साइझ झीरोची काय किंमत? तुम्हाला जुन्या बिकिनीत शिरता येत असेल, परंतु वजन उतरवताना त्यासोबत डिप्रेशनचा (वैफल्यग्रस्ततेचा) त्रास सुरू झाला असेल, तर जुनी बिकिनी घालून तुम्ही आनंदी दिसाल? आणि सडपातळ झाल्यामुळे प्रोस्टेट कॅन्सर, ऑस्टिओपोरॉसिस, कुपोषण, हृदयविकार आणि मरणाची शक्यता ओढवणार असली, तर सडपातळ होऊनही काय फायदा?

डाएटचं जंगल हा अक्षरश:वेड्यांचा बाजार आहे आणि इतर कोणत्याही जंगलाप्रमाणेच इथंसुद्धा झटपट पैसा मिळवू पाहत सावज हेरणारे शिकारी आहेत. जी डाएट्स कोणत्याही मानवी देहाला पेलणं शक्य नाही, अशी डाएट्स केल्यानंतर शेकडो माणसांनी माझ्याकडे धाव घेतलेली आहे. त्यांचे अनुभव आणि मी केलेलं संशोधन यांच्या साहाय्यानं जगातील अत्यंत लोकप्रिय आणि अत्यंत धोक्याच्या डाएट्सचं मी वेगवेगळ्या विभागांत वर्गीकरण केलं आहे. त्यांच्या मदतीनं तुम्ही भरभर वजन उतरवणारी; परंतु प्रकृतीला अपायकारक अशी डाएट्स ताबडतोब ओळखू शकाल. पुढीलपैकी कुणीही 'प्राणी' आढळला तर इतरांना ताबडतोब सावध करा.

उंट

मी ज्या डाएट्सना (सुचवलेल्या आहाराला) 'उंट' म्हणते, ते डाएट तुम्हाला उंटाप्रमाणे (पातळ गोष्टी) प्यायला लावतं. अशी डाएट्स द्रवपदार्थांचा अतिरेक करून तुम्हाला सतत प्यायला लावत असतात. अशा 'हाय लिक्विड' डाएटनंतर माझी एक ग्राहक माझ्याकडे आली होती. तिला खूप वेळा थोडं थोडं लिंबूपाणी प्यायला, खूप थोडं खायला आणि दररोज चार लिटर पाणी प्यायला सांगण्यात आलेलं होतं. असं डाएट करून आपलं वजन किती कमी होईल, हा प्रश्न

विचारण्याऐवजी तुम्ही स्वत:लाच प्रश्न विचारायला हवा : फ्रिजकडून बाथरूमकडे धावण्याच्या घाईत इतर काहीही करायला वेळ शिल्लक उरणार आहे का?

सखोल विचार केल्यावर लक्षात येतं की, द्रवपदार्थ असलेल्या अशा आहारामुळे कुपोषण होण्याची शक्यता वाढते. अशा प्रकारच्या आहारात खूप पाणी पिऊन पोट भरलं जातं. तुमच्या पोटातील पेरिस्टाल्टिक हालचालींमुळे (Peristaltic movements) तुम्हाला भुकेची जाणीव होऊ लागते. याच हालचालींमुळे तुमचं पोट गुरगुर आवाज करून तुम्हाला अन्न घेण्याची आठवण करून देतं. त्या वेळी पाणी प्यायल्यामुळे ही भुकेची सूचना दाबून टाकली जाते. त्यामुळे तुम्हाला पोट भरल्यासारखं वाटतं, तुम्ही फारसं खात नाही आणि तुमचा देह उपासमारीच्या स्थितीमध्ये (Starvation mode) जाऊ लागतो. जरी भुकेची सूचना तुम्ही दाबून टाकत असला, तरी तुमचा देह तात्कालिक दुष्परिणामांद्वारा तुम्हाला भुकेचा संदेश पोचवू लागतो. चक्कर येणं, धाप लागणं, डोकं दुखणं, भ्रम होणं, मळमळणं, रक्तदाब खाली जाणं, छातीत धडधडणं, आत्यंतिक थकवा येणं, असे हे दुष्परिणाम असतात.

जर तुम्ही खाण्याऐवजी पिऊन वजन घटवत असाल, तर तुम्हाला कर्बोदकं, प्रथिनं, स्निग्ध पदार्थ, जीवनसत्त्वं, क्षार या सर्व गोष्टींची कमतरता घडेल. सर्व द्रवरूपी आहार हे क्रॅश डाएटचेच प्रकार आहेत. वरील गोष्टींखेरीज, त्यामुळे होणारे आणखी अन्य दुष्परिणाम आहेत : केस गळणं, नखं ठिसूळ होणं, हाडं पोकळ होणं, दात कमजोर होणं, पचनशक्ती क्षीण होणं, आतड्यांमध्ये दाह आणि स्नायूंचा दीर्घकालीन ऱ्हास होणं.

एवढ्यावरच ही यादी संपत नाही. रोज चार लिटर पाणी प्यायल्यामुळे माझ्या एका ग्राहकाच्या जिवावरच बेतण्याची वेळ आली होती. तिच्या चयापचय क्रियेचा वेग इतका मंदावला होता की, तो तिच्या वयाला आणि उंचीला योग्य अशा पातळीवर न्यायला तिला प्रचंड प्रयास करावे लागले आणि घटलेलं वजन पुन्हा वाढलंच, तो भाग निराळाच. ते तसं वाढतंच. ज्या क्षणी तुम्ही द्रवरूप आहाराऐवजी अन्न खाऊ लागता, त्याबरोबर तुमचं वजन पुन्हा वाढू लागतं.

उंट कसा दिसतो?

द्रवरूप आहाराची- लिक्विड डाएटची उदाहरणं अगणित आहेत : डी-टॉक्स डाएट, ऑरेंज ज्यूस डाएट, 'मास्टर क्लीन्स' डाएट. जर तुमच्या आहारात वाजवीपेक्षा जास्त द्रवपदार्थ असतील, तर ताबडतोब चुकीची दुरुस्ती करा!

गरम पाण्यात लिंबाचा रस?
वेळेचा अपव्यय

'गरम पाण्यात लिंबू पिळून प्यावे' हा वजन घटवण्याबाबतचा सर्वांत मोठा गैरसमज आहे. अनेक लोक समजतात की, ही सवय स्वास्थ्याच्या दृष्टीनं अत्यंत हितकारक आहे. अनेकांना वाटतं की, दिवसाची सुरुवात त्यांनी गरम लिंबूपाणी पिऊन केली, तर त्यांची चरबी जळून वजन घटण्यास मदत होईल. पण ही समजूत चुकीची आहे. ग्रेपफ्रूट (पपनस)प्रमाणेच लिंबातसुद्धा चरबी जाळण्याची क्षमता असल्याचं कुठंही सिद्ध झालेलं नाही. वस्तुतःगरम पाण्यात लिंबू पिळून प्यायल्यामुळे हाडातील कॅल्शिअम बाहेर काढलं जातं आणि त्यामुळे हाडं पोकळ होऊ शकतात (ऑस्टिओपोरॉसिस होऊ शकतो). हे सिद्ध करणारं संशोधन करण्यात आलेलं नसलं, तरी मला आढळलं आहे की, गरम लिंबूपाणी पिणाऱ्या माझ्या बहुतांश ग्राहकांच्या रक्तातील सीरम कॅल्शिअमचं (रक्तातील कॅल्शिअमचं) प्रमाण कमी असतं.

या कारणास्तव तुम्ही लिंबूसोडा किंवा लिंबूपाणी टाळलं पाहिजे का? नाही. अजिबात नाही. हवेच्या तापमानाचं लिंबूपाणी किंवा थंड लिंबूपाणी गरम लिंबूपाण्याइतकं हानिकारक नसतं. याचं कारण असं आहे की, गरम लिंबूपाण्यामुळे पेशींची रसाकर्षण क्षमता (Osmolarity) बदलते आणि कॅल्शिअमचे विद्युतभारित कण (ions) रक्तातून पेशींमध्ये की पेशींमधून रक्तात, कोणत्या दिशेनं खेचले जातील, ही दिशासुद्धा बदलते. गरम लिंबूपाण्यामुळे कॅल्शिअम आयन्स हाडांमधून रक्तामध्ये प्रवाहित होतात (आणि त्यामुळे हाडं कमकुवत बनून ऑस्टिओपोरॉसिस होण्याचा संभव वाढतो) आणि त्याउलट हवेच्या तापमानाचं किंवा थंड लिंबूपाणी प्यायल्यामुळे रक्तातील कॅल्शिअम आयन्स हाडांमध्ये जातात, असा समज आहे.

माकड (वजन उतरवण्यासाठीचं)

माकडासारखा आहार- म्हणजे एक खूळ संपलं की दुसरं खूळ डोक्यात घेणारा आहार. अकाई बेरीजपासून ॲपल सायडर व्हिनिगरकडे धाव घेणारा आहार. कोणतीही नवी, चकचकीत, आकर्षक गोष्ट पाहिली की, माकड त्यावर झडप घालतं, त्यातला काही भाग टाकून देतं आणि फक्त आवडीचा तेवढाच खातं, तसा हा आहार असतो. 'मंकी डाएट' तुम्हाला 'नव्या' अन्नपदार्थाबद्दल अर्धी कच्ची माहिती देतं आणि त्याचे फायदे अवास्तव वाढवून सांगतं. अशा डाएटमध्ये एकाच अन्नघटकाचा अतिरेक असतो.

ग्रेपफ्रूट डाएट (फक्त पपनस खाऊन राहणं) अजूनही लोकप्रिय आहे. मंकी

डाएटचं हे त्याचं उत्तम उदाहरण आहे. ग्रेपफ्रूटमध्ये एक विशिष्ट एन्झाइम असतं आणि ते चरबी जाळतं, असा समज आहे; परंतु ही गोष्ट अनेक वर्षांनंतरही (१९३० सालापासून ग्रेपफ्रूट डाएट अस्तित्वात आलं आहे) संशोधनानं सिद्ध झालेलं नाही. ग्रेपफ्रूट डाएटचा उपयोग केला असता, एकूण कॅलरीज गरजेहून खूपच कमी प्रमाणात मिळतात, त्यामुळे दीर्घ काळ असा आहार घेणं शक्य होत नाही. ग्रेपफ्रूटमधून भरपूर सी व्हिटॅमिन, तंतुमय पदार्थ (फायबर) आणि रोगप्रतिकारकशक्ती वाढवणारे अन्य घटक मिळत असले, तरी वजन किंवा चरबी कमी करण्याचं काम एकटं ग्रेपफ्रूट करू शकत नाही.

१९३० नंतरच्या बदललेल्या परिस्थितीत डाएटचं खूळ आणखीनच विचित्र रूप धारण करू लागलं आणि आता तर ते अधिकाधिक हानिकारक बनत चाललं आहे. मी 'कापसाच्या बोंडाच्या (कॉटन बॉल) डाएट'बद्दल ऐकलं आहे. या प्रकारात तुम्ही वजन घटवण्यासाठी बोंडातला कापूस गिळून पोट भरायचं असतं. त्यामुळे तुम्हाला सारखी भूक लागत नाही. कापूस झाडापासून मिळत असल्यामुळे, काही काळानं तो पचून जाईल, अशी त्यामागे कल्पना असते. कापूस? वेडबिड तर लागलं नाही?

तुम्ही HCG (ह्यूमन कोरिऑनिक गोनॅडोट्रोपिन ही वंध्यत्व दूर करण्यासाठी योजली जाणारी उपचारपद्धती आहे) डाएटचे नाव ऐकलं आहे?*

या डाएट प्रकारात, वजन उतरवू इच्छिणाऱ्या व्यक्तीला HCG चं इंजेक्शन देण्यात येतं आणि त्याबरोबर दिवसाला पाचशे कॅलरीजचं डाएट दिलं जातं. ही इंजेक्शन्स वंध्यत्व दूर करण्यासाठी, प्रजननक्षमता वाढवण्यासाठी दिली जातात. ती दिल्यावर देहाला गर्भधारणा झाल्यासारखं वाटू लागतं. गर्भधारणेनंतर देहातली चरबी ज्याप्रमाणे जाळली जाते, त्याप्रमाणेच हे इंजेक्शन घेतल्यानंतर चरबी जाळली जाऊ लागते. हे डाएट सुचवणारे लोक खात्रीपूर्वक सांगतात की, या डाएटमुळे भूक न लागता, स्त्रियांचं वजन दिवसाला एक पौंडानं कमी होऊ शकतं. यामुळे होणाऱ्या दुष्परिणामांकडे तुम्ही दुर्लक्ष केले, तर हे डाएट तुमचं वजन घटवून देईल! अशा गोष्टी वाचल्या की, माझ्यातला आहारतज्ज्ञ खवळून उठतो! लोक प्रकृतीशी अशा प्रकारे कसे खेळू धजतात?

परंतु मी आजवर ऐकलेल्या अनेक खुळ्यासारख्या डाएट प्रकारांच्या शिरोभागी आहे 'टेपवर्म' (Tapeworm -लांब जंत) डाएट! या डाएट प्रकारात तुम्हाला जंत गिळावे लागतात (जंत हे जितेजागते, परोपजीवी प्राणी- पॅरासाइट्स असतात).

---

*'Reality check : Weightloss Shots', http://blog.foodnetwork.com/healthyeats/2011/05/10/reality-check-weightloss-shots/,accessed on 15/1/12

पोटात पोचलेले जंत तुम्ही खाल्लेलं अन्न खाऊ लागतात; त्यामुळे हवं तेवढं खाऊ शकता! शीऽ आणि हाच जंत कंटाळून शरीराच्या मेंदूसारख्या भागाकडे निघाला तर? लोक मला नेहमी सांगत असतात की, वजन उतरवण्याची त्यांची 'प्राणांतिक' इच्छा आहे! जंत गिळले, तर त्यांची ही इच्छा शब्दशःफलद्रूप होण्याचा भरपूर संभव आहे, ही गोष्ट नि:संशय!

माकडावर स्वार होऊन तर बघा!

वर दिलेली 'मंकी डाएट'ची उदाहरणं अगदी टोकाची असली, तरी 'मंकी डाएट' सुरू केल्यावर तुम्ही एकाच प्रकारच्या अन्नघटकावर लक्ष केंद्रित करून, इतर सर्व अन्नघटकांकडे दुर्लक्ष करत असता. आहारात एकाच अन्नपदार्थाला किंवा एकाच अन्नघटकाला प्राधान्य दिल्यामुळे देहाला आवश्यक असणारे अन्य अन्नघटक पुरेशा प्रमाणात मिळणार नाहीत. आपल्या देहाला गरज असते ती सर्व मुख्य अन्नघटक (प्रथिनं, कर्बोदकं, स्निग्ध पदार्थ) आणि अल्प प्रमाणात लागणारी जीवनसत्त्वं व क्षार संतुलित प्रमाणात मिळण्याची! तसं झालं तरच दीर्घ काळ टिकणारा व स्वास्थ्याला हानी न पोचवणारा 'वेटलॉस' शक्य होईल.

'मंकी डाएट' ओळखाल कसा?

'मंकी डाएट' ओळखायची एक सोपी युक्ती सांगते. अशा डाएटमध्ये एकाच कोणत्यातरी अन्नघटकावर भर दिलेला असतो. त्याच अन्नघटकाचं नाव शीर्षकासाठी वापरलेलं असतं. उदाहरणार्थ, ग्रेपफ्रूट डाएट किंवा ॲपल सायडर व्हिनिगर डाएट. या शीर्षकावरूनच लक्षात येतं की, त्या एकाच अन्नपदार्थावर या डाएटमध्ये अवास्तव भर देण्यात आलेला आहे. वजन उतरवण्यासाठीच्या सुयोग्य आहाराची तुलना तुम्ही अनेक हिरो असलेल्या 'गोलमाल' किंवा 'हेराफेरी' या हिंदी सिनेमांबरोबर करू शकाल. या सिनेमांमध्ये कोणत्याही एकाच हिरोला प्राधान्य देण्यात आलेलं नाही. सुयोग्य आहारसुद्धा एकाच अन्नपदार्थाला कधीही प्राधान्य देत नसतो.

गाय

पुढल्या वेळेस तुम्ही हिरव्यागार कुरणात जाल, तेव्हा गाय कशी चारा खाते, हे बारकाईने पाहा. गाय एकच गोष्ट दररोज खात असते आणि तास न् तास रवंथ करत असते. 'काऊ डाएट' हे 'मंकी डाएट'सारखंच असतं. फरक एवढाच की, काऊ डाएटमध्ये एकाच अन्नपदार्थाला मंकी डाएटप्रमाणे केवळ प्राधान्यच दिलेलं नसतं, तर फक्त तोच अन्नपदार्थ खायची परवानगी असते.

'कॅबेज सूप डाएट' म्हणजे फक्त कोबीचं सूप पिऊन राहणं. हे सात दिवसांचं

डाएट आहे आणि त्यात फक्त कोबीचं सूप भरपूर प्रमाणात प्यायचं असतं. त्यामुळे अशा डाएटमुळे दिवसाला हजार कॅलरीजपेक्षा जास्त कॅलरीज पोटात जाणं शक्यच नसतं! अशा प्रकारची डाएट्स फारच निर्बंधकारक असतात. अशी डाएट्स फक्त पाश्चिमात्य देशांतच बघायला मिळतात, असं समजू नका. आपल्या देशातही असे भरपूर नमुने सापडतील!

कनिका माझ्याकडे आली डाएटमधील बदलाबद्दल चर्चा करण्यासाठी! ती सध्या घेत असलेल्या आहाराबद्दल मी चौकशी करू लागले, तेव्हा आमच्यात पुढीलप्रमाणे चर्चा झाली :

"तू ब्रेकफास्टसाठी काय खातेस?"

"उकडलेले,मोड आलेले मूग आणि चहा."

"लंच?"

"मुगाच्या डाळीची पोळी आणि मुगाच्या डाळीची टिक्की."

"त्याबरोबर तू आमटी खातेस?"

"हो. मुगाची आमटी."

"दुपारच्या चहाबरोबर तू काय खातेस?"

"उकडलेले,मोड आलेले मूग."

"आणि रात्रीच्या जेवणात?"

"दुपारच्या जेवणासारखंच. मुगाच्या डाळीची पोळी, मुगाच्या डाळीची टिक्की. फक्त बदल म्हणून मी गोडसुद्धा खाते."

"ते काय?" जेवणात ती काहीतरी बदल करतेय हे पाहून खूश होत मी विचारलं.

"मुगाच्या डाळीचा हलवा."

मी कपाळाला हात लावला.

कनिकाला हा आहार एका आयुर्वेदीय डॉक्टरनं सुचवला होता आणि सांगितलं होतं की, आहारात फक्त मूगडाळ घेणं हा वजन उतरवण्यासाठीचा रामबाण उपाय आहे! त्यानं तिला सर्व गोष्टी गायीच्या तुपात (म्हशीच्या नव्हे) शिजवायला सांगितलं होतं; कारण म्हणे गायीच्या तुपानं चरबी वाढत नाही! या गरीब बिचाऱ्या मुलीला फळं, भाज्या किंवा इतर काहीही खायला परवानगी नव्हती. फक्त मूग आणि मूग! आणि गमतीची गोष्ट अशी की, असा एकांडा आहार घेतल्यामुळे ती थकलेलीसुद्धा दिसत नव्हती. तिच्यात भरपूर जोम दिसत होता आणि ती आनंदात होती (प्रत्येक नवीन ग्राहकाच्या या दोन गोष्टी मी बारकाईनं बघते). फक्त तिची 'जॉइंट पेन' (सांधेदुखी)ची तक्रार होती.

तिनं 'जॉइंट पेन' हा शब्द उच्चारताक्षणी मी तिला तिचे रक्ताच्या चाचणीचे

अहवाल आणायला आणि सीरम युरिक ॲसिड टेस्ट करून घ्यायला सांगितलं. रिपोर्ट पाहिल्यावर मला कळलं की, तिचं युरिक ॲसिड प्रचंड वाढलं होतं. तिच्या वयाच्या मुलीची सीरम युरिक ॲसिडची पातळी ५.५ पेक्षा जास्त असायची गरजच नव्हती. तिची पातळी होती आठ!

तुमच्या आहारात तुम्ही प्रमाणाबाहेर प्रथिनं खात असता. तीसुद्धा भरमसाट प्युरिन्स असलेली डाळ, लाल मांस अशी प्रथिनं खात असता किंवा मद्य घेत असता, तेव्हा अवाजवी युरिक ॲसिड तयार होतं आणि या वाजवीपेक्षा जास्त युरिक ॲसिडचा निचरा होऊ शकत नाही. मग ते तुमच्या शरीरातील लहान लहान सांध्यांमध्ये साठून राहू लागतं. त्यामुळे तुम्हाला अखंड वेदना होऊ लागतात. त्याचं पर्यवसान संधिरोगामध्ये (Gout) होऊ शकतं आणि प्रमाणाबाहेर प्रथिनं खाण्याचा हा फक्त एक दुष्परिणाम आहे. प्रमाणाबाहेर प्रथिनं खाल्ल्यामुळे मूत्रपिंडाच्या व्याधी, ऑस्टिओपोरॉसिस, कॅन्सर आणि ओबेसिटी (मेदवृद्धी)सुद्धा संभवतात.

खूप प्रथिनं असलेल्या 'काऊ डाएट'चं हे फक्त एक उदाहरण झालं. तुम्ही फक्त कच्च्या भाज्या किंवा फक्त फळं असं 'काऊ डाएट' केल्यानंही तुमच्या देहावर वेगळे दुष्परिणाम होतील. आरोग्यदायी आहारात वैविध्य अत्यंत महत्त्वाचं ठरतं, या मुद्द्यावर मला भर द्यायचा आहे. फक्त एकाच अन्नपदार्थावर किंवा एकाच अन्नघटकावर भर देणारं डाएट तुम्ही कधीही दीर्घ काळ करू शकणार नाही. वजन घटवण्यासाठीच्या आहारात पुरेसे पर्याय दिलेले असले, तरच तो आपण दीर्घ काळ घेऊ शकू!

'काऊ डाएट' ओळखाल कसं?

तुम्ही सकाळ-दुपार-संध्याकाळ एकच गोष्ट खाऊ लागला की समजावं, तुम्ही 'काऊ डाएट' सुरू केलंय. जरी तुमचं पोट भरल्यासारखं वाटत असलं, तरी एकच अन्नपदार्थ खात राहिल्यामुळे तुमच्या शरीराला आवश्यक असे सर्व पोषक घटक मिळणार नाहीत. हेसुद्धा एक प्रकारचं कुपोषणच ठरेल.

शहामृग

शहामृग वाळूत डोकं खुपसून वास्तवाकडे दुर्लक्ष करत असतो, त्याप्रमाणे शहामृग आहार फक्त वजन घटवण्यावर लक्ष केंद्रित करून आपल्या सर्वंकष स्वास्थ्याकडे दुर्लक्ष करत असतो. अशा आहारामुळे तुमचं वजन कमी होईल; परंतु बऱ्याचदा तुमच्या प्रकृतीला कोणती ना कोणती हानी पोचेल.

वर सांगितल्या गेलेल्या वेगवेगळ्या 'डाएट्स'मुळे तुमच्या स्वास्थ्यावर कोणताही सुपरिणाम घडत नाही. त्यांना शहामृगी आहार किंवा 'ऑस्ट्रिच डाएट' (Ostrich

Diet) हेच नाव शोभून दिसेल. ऑस्ट्रिच डाएटचं सर्वांत चांगलं उदाहरण आहे ॲटकिन्स डाएट (Atkins Diet). वरवर पाहता, ते आरोग्यासाठी हितकर वाटतं आणि त्यामुळे प्रकृतीला होणारी हानी चटकन लक्षात येत नाही. ॲटकिन्स डाएटबद्दल लोकांनी सर्वप्रथम ऐकलं, तेव्हा 'पिष्टमय पदार्थ वर्ज्य' हा त्याचा नियम लोकांना फारच सोपा आणि सोईचा वाटला होता. ॲटकिन्स डाएटनुसार तुम्हाला चीज, रेड मीट (बीफ, हॅम, लॅंब इ.), आइसक्रीम आणि इतर हवं ते खाण्याची मुभा होती. ही गोष्ट स्वागतार्ह वाटण्याजोगीच होती!

त्यानंतर मात्र ॲटकिन्स डाएटवर भरपूर टीका झाली. त्या डाएटमुळे तुमचं वजन कमी होतं; परंतु वजनाखेरीज इतर अनेक गोष्टीही कमी होतात. ॲटकिन्स डाएट करणाऱ्यांना ब्रेस्ट कॅन्सर, हृदयविकार, प्रोस्टेट कॅन्सर, मूत्रपिंडाच्या व्याधी होण्याचा भरपूर धोका संभवतो. ॲटकिन्स डाएटवर असणाऱ्या लोकांच्या महत्त्वाच्या इंद्रियांना (मेंदू, हृदय) कमी रक्तपुरवठा होतो आणि त्यामुळे त्यांची लैंगिक क्षमता उणावते.

तुम्ही ॲटकिन्स डाएटवर दोन महिने राहा; मी तुमच्यावर होणारे दुष्परिणाम सिद्ध करेन. या डाएटवर जाण्यापूर्वीचे आणि दोन महिने हे डाएट केल्यानंतरचे तुमचे रक्ताच्या चाचण्यांचे अहवाल दोन वेगळ्याच व्यक्तींचे आहेत, असं तुम्हाला वाटेल! तुमच्या रक्तातील ट्रायग्लिसराइड्स, एसजीपीटी (यकृताला किंवा हृदयाला हानी पोचली असता रक्तात सोडली जाणारी एन्झाइम्स), युरिक ॲसिड, एलडीएल कोलेस्टेरॉल (घातक कोलेस्टेरॉल) यांच्या पातळ्या अवास्तव वाढलेल्या दिसतील; कारण आहारातून तुम्ही भरपूर प्रथिनं आणि स्निग्ध पदार्थ घेत असता. ॲटकिन्स डाएट तुम्हाला हवी तेवढी प्रथिनं आणि हवे तेवढे स्निग्ध पदार्थ खायची परवानगी देत असतं.

वाळूत खुपसलेलं तुमचं डोकं बाहेर काढा!

शहामृगी डाएट ओळखण्याची सोपी युक्ती तुम्हाला सांगते. जर हे डाएट कोणत्यातरी महत्त्वाच्या अन्नघटकाकडे (पिष्टमय पदार्थ, स्निग्ध पदार्थ, जीवनसत्त्वं, क्षार) संपूर्ण दुर्लक्ष करत असेल, तर ते शहामृगी डाएट आहे हे लक्षात घ्यावं. तुम्हाला वजन घटवायची योजना यशस्वी करून दाखवायची असेल, तर शहामृगाप्रमाणे वाळूत डोकं खुपसून वास्तवाकडे डोळेझाक करणं थांबवा!

चित्ता

या प्रकारचे आहार पाहून माझं निखळ मनोरंजन होतं. प्राणिजगतात सर्वांत जलद धावणारा अशी चित्त्याची ख्याती आहे. तो ताशी सत्तर मैल वेगानं धावू शकतो. घाईनं वजन उतरवू पाहणाऱ्या आहाराला मी चित्ता डाएट म्हणते. अगदी

थोडक्या वेळात वजन उतरवून देण्याची हमी, असं डाएट देत असतं. तुम्ही तीस दिवसांत तुमची कॉलेजमधील जीन्स घालू शकाल, अशी आश्वासनं चित्ता डाएट देत असतं.

चित्ता डाएटच्या पावलांचे ठसे पुढीलप्रमाणे असतात :

- वीस दिवसांत पाच किलो वजन उतरवलं नाही, तर तुमचे पैसे परत.
- तीन महिन्यांच्या आत सोळा किलो/ तीस इंच वजन घटवा; अन्यथा तुमचे पैसे परत.
- तुमच्या लग्नापूर्वीच्या बहात्तर तासांमध्ये तीन किलो वजन घटवा; घटलं नाही तर तुमचे पैसे परत.
- दोन महिन्यांत आठ किलो वजन घटवा. वजन घटवण्यासाठी घराबाहेर पडण्याची गरज नाही. फोनवर फक्त गप्पा मारत तुमचं वजन घटेल; अन्यथा तुमचे पैसे परत.

माझी एक ग्राहक आहे. ती दोन आठवड्यांसाठी एका 'स्पा'मध्ये गेली होती. तिथं तिला तिची देहशुद्धी करण्यासाठी खाल्लेलं अन्न ओकून टाकायला सांगितलं जात होतं. देहातलं विष काढून टाकण्यासाठी त्यांनी तिची आतडीसुद्धा पाण्यानं धुऊन काढली! कारण? त्यांच्या मते, काही प्रकारचं अन्न तुमचा शत्रू असतं. तिचं वजन दोन आठवड्यांत पाच किलोंनी घटेल, अशी त्यांनी ग्वाही दिली होती. त्याप्रमाणे तिचं वजन घटलंसुद्धा. वा! वा! परंतु इतक्या ओकाऱ्या काढल्यामुळे, तिच्या शरीरावर झालेल्या आघातांचं काय? क्रिकेटच्या धावांची बेरीज किंवा लिटरमागे गाडीला मिळणारं मायलेज याप्रमाणे महत्त्व फक्त आकड्यांचं?

दुर्दैवानं वजन उतरवण्याचा कोणताही झटपट उपाय उपलब्ध नाही. असा एखादा झटपट उपाय आहे, असं सांगायला मला खूप आवडलं असतं. जर तुमचं वजन झपाट्यानं उतरलं, आठवड्याला एक किलोपेक्षा जास्त उतरलं, तर बहुधा ते सारं पुन्हा अंगावर चढण्यासाठीच. चित्ता डाएट्स हा दीर्घकालीन उपयुक्ततेचा उपाय नव्हे! जलद वजन उतरवण्याच्या धावपळीचा काहीही फायदा होत नसतो!

स्लॉथ (मध्य आणि दक्षिण अमेरिकेत आढळणारा एक सुस्त प्राणी)

चित्ते झेप घेत धावत असतात, तर स्लॉथ तसूभर हलायलासुद्धा घाबरत असतात. मिनिटाला सहा फूट इतक्या कमी वेगानं हलणारा प्राणिजगतातला हा सर्वांत संथ प्राणी आहे. तो मध्य आणि दक्षिण अमेरिकेतील जंगलांमध्ये आढळतो. 'स्लॉथ डाएट' हा वजन उतरवण्याचा सर्वांत संथ गतीचा उपाय आहे.

या प्रकारात खूप उपासमार किंवा खूप द्रवपदार्थ पिणं यांपैकी कशाचीही गरज नसते. इथं तुम्हाला काहीही करावं लागत नाही. साऱ्या गोष्टी मशिनच करत असतं! इलेक्ट्रिकल मसल स्टिम्युलेटर (ईएमएस) हे व्हायब्रेटिंग मशिन आहे आणि ते तुम्ही कष्ट न करता, तुमचा बीएमआर (चयापचय क्रियेचा वेग) वाढवत असतं. वजन घटवण्यासाठी तुम्हाला फक्त झोपून राहायचं असतं. व्हायब्रेटिंग मशिनद्वारा होणाऱ्या कंपनांमुळे तुमच्या स्नायूंची, व्यायामामुळे होते तशी हालचाल होत राहते. त्यामुळे तुमचा बीएमआर वाढतो आणि तुमचं वजन कमी होतं.

ईएमएस वापरणाऱ्या हजारो लोकांवर मी इलाज केला आहे. ईएमएस वापरणाऱ्या अनेकांचं वजन जेवढ्या कालावधीत जेवढं घटलं, तेवढ्याच कालावधीत (या यंत्राचा वापर थांबवल्यावर) ते सारं परत वाढलं. हे मशिन आहार किंवा व्यायाम याबद्दल तुमची जीवनशैली बदलत नाही. त्यामुळे ज्या क्षणी तुम्ही हे मशिन वापरणं थांबवता, त्या क्षणी त्यामुळे होणारा फायदा थांबतो. तुमचा बीएमआर पुन्हा खाली येतो आणि घटलेलं वजन पुन्हा वाढू लागतं. कारण ईएमएसनं घटलेलं वजन तेवढंच राखण्यासाठी, ईएमएसचा वापर थांबवल्याबरोबर व्यायाम सुरू करणं आवश्यक असतं.

तुम्ही पोषक आहार घेत असता, नियमितपणे व्यायाम करत असता, तेव्हा तुमची मानसिकता वजन घटवण्याच्या दृष्टीनं योग्य अशी असते. तुम्ही जीवनशैलीत फरक घडवून तो अंगी बाणवलेला असतो. परंतु जर तुम्ही दररोज संध्याकाळी पाच वाजता सामोसा आणि कोकचा आस्वाद घेऊन ईएमएस मशिनवर झोपून त्या कॅलरीज जाळत असाल (वजन घटवण्यासाठी मशिनची मदत घेत असाल), तर तुम्ही तुमची जीवनशैली कधीच बदलणार नाही. अशा मशिनचा वापर करणाऱ्या लोकांना, घटलेलं वजन तिथंच स्थिर राखण्यासाठी व्यायाम करणं ठाऊकच नसतं. झोपून राहून मशिनकरवी वजन घटवून घेण्याऐवजी, देहाला फिरण्याचे कष्ट देण्यासाठी भिन्न प्रकारच्या मानसिकतेची आणि निग्रहाची गरज असते. जेव्हा तुम्ही तुमची जीवनशैली बदलायला तयार नसता, तेव्हा तुम्ही कोणताही वेटलॉस प्लॅन वापरला- माझा किंवा अन्य कुणाचा, तरी घटलेलं वजन त्याच पातळीवर स्थिर राहणार नाही; ते पूर्वपदाला येईलच.

याबद्दल असा विचार करा : मशिनवर झोपून राहणं किंवा स्वत: व्यायाम करणं या दोन्हीही गोष्टींना तेवढाच वेळ लागतो! एक तास! मग तासभर व्यायामच करा की! व्यायामामुळे फक्त वजनच उतरत नाही, तर आरोग्याच्या दृष्टीनं अन्य फायदेही होतात, असं वैद्यकीय सर्वेक्षणांती सिद्ध झालेलं आहे. तुम्हाला घटलेलं वजन त्याच पातळीवर स्थिर ठेवायचं असेल, तर त्यासाठी देहाची हालचाल करावीच लागेल. व्यायाम तुमच्यापाशी येईल अशी वाट पाहण्याऐवजी, तुम्ही स्वतःव्यायामाचा प्रयत्न करायला हवा.

क्षणात दिसलं - क्षणात नाहीसं झालं

'डाएट नाही! व्यायाम नाही! मालीश करून घ्या आणि वजन घटवा!' हे कसं घडत असेल, याबद्दल कधी विचार केलाय? यामागे आहे थोडीशी 'जादू'.

माझ्या एका ग्राहक स्त्रीनं सहा महिन्यांच्या एका उपक्रमात नाव नोंदवलं होतं. तिला आहारातून घेतले जाणारे द्रवपदार्थ (पाणी, चहा, कॉफी, दूध इ.) दिवसाकाठी फक्त एक लिटर एवढंच सीमित ठेवायला सांगण्यात आलेलं होतं. त्यानंतर परदेशातून आयात करण्यात आलेल्या खास क्रीम्सनी तिला मालीश केलं जात असे. प्रत्येक वेळी मालीश केल्यानंतर चमत्कार घडत असे! काही मिनिटांमध्येच तिचा आकार काही इंचांनी कमी होत असे.

विश्वास बसत नाहीय ना? पण दुर्दैवानं तसं खरंच घडत असे. अशा ताबडतोब आक्रसणाऱ्या देहाच्या आकारामागचं गुपित असतं डिहायड्रेशन- शरीरातील पाण्याची पातळी घटवून देह शुष्क करणं. मालीशसाठी वापरली जाणारी क्रीम्स शरीरातलं पाणी त्वचेद्वारा शोषून बाहेर काढतात. अशा मालीशमुळे तुमची त्वचा दबते आणि ताबडतोब तिचा आकार घटतो. याशिवाय तुम्हाला दिवसातून फक्त एक लिटर द्रवपदार्थ घ्यायला सांगितलेलं असतं. त्यामुळेही तुमचं वजन कमी होतं.

पण लक्षात घ्या की, शरीर शुष्क झाल्यामुळे जर वजन उतरलेलं असेल, तर तुम्ही नेहमीप्रमाणे पाणी पिऊ लागला की, घटलेलं वजन पुन्हा वाढणारच! तुम्ही प्यायलेलं पाणी त्वचेखाली उतींमधल्या योग्य जागी पोचलं की, तुमच्या शरीराचा आक्रसलेला आकारही पूर्वीसारखा होईल. म्हणजे घटकेत तुम्ही बारीक झालात- तर घटकेत पूर्ववत व्हाल.

जर अशा प्रकारे वजन घटवणं टाळायचं असेल, तर बारीक झाल्यानंतर कसं वाटलं पाहिजे?

ब्रिटिश सुपरमॉडेल केट मॉस हिचं २००९ सालचं वक्तव्य खूपच गाजलं होतं- 'वजन घटल्यावर लाभणाऱ्या आनंदाची बरोबरी कोणतीही चव करू शकणार नाही.' तिच्या या उद्गारांमुळे ॲनोरेक्झिया, ब्युलिमिया या आहाराबाबतच्या विकृतींना उत्तेजन मिळेल म्हणून तिच्यावर टीकेची झोड उठली. तिच्या या बोलण्याचा टीनएज मुलींवर कोणता वाईट परिणाम होईल, यावर भरपूर उलटसुलट चर्चा झाली; परंतु तिच्या वाक्यामधील एकाच गोष्टीवर मी लक्ष केंद्रित करणार आहे : वजन घटल्यावर कसं वाटायला हवं?

वजन घटल्यावर खूप खूप तंदुरुस्त वाटलं पाहिजे. पण डाएट जंगलातले हे विविध प्राणी (विविध प्रकारची खुळचट डाएट्स) तुम्हाला कधीही तंदुरुस्तीचा आनंद मिळवून देत नसतात! तुमच्या वेटलॉस प्लॅनमुळे तुमचं फक्त काट्यावरलं वजनच न उतरता, तुमच्या चिंतेचं ओझंसुद्धा दूर झालं पाहिजे. तुम्ही चपळ, आनंदी आणि भविष्याबद्दल आशावादी बनायला हवं. असं घडलं, तरच तुम्ही करत असलेलं डाएट योग्य प्रकारचं आहे, असं तुम्हाला मानता येईल. माझी ग्राहक स्त्री जेव्हा आनंदी, हसतमुख आणि रसरशीत कांतीची दिसते, तेव्हाच माझा सल्ला योग्य आहे, असं मला वाटतं.

पुढल्या काही पानांमध्ये मी तुम्हाला वजन उतरवण्याच्या सर्वांत महत्त्वाच्या शस्त्राबाबत सांगणार आहे. हे शस्त्र म्हणजे 'अन्न'. माझ्या अनेक ग्राहकांनी, मी सांगितल्याप्रमाणे आहार घ्यायला सुरुवात केल्यावर, त्यांना उच्च रक्तदाब, हायपोथायरॉइड आणि मधुमेह यांसाठीच्या औषधांची मात्रा (डोस) कमी करता आली. मी जादूगार असल्यामुळे हे घडलेलं नाही! तरी हे घडलं, कारण आपण घेत असलेल्या अन्नातच ते सामर्थ्य असतं. फक्त लठ्ठपणाचंच काय घेऊन बसलात! योग्य प्रमाणात योग्य आहार घेतला, तर त्यामुळे हृदयविकार, मधुमेह, उच्च रक्तदाब, डिप्रेशन (वैफल्यग्रस्त मानसिकता) आणि कॅन्सरचंसुद्धा निराकरण करता येतं. लसूण, टोमॅटो, ब्रोकोली, सोया, ग्रीन टी, डार्क चॉकलेट या सर्वांच्या ठायी कॅन्सरशी लढण्याची शक्ती असते. वजन उतरणं ही केवळ जाता जाता घडणारी गोष्ट असते. थोडक्यात, तुमचं पोषण/ रक्षण औषधाची गोळीच करत नसते, तर थाळीतलं आरोग्यदायी अन्नसुद्धा करत असतं.

तुम्हाला मानसिक आणि शारीरिक त्रास देणाऱ्या अनेक समस्यांचं उत्तर तुमच्या जेवणाच्या थाळीत सापडेल! तुमचं अन्न केवळ तुमच्या शरीराला इंधनच पुरवत नसतं; तुमच्या देहाच्या आणि आयुष्याच्या हितासाठी तुम्ही करण्याजोग्या अनेक गोष्टींसाठी ते तुम्हाला शस्त्रही पुरवत असतं. कारण अन्न म्हणजे केवळ इंधन नव्हे, तर ती एक शक्ती आहे!

उपक्रमाचा सक्रिय टप्पा

माझ्या (वेटलॉस) उपक्रमाचे दोन टप्पे आहेत- सक्रिय व निष्क्रिय. सक्रिय टप्प्यात तुमचं वजन घटत असतं. तुम्ही घेत असलेला आहार आणि करत असलेला व्यायाम, हा वजन घटवण्याच्या दृष्टीनंच आखण्यात आलेला असतो. मात्र निष्क्रिय टप्प्यात घटलेलं वजन आयुष्यभर घटलेल्या पातळीवरच राखण्याच्या हेतूनं उपक्रम आखलेला असतो.

तुम्ही काय खावं आणि काय खाऊ नये, याबद्दल मी आताच सांगणार नाही. त्याआधी, कार्यक्षम पद्धतीनं वजन उतरवणं आणि त्याच पातळीवर ते आयुष्यभर ठेवता येणं यासाठी आवश्यक अशी सर्व माहिती मी तुम्हाला देणार आहे. वजन घटवण्याच्या शर्यतीला प्रारंभ करताना 'ऑन युअर मार्क्स', 'गेट सेट' आणि 'ईट' अशा तीन ललकाऱ्या तुम्हाला ऐकू येतील. त्यांपैकी 'ऑन युअर मार्क्स' ही ललकारी तुम्हाला योग्य अशा 'वेटलॉस प्लॅन'ची समग्र माहिती देईल. 'गेट सेट' ही ललकारी तुम्हाला अत्यावश्यक अशा अन्नघटकांबद्दल संपूर्ण माहिती देईल, तर 'ईट' ही ललकारी तुम्हाला नेमकं काय खायचं याचा संपूर्ण आराखडा आखून देईल. तुम्हाला कोणकोणत्या गोष्टी खायची परवानगी आहे आणि ज्या गोष्टी खायची परवानगी मिळेल अशी तुम्हाला पुसटशीही कल्पना नव्हती, त्या गोष्टी खाऊनही तुम्ही किती वजन उतरवू शकाल, हे पाहून तुम्ही आश्चर्यचकित व्हाल.

मग वाट कसली बघताय? वजन उतरवायच्या प्रवासाला आरंभ करा.

ऑन युअर मार्क्स...

तुमचं वजन कमी करणारा सांताक्लॉज

लहानपणी नाताळात तुम्ही सांताक्लॉजपाशी अनेक वस्तूंची मागणी करत होता; आठवतंय? सर्वांत नवे खेळ, बार्बी डॉल, चकचकीत नवी कोरी सायकल! तुमचा वेटलॉस प्लॅन हा तुमचा सांताक्लॉज आहे असं समजा आणि त्याच्याकडून वेगवेगळी वरदानं मागा.

सांतापाशी तुम्ही काही फक्त एखादा पतंग, पेन्सिल किंवा शार्पनर मागत नव्हता. या गोष्टींसाठी सांता कशाला हवा होता? त्या तर तुम्हाला कुणीही देऊ शकलं असतं. त्याप्रमाणेच तुमच्या वेट लॉस प्लॅनकडूनही तुम्ही फक्त वजन घटवायची मागणीच करू नका. कारण त्यासाठी तुम्ही तुमच्या आहारविषयक साऱ्या सवयीच जर बदलून टाकत असाल, तर फक्त वजन घटण्याची मागणी करून कसं चालेल? 'वेटलॉस प्लॅन'रूपी सांताकडून तुम्ही काय काय वरदानं मागाल?

१) माझं वजन कायमस्वरूपी घटू दे

तुम्ही फक्त वजन उतरवण्याच्या दृष्टीनंच आहार ठरवला, तर असा आहार, एकूण चयापचय क्रिया आणि तंदुरुस्ती अशा मुद्द्यांकडे दुर्लक्ष करेल. तुम्ही अशा प्रकारचा आहार योजायला हवा की, तोच आहार घेत असताना तुमचं वजन घटलेल्या पातळीवरच स्थिर राहील.

२) माझा बीएमआर (चयापचय क्रियेचा वेग) वाढलेल्या पातळीवरच राहू दे

योग्य प्रकारचा आहार तुमचा बीएमआर वाढवेल. दर दोन तासांनी थोडं थोडं खाणं ही कायमस्वरूपी वजन घटवण्याची गुरुकिल्ली आहे. जेव्हा माझे ग्राहक मला हर्षभरानं सांगत येतात, 'माझं वजन तीन किलोंनी उतरलं!' तेव्हा ते ऐकून मी अजिबात प्रभावित होत नाही. मी त्यांना पहिला प्रश्न विचारते, "तुम्ही दर दोन तासांनी खात होता?" कारण माझ्या आजवरच्या अनुभवावरून मला पक्कं ठाऊक आहे की, माझे ग्राहक जर दर दोन तासांनी खात नसले, तर त्यांनी घटवलेलं हे सारं वजन पुन्हा वाढणार आहे.

३) माझ्या देहावरची चरबी घटू दे!

वजन उतरताना तुमची चरबी उतरली नाही, तर तुमच्या स्नायूंचा ऱ्हास झालेला असतो. तुमच्या जितक्या जास्त स्नायूंचा ऱ्हास होईल, तेवढंच तुमच्या देहातल्या चरबीचं प्रमाण वाढेल! आहाराच्या ज्या आराखड्यात गरजेहून खूप कमी उष्मांक घेतले जातात, त्या आराखड्यानुसार खाल्लं तर देहाला लागणारी ऊर्जा स्नायूंच्या विघटनातून मिळवली जाते आणि कायमस्वरूपी वजन घटवण्याच्या दृष्टीनं ही गोष्ट घातक ठरते.

४) मला चांगलं आरोग्य, ऊर्जा आणि तंदुरुस्ती लाभू दे

तुम्हाला कसं वाटतंय, ही गोष्ट कोणताही वजनकाटा किंवा रक्ताची चाचणी सांगू शकणार नाही. तुम्ही सकाळी जागे होता तेव्हा उत्साहानं आणि चैतन्यानं रसरसलेले असता? तुम्हाला सक्रियतेनं नव्या नव्या गोष्टी करून पाहाव्याशा वाटतात? तुम्ही जास्त चालू शकता? तुमचं चित्त जास्त वेळ एकाग्र राहू लागलेलं तुम्हाला जाणवतं? तुमची चिडचिड कमी झालीय, असं तुम्हाला वाटतं?

दिवसभरातला तुमच्या अंगचा जोम टिकून राहिला पाहिजे. त्यात चढ-उतार होता कामा नये. एका क्षणी चैतन्यानं तेजाळलेलं आणि पुढल्याच क्षणी थकून ढेपाळलेलं वाटता कामा नये. तुमच्या रक्तातल्या साखरेची पातळीसुद्धा स्थिर राहिली पाहिजे. तुमचं एकूण आरोग्य आणि जोम या गोष्टींवरून 'वेटलॉस प्रोग्रॅम'चं खरं यश मापता येईल. तंदुरुस्त वाटत असताना तुमचं वजन घटत असलं, तर तुमचा 'वेटलॉस प्रोग्रॅम' योग्य स्वरूपाचा आहे, असं नि:शंकपणे समजा!

गेट सेट...

वजन घटवणं म्हणजे पाचही बोटं वापरून घट्ट मूठ वळणं!

'ऐक्यामुळे प्रगती होते, दुफळीमुळे घात होतो' (United we stand, divided we fall) अशी दूरदर्शनवरची जाहिरात आठवतेय? एकीचं बळ दाखवणारे लघुपट आठवताहेत? त्यामागचं तत्त्व अगदी सोपं होतं : हाताचं बोट एकेकटं असता फारसं काही साध्य करू शकत नाही; पण पाचही बोटांची मूठ तुम्ही वळली, तर त्या साध्याशा कृतीनं तिच्यात वज्राचं सामर्थ्य येईल.

संतुलित पोषक आहाराचं वर्णन या साध्या-सोप्या उदाहरणानं करून देता येईल. वजन घटवताना पाच एकेकटी बोटं- प्रथिनं, कर्बोदकं, स्निग्ध पदार्थ, जीवनसत्त्वं, क्षार आपापलं काम करत राहतील; पण ती एकत्र आली, तर ती जोमदार कृती करू शकतील.*

थोडक्यात सांगायचं तर, कायमस्वरूपी वजन घटवण्यासाठी तुम्ही पाचही बोटांची मूठ वळायला हवी. हे पाचही अन्नघटक कामाला जुंपायला हवेत!

या पाच बोटांची- पाच अन्नघटकांची उपविभागणी पुढीलप्रमाणे करता येईल. खूप प्रमाणात लागणारे तीन महत्त्वाचे अन्नघटक : प्रथिनं, कर्बोदकं आणि स्निग्ध पदार्थ. अल्प प्रमाणात लागणारे दोन अन्नघटक : जीवनसत्त्वं आणि क्षार. त्यांची अशा प्रकारे केलेली उपविभागणी जेवणातल्या त्यांच्या तुलनात्मक प्रमाणाचं निदर्शक आहे. तुम्ही जीवनसत्त्वांवर भर देऊन प्रथिनं किंवा कर्बोदकं किंवा स्निग्ध पदार्थ यांच्याकडे दुर्लक्ष करून चालणार नाही. कोणत्याही एकाच अन्नघटकाला अवास्तव महत्त्व दिलं किंवा त्याचा पूर्णपणे अभाव असला, तर तुमच्या स्वास्थ्यावर त्याचा प्रतिकूल परिणाम घडेल. त्यामुळे कदाचित तुमचं वजन तात्पुरतं घटेल; परंतु ते पुन्हा वाढेल हे नक्की!

हे पाच अन्नघटक एकत्रितपणे योग्य प्रमाणात घेतले, तर ते तुमचे रोग, लठ्ठपणा, हृदयविकार आणि अन्य सर्व व्याधींपासून संरक्षण करतील. मधुमेह? हृदयविकार? लठ्ठपणा? होय, अशा सर्वांपासून! घट्ट मूठ वळा आणि सर्व अन्नघटकांना कामाला जुंपा! आपले अनेक रोग आणि चिवट दुखणी जीवनशैलीशी निगडित असतात. योग्य जीवनशैलीचा स्वीकार करून त्यांचं उच्चाटन करता येतं! पुढचा मजकूर वाचत चला, म्हणजे घट्ट मूठ वळून सामर्थ्य कसं मिळवावं, हे तुम्हाला उमजेल.

---

* एस. आर. मुदांबी आणि एम. व्ही. राजगोपाल *Fundamentals of Food, Nutrition and Diet Therapy,* New Age International Publishers, 2009

स्निग्ध पदार्थ

या गरीब बिचाऱ्या अन्नघटकाला एखाद्या गुन्हेगारासारखं वागवलं जातं, अन् तेही त्याची नि:पक्षपाती सुनावणी न करताच त्याला अगदी फाशीची शिक्षा दिली जाते! कारण नसताना त्यांना असा मृत्युदंड ठोठावला जातो. त्यामुळे स्निग्ध पदार्थांवर सतत अन्याय होतो. लक्षात घ्या : स्निग्ध पदार्थ हा देहाला अल्प प्रमाणात नव्हे, तर भरपूर लागणारा अन्नघटक आहे! प्रथिनं आणि कर्बोदकं यांच्याइतकाच तोही महत्त्वाचा अन्नघटक आहे! हा अन्नघटक योग्य प्रमाणात मिळाला नाही, तर तुमच्या देहाची यंत्रणा सुरळीतपणे काम करू शकणार नाही! त्यामुळे अजिबातच स्निग्ध पदार्थ नसलेला आहार हा तुमच्या एकूण स्वास्थ्यावर हानिकारक परिणाम घडवल्यावाचून राहणार नाही!

स्निग्ध पदार्थ तुमच्या महत्त्वाच्या इंद्रियांना संरक्षण पुरवण्याची मोठी कामगिरी पार पाडत असतात. तुमचा मेंदू, हृदय, यकृत या सर्वांभोवती असलेलं चरबीचं आणि पाण्याचं आवरण त्यांना सुरक्षित ठेवत असतं. चरबीतून उष्णता नीटपणे प्रवाहित होऊ शकत नाही. त्यामुळे तुमच्या त्वचेखालचा चरबीचा थर तुमच्या देहाचं तापमान नियंत्रणाखाली ठेवतो आणि तुम्हाला ऊब आणि आराम देतो. तुमच्या नसांना चरबी संरक्षण पुरवते. तुमच्या सांध्यांना चरबी वंगण पुरवत असल्यामुळे त्यांची सहजपणे हालचाल होत असते. चरबी अ, ड, ई आणि क ही जीवनसत्त्वं शोषून घ्यायचं महत्त्वाचं काम पार पाडते.

तुमच्यापैकी ज्यांना देहातलं चरबीचं प्रमाण घटवायची इच्छा असेल, त्यांनी कृपया लक्षात ठेवावं की, चरबी जाळण्यासाठी खूप चयापचय क्रिया घडावी लागते. देहातल्या साऱ्या यंत्रणा जेव्हा नीटपणे काम करू शकत असतील, तेव्हाच ही चयापचय क्रिया अनुकूल वेगानं पार पडू शकेल. तुमच्या शरीराला योग्य प्रमाणातल्या कर्बोदकांचं, प्रथिनांचं, जीवनसत्त्वांचं, क्षारांचं आणि स्निग्ध पदार्थांचं इंधन पुरवलं गेलं, तरच चरबी जाळण्याचं काम सुरू होऊ शकेल. थोडक्यात, चरबी जाळण्यासाठीसुद्धा स्निग्ध पदार्थांची गरज असते.

जर स्निग्ध पदार्थ इतके हितावह असतील, तर त्यांना इतकं वाईट का समजलं जातं? वर्गातल्या काही व्रात्य मुलांमुळे संपूर्ण वर्गालाच शिक्षा ठोठावण्यासारखा प्रकार आहे तो!

चांगल्या प्रकारचे स्निग्ध पदार्थ : मोनोपॉली

मुफा (MUFA-मोनो अनसॅच्युरेटेड फॅटी ॲसिड्‌स)

तुम्हाला चांगले आणि वाईट स्निग्ध पदार्थ ओळखायला त्रास पडत असला तर 'नट्‌स' (मुख्यत्वे शेंगदाणे, अक्रोड, बदाम, पिस्ता), ॲव्होकॅडो, कनोला तेल, करडईचं तेल, ऑलिव्ह ऑइल यांतून भरपूर 'मुफा' मिळतं, हे लक्षात ठेवा. 'मुफा'मुळे चांगलं कोलेस्टेरॉल (HDL) वाढतं. वाईट कोलेस्टेरॉल (LDL) कमी होतं आणि वजन उतरवण्यासाठी मुख्यतःचरबी उतरवण्यासाठी मुफा उपयुक्त ठरतात. मुफा शरीरातल्या पेशीचं पोषण करतात आणि मुफामध्ये ई जीवनसत्त्वसुद्धा भरपूर प्रमाणात असतं.

पुफा (PUFA-पॉली अनसॅच्युरेटेड फॅटी ॲसिड्‌स)

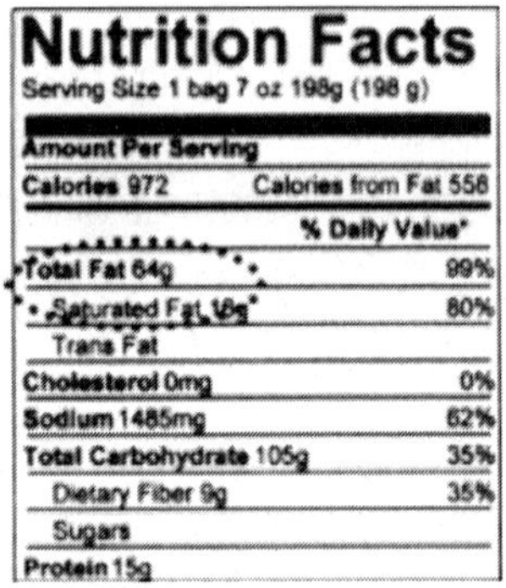
Nutrition Facts
Serving Size 1 bag 7 oz 198g (198 g)
Amount Per Serving
Calories 972 Calories from Fat 558
% Daily Value*
Total Fat 64g 99%
Saturated Fat 16g 80%
Trans Fat
Cholesterol 0mg 0%
Sodium 1485mg 62%
Total Carbohydrate 105g 35%
Dietary Fiber 9g 35%
Sugars
Protein 15g

'पुफा'मुळे तुमच्या शरीरातली कोलेस्टेरॉलची पातळी कमी होते. पुफा तुमच्या शरीरात तयार होत नसली, तरी शरीरासाठी ती अत्यंत आवश्यक असतात. 'सामन'सारखे मासे, माशांचं तेल, करडईचं तेल, सूर्यफुलाचं तेल, सोया आणि कॉर्न ऑइल यात पुफा असतात. फिश ऑइल आणि भाज्यांमधून मिळणारी, जीवनासाठी अत्यावश्यक असणारी आणि तुमच्या मेंदूची तंदुरुस्ती राखणारी व शरीर निरोगी ठेवणारी ओमेगा-३ आणि ओमेगा-६ फॅटी ॲसिड्‌स पुफा गटातच मोडतात.

आपल्या शरीराला अत्यावश्यक असणारे स्निग्ध पदार्थ चटकन लक्षात ठेवण्यासाठी मी एक शब्द ऐकला होता. तो आहे- मोनोपॉली - Monopoly (Mono + Poly). तुमच्या देहाला मोनो आणि पॉली अनसॅच्युरेटेड फॅटी ॲसिड्‌सची गरज असते. ही ॲसिड्‌स तुमच्या आहारातून योग्य प्रमाणात मिळाली, तरच तुम्हाला तुमचं आरोग्य चांगलं ठेवून वजन घटवता येईल.

लेबलवरून बोध घ्या : तुम्ही दुकानातून माल विकत घ्याल, तेव्हा मालावर चिकटवलेलं पोषक घटकांबद्दलचं लेबल काळजीपूर्वक वाचा आणि त्यात मुफा आणि पुफा किती प्रमाणात आहेत, हे पाहा. दिवसाकाठी तुम्हाला देहासाठी जेवढ्या कॅलरीजची गरज आहे, त्यांतील १० टक्के

कॅलरीज स्निग्ध पदार्थांमधून मिळाल्या पाहिजेत. म्हणजेच तुम्ही दिवसाला दोन हजार कॅलरीजचा आहार घेत असाल, तर त्यात २० ग्रॅम स्निग्ध पदार्थांचा समावेश असायला हवा.

हानिकारक स्निग्ध पदार्थ

सॅच्युरेटेड फॅट्स

मांस, सायीसकटचं दूध व त्याचे पदार्थ, अंड्याचा पिवळा बलक, खोबरेल, पाम ऑइल, पामकर्नेल (खोबरं) ऑइल, कॉटनसीड ऑइल (कपाशीच्या बियांचं तेल) यांत नैसर्गिक स्वरूपातील सॅच्युरेटेड फॅट्स असतात. शरीर आपल्या विविध कार्यांसाठी (शरीर बांधणी व शारीरिक क्रिया) उपयोग करीत असलं* तरी गरजेपुरती सॅच्युरेटेड फॅट्स आपल्या शरीरातच तयार होत असतात. त्यामुळे त्या आहारातून खाण्याची गरज नसते. वर्ल्ड हेल्थ ऑर्गनायझेशनने (WHO) युनायटेड स्टेट्स सेंटर्स फॉर डिसीज कंट्रोल (सीडीसी) आणि फूड अॅण्ड ड्रग अॅडमिनिस्ट्रेशन (FDA) यांच्यासमवेत लोकांमध्ये जनजागृती करायला सुरुवात करून आहारातील सॅच्युरेटेड फॅट्सचं प्रमाण कमी करायला सांगितलं आहे. कारण त्यांच्यामुळे कोलेस्टेरॉल वाढणं, कॉरोनरी हार्ट डिसीज आणि स्ट्रोक यांची शक्यता वाढणं, असे धोके संभवतात.

ट्रान्स फॅट्स

ट्रान्स फॅट्स शास्त्रज्ञांनी बनवलेल्या असल्यामुळे ती मानवनिर्मित समस्या आहे. पातळ तेलातून हायड्रोजन गॅस प्रवाहित केला की, हायड्रॉजनेशन प्रक्रिया घडते आणि ट्रान्स फॅट तयार होते. खाद्य पदार्थांचा टिकाऊपणा वाढविण्याच्या एकमेव हेतूनं ट्रान्स फॅट्स तयार केल्या जाऊ लागल्या. तुम्ही ट्रान्स फॅट्सचा आहारातून वापर केला की, शरीरात ट्रान्स फॅटी अॅसिड्स तयार होतात आणि ती आरोग्याला अत्यंत घातक ठरतात. बाजारात विकत मिळणाऱ्या अनेक अन्नपदार्थांमध्ये भरपूर ट्रान्स फॅट वापरल्या जातात. ट्रान्स फॅटचा संबंध हृदयविकार, अल्झायमर्स, कॅन्सर, मधुमेह, डिप्रेशन

American Dietary Guidelines, 2010, http://www.cnpp.usda.gov/Publications/DietaryGuidelines 2010/PolicyDoc/PolicyDoc.pdf,accessed on 2/2/12

(वैफल्यग्रस्तता), स्त्रियांमधील लठ्ठपणा यांच्याशी जोडण्यात आलेला आहे. याखेरीज ट्रान्स फॅटमध्ये फारसे पोषक घटकही नसतात. ही घातक ट्रान्स फॅट्स कोणत्या खाद्य पदार्थांमध्ये आहेत, हे शोधून काढणं आता सोपं झालेलं आहे. प्रकृतीला संभवत असलेल्या धोक्यामुळे कंपन्यांना मालाच्या लेबलवर ट्रान्स फॅटच्या टक्केवारीची माहिती द्यावीच लागते. तुमचं काम आहे ते फक्त ती माहिती काळजीपूर्वक वाचून, असे पदार्थ टाळणं. बस्स!

लेबलवरून घ्यायचा बोध : ट्रान्स फॅट असलेले सर्व खाद्य पदार्थ टाळा. बऱ्याचदा मालावरचं लेबल, त्यात ट्रान्स फॅट नसल्याचं स्पष्टपणे नमूद करतं. तुम्ही सॅच्युरेटेड फॅट्स पूर्णपणे टाळलेल्याच बऱ्या; परंतु आहारातून त्या घेतल्याच, तर दिवसाकाठी तीन ग्रॅमपेक्षा जास्त घेऊ नयेत.

प्रथिनं

स्निग्ध पदार्थ हद्दपार करण्याचा सल्ला देणारे अनेक बुद्रुक सापडतात, तर दुसऱ्या टोकाला जाऊन प्रथिनांचा अवास्तव उदो उदो केला जातो. अर्थात प्रथिनांना महत्त्व देणं सयुक्तिकच आहे. आपल्या देहासाठी ती अत्यावश्यक असून, दररोज आहारातून घेणं अत्यंत गरजेचं आहे. अनेकांची समजूत असते की, प्रथिनं ही फक्त मुलांची उंची वाढवण्यासाठी किंवा वजन उचलण्याचा व्यायाम करणाऱ्यांसाठीच आवश्यक असतात. परंतु सत्य हेच आहे की, प्रथिनांवाचून कुणीही मनुष्यप्राणी जिवंत राहू शकणार नाही.

प्रथिनांचं मुख्य कार्य आहे उतींची निर्मिती करणं आणि देहाच्या प्रक्रिया करताना विनाश पावलेल्या पेशींच्या जागी नव्या पेशी निर्माण करून देणं. जीवनदायी पदार्थांना शरीरभर पोचवणं, महत्त्वाची एन्झाइम्स तयार करणं, महत्त्वाची हार्मोन्स आणि न्यूरोट्रान्स्मीटर्स (मज्जा संस्थेतील संदेशवाहक) तयार करणं आणि शरीराची वाढ करून झालेली झीज भरून काढणं , ही सारी महत्त्वाची कार्यं प्रथिनांमुळेच पार

पडतात. प्रथिनांमुळे स्नायू बळकट होतात. तुम्ही आहारातून पुरेशी प्रथिनं घेत नसाल, तर तुमचे केस गळू लागतात. नखं, दात आणि हाडं ठिसूळ होतात, रोगप्रतिकारशक्ती कमी होते, स्नायूंचं वस्तुमान कमी होतं, वाढ खुंटते, हृदय कमकुवत बनतं. श्वसन संस्थेची हानी होते आणि कधी कधी तर मृत्यूसुद्धा येतो.

प्रथिनं बनवण्यासाठी ॲमिनो ॲसिड्सची गरज असते. प्रथिनांच्या बांधणीतल्या ॲमिनो ॲसिड्स या विटाच म्हणता येतील. अमिनो ॲसिड्स एकमेकांशी बांधली जाऊन आपल्या शरीरातली प्रथिनं तयार होतात. आपल्या देहाला अशा बावीस अमिनो ॲसिड्सची गरज असते; परंतु त्यांपैकी फक्त तेरा अमिनो ॲसिड्स आपल्या देहात तयार होतात. इतर नऊ अमिनो असिड्स (ही EAA किंवा इसेन्शियल अमिनो ॲसिड्स, अत्यावश्यक अमिनो ॲसिड्स म्हणून ओळखली जातात) आपल्याला डाळी, नट्स, बिया, अंडी, चिकन, मांस आणि सोया यांसारख्या अन्नपदार्थांमधून मिळवावी लागतात.

Nutrition Facts
Serving Size 1 bag 7 oz 198g (198 g)

Amount Per Serving	
Calories 972	Calories from Fat 558
	% Daily Value*
Total Fat 64g	99%
Saturated Fat 16g	80%
Trans Fat	
Cholesterol 0mg	0%
Sodium 1485mg	62%
Total Carbohydrate 105g	35%
Dietary Fiber 9g	35%
Sugars	
Protein 15g	
Vitamin A 9% • Vitamin C	112%
Calcium 10% • Iron	21%

*Percent Daily Values are based on a 2,000 calorie diet. Your daily values may be higher or lower depending on

परंतु नवी प्रथिनं बनवण्यासाठी आवश्यक असलेली सर्व अमिनो ॲसिड्स एकत्रितपणे फारच थोड्या अन्नपदार्थांमध्ये सापडतात. ज्यांच्यात ती सापडतात, त्या अन्नपदार्थांना परिपूर्ण प्रथिनं (Complete Proteins) असं म्हटलं जातं आणि असे अन्नपदार्थ बहुतांशी प्राणिज (मांस, अंडी इ.) असतात. शाकाहारी लोकांनी कृपया लक्षात घ्यावं की, डाळींसारख्या प्रथिनयुक्त पदार्थातून ही सर्व अत्यावश्यक अशी नऊ अमिनो ॲसिड्स मिळत नाहीत. म्हणूनच डाळीतून परिपूर्ण स्वरूपाचं प्रथिन मिळत नाही. वनस्पतिज प्रथिन परिपूर्ण बनवण्यासाठी दोन भिन्न वनस्पतिज प्रथिनं एकत्रितपणे खावी लागतात. उदाहरणार्थ, डाळीबरोबर तांदूळ (डाळ + भात) खाल्ला, तरच ही महत्त्वाची नऊ अमिनो ॲसिड्स मिळतील. इतर वनस्पतिज प्रथिनं आहेत धान्यं (गहू, तांदूळ, ज्वारी, बाजरी, मका इ.), डाळी आणि नट्स. त्यामुळे नवीन प्रथिनं बनवण्यासाठी आवश्यक अशी सर्व अमिनो ॲसिड्स आहारातून मिळवण्यासाठी आणि शरीर यंत्रणा तंदुरुस्त राखण्यासाठी शाकाहारी लोकांनी भरपूर प्रथिनं असलेल्या वेगवेगळ्या अन्नपदार्थांचा रोजच्या आहारात समावेश करायला हवा. परंतु दोन डाळी एकत्र खाणं किंवा दोन धान्यं एकत्र खाणं असं न करता, एक डाळ आणि एक धान्य उदाहरणार्थ वरण-भात, आमटी-पोळी, भाकरी-पिठलं, इडली-सांबार अशा डाळ-धान्यांच्या जोडीचा आहारात समावेश करायला हवा. त्यातही विविधता आणायला हवी (वेगवेगळ्या डाळी आणि वेगवेगळी धान्यं आलटूनपालटून).

प्रथिनांचे अनेक गुण वर्णिले जातात. प्रथिनं पचवण्यासाठी अधिक ऊर्जा खर्च होत असल्यामुळे तुमची पचन संस्था कामाला चांगलीच जुंपलेली राहते. प्रथिनांमुळे जठरातून आतड्यात अन्न पोचण्यासाठी लागणारा वेळ वाढतो आणि जास्त काळ पोट भरल्यासारखं वाटतं. प्रथिनं पचवताना बीएमआर तीस टक्क्यांनी वर जातो (याउलट कर्बोदकं व स्निग्ध पदार्थांच्या पचनासाठी बीएमआर चार टक्क्यांनी वर जातो). त्यामुळे खूप प्रथिनं असलेला आहार लोकप्रिय झालेला आहे. प्रथिनांचा अतिरेक केल्यामुळे प्रकृतीला कोणते धोके संभवतील, याच्या तपशिलात मी इथं जाणार नाही; परंतु मी एवढंच म्हणेन, आहारातली प्रथिनं वाढवताना तुम्ही कर्बोदकं किंवा स्निग्ध पदार्थ हमखास कमी प्रमाणात घेऊ लागता आणि तुमच्या आहारातून जेव्हा एक अन्नघटक अगदी कमी प्रमाणात घेतला जाऊ लागतो, तेव्हा त्याचा देहावर घडणारा दुष्परिणाम लगेचच दिसू लागतो. आवश्यक असे पाचही अन्नघटक योग्य प्रमाणात घ्यायलाच हवेत.

'डाळ' अजिबात न खाणारी मुलगी

एके काळी एक मुलगी होती, जी अजिबात डाळ खात नसे...

ठीक आहे. ही गोष्ट कथेच्या स्वरूपात सांगायचं मी बंद करते. पण माझ्या क्लिनिकमध्ये आलेल्या एका पंचवीस वर्षीय मुलीबद्दल मी तुम्हाला नक्कीच सांगणार आहे. तिचं नुकतंच लग्न झालेलं होतं आणि मूल व्हावं म्हणून तिचे प्रयत्न चालू होते; परंतु तिच्या प्रयत्नांना फळ काही येत नव्हतं. वंध्यत्व दूर करण्याचे उपचार तिनं अनेकदा घेतले होते आणि तिच्यावर प्रोजेस्टेरॉन आणि अन्य विविध हार्मोन्सचा मारा करण्यात आलेला होता. तिचा देह सुजल्यासारखा, फुगल्यासारखा झाल्यानंतर ती माझ्याकडे आली होती. कारण डॉक्टरांनी तिला सांगितलं होतं की, तिनं वजन उतरवलं नाही, तर तिला दिवस जाणं शक्य नाही. हा एक विनोदच होता. मुळात वंध्यत्व दूर करण्यासाठी देण्यात आलेल्या औषधांमुळेच तिचं वजन वाढलेलं होतं.

तिच्या आहाराचा आढावा घेताना ती दिवसभरात काय खाते यावर चर्चा केल्यावर मी हतबुद्ध झाले. ती आहारात अजिबातच 'डाळ' घेत नव्हती. तिला म्हणे डाळीची घृणा वाटत होती. खरंतर तिला डाळ इतकी नकोशी वाटत होती की, आजवरच्या आयुष्यातले बालपणीचे थोडेसे अपवाद वगळता, तिनं कधीही 'डाळ' (वरण, आमटी, सांबार इ.) उष्टावली नव्हती.

हे ऐकून माझा त्यावर विश्वासच बसेना! मी तिच्या आहाराचा तक्ता बनवायला कीबोर्ड जवळ घेतला होता; हे ऐकून माझी बोटं संभ्रमानं तिथंच थबकली.

तुम्ही म्हणाल, त्यात काय झालं? तिच्या बाबतीत त्यामुळे खूपच तोटा झाला, कारण ती शाकाहारी होती आणि 'डाळ' अजिबात उष्टावत नव्हती. जर ती शाकाहारी असल्यामुळे मांसाहार आणि अंडी घेत नव्हती, तर तिला प्रथिनं कशातून मिळत होती?

मी तिला तिच्या केसांच्या पोताबद्दल प्रश्न केला. ती म्हणाली की, माझे केस चांगले होते; परंतु ते आता पातळ, ठिसूळ बनत चालले आहेत आणि वाढत नाहीत. मी तिच्या नखांबद्दल तिला विचारलं. ती म्हणाली की, मी नेहमी नखं कापते. कारण मी नखं लांब वाढवली तर त्यांचे तुकडे पडतात. हे फक्त डोळ्यांना दिसू शकतील असे दुष्परिणाम होते. मी तिच्या रक्तातील प्रथिनांची पातळी (सीरम प्रोटिन्स) तपासली, तेव्हा ती इष्ट पातळीपेक्षा खूपच कमी निघाली. तिच्या चेहऱ्यावर मुरूम उठले होते. तिच्या बीजांडकोशातून नीटपणे बीजांडं तयार होत नव्हती. त्यामुळे कृत्रिम गर्भधारणेचा पर्याय तिच्यापुढे खुला नव्हता, यात मोठंसं आश्चर्य नव्हतं. जर (प्रथिनांच्या अभावामुळे) तिच्या स्वत:च्याच देहाचं पोषण होत नव्हतं, तर त्यात प्रजननक्षमता येणं कसं शक्य होतं? तिच्या डॉक्टरांनी तिच्यावर वंध्यत्वासाठीचे उपचार सुरू करण्यापूर्वी तिच्या आहाराबाबत चौकशी करायला हवी होती किंवा इतर कुणीतरी तिला तिच्या आहाराबाबत विचारायला हवं होतं; पण कुणीच तसं केलं नाही.

मी तिला भरपूर प्रमाणात डाळ खायला सांगितलं. दिवसाकाठी तीन वाट्या वरण घ्यायची मी तिच्यावर सक्ती केली. त्यामुळे झालेला परिणाम पाहून आम्ही दोघीही आनंदून गेलो. तिला उत्साह वाटू लागला, तिच्या अंगात जोम आला आणि अनेक वर्षांत प्रथमच तिला खरंखुरं सुख लाभलं. आपण तीच व्यक्ती आहोत, यावर तिचा विश्वासच बसेना. तिच्या कहाणीचा शेवट सुखान्त झाला. आहारात बदल केल्यावर, वर्षभरातच या डाळ टाळणाऱ्या मुलीनं एका गुटगुटीत बाळाला जन्म दिला!

अंड्याचा सदुपयोग करायला शिका

तुम्ही जर मला कोणत्यातरी एकाच गोष्टीची तरफदारी करायला सांगितलं तर मी अंड्याच्या पांढऱ्या बलकाची तरफदारी करेन. मला अंड्याचा पांढरा बलक खायलाही आवडतं आणि इतरांना खायला सांगायलाही आवडतं. माझ्या मांसाहारी पेशंट्सना मी अंड्याचा पांढरा बलक खायचा नेहमीच सल्ला देत असते. कारण त्यात भरपूर प्रथिनांबरोबरच भरपूर

जीवनसत्त्वं आणि क्षार असतात. अंड्याचा पांढरा बलक हा उत्तम आहार ठरतो; कारण त्यात अवघ्या सोळा कॅलरीज असतात आणि चार ग्रॅम्स परिपूर्ण अशी प्रथिनं असतात. ही प्रथिनं नुसतीच भरपूर असतात, असं नव्हे, तर त्यात सर्व अनिवार्य अशी अमिनो ॲसिड्स असतात. ही प्रथिनं, आपला देह पूर्णपणे शोषून घेऊ शकतो, पचनक्रियेत त्यातील कोणताही हिस्सा वाया जात नाही.

मी माझ्या ग्राहकांना अंड्याचा पिवळा बलकसुद्धा खायला सांगते. परंतु त्यांनी वजन घटवलं आणि ते घटलेलं वजन त्याच पातळीवर स्थिर करण्याचा टप्पा आल्यानंतरच! जरी अंड्याचा पिवळा बलक पूर्णपणे वर्ज्य करायचं कारण नसलं तरी, त्यात सॅच्युरेटेड फॅट्स आणि कोलेस्टेरॉल असल्यामुळे ते प्रमाणातच खाणं आवश्यक असतं. असं केलं तरच आपण तंदुरुस्त राहू शकतो.

मार्गदर्शक लेबल : सॅच्युरेटेड आणि ट्रान्स फॅट ही चरबीची रूपंच असतात. 'मुफा' आणि 'पुफा'प्रमाणे ती प्रकृतीला हितकारकही नसतात. त्यामुळे लेबल वाचून, खाद्य पदार्थांत त्याची उपस्थिती नसल्याची खातरजमा करून घ्यावी लागते. खाद्य पदार्थातल्या प्रथिनांची टक्केवारी लेबलवर स्पष्टपणे नमूद केलेली असते. आपल्या उंचीच्या प्रमाणात जे वजन योग्य ठरेल, त्याच्या दर किलोमागे ०.८ ते १ ग्रॅम प्रथिन आहारातून घेणं गरजेचं असतं. त्यामुळे उंचीच्या प्रमाणात तुमचं योग्य वजन जर ४६ किलो ते ५७ किलोंच्या दरम्यान असायला हवं असेल, तर तुम्ही दिवसाकाठी साधारणतः ४६ ते ५७ ग्रॅम प्रथिनं खाणं आवश्यक असतं.

वेगवेगळ्या अन्नपदार्थांमध्ये प्रथिनांचं प्रमाण वेगवेगळं असतं. जर शंभर ग्रॅम अन्नपदार्थात दहा ग्रॅम (१० टक्के) प्रथिनं असतील, तर तो अन्नपदार्थ प्रथिनं मिळवायच्या दृष्टीनं उत्तम ठरतो; परंतु जर अन्नपदार्थात पाच ते दहा टक्के प्रथिनं असतील, तर तो प्रथिनांच्या दृष्टीनं सर्वसाधारण उपयुक्ततेचा ठरतो. त्यात पाच टक्क्यांपेक्षा कमी प्रथिनं असतील, तर प्रथिनांच्या दृष्टीनं तो अन्नपदार्थ अगदी कमी उपयुक्ततेचा ठरतो.

कर्बोदकं

जेव्हा मी माझ्या ग्राहकांना कर्बोदकांचं योग्य प्रमाण असलेला आहार सुचवते, तेव्हा त्यांना माझं डोकं ठिकाणावर आहे की नाही, अशी शंका येते.

'मी भात खाल्ला तर चालेल?' ते अविश्वासानं विचारतात.

'ब्रेड? दररोज? हे कोणत्या प्रकारचं डाएट म्हणायचं?'

आणि मग अविश्वासाची जागा भीती घेते.

'बटाटे? पण मला तर मधुमेह आहे!'

'इतक्या पोळ्या? नक्की? आकडा काही बरोबर वाटत नाहीय!'

स्निग्ध पदार्थांप्रमाणेच कर्बोदकांबद्दल लोकांच्या मनात भरपूर भीती असते. त्यामुळे कर्बोदकं टाळण्याकडेच त्यांचा कल असतो. या महत्त्वाच्या अन्नघटकाबद्दल लोकांच्या मनात इतकी भीती का असावी? अशी भीती निराधार आहे. ब्रेड आणि भात खायला घाबरणं पूर्णपणे चुकीचं आहे. ब्रेड, पोळी, भात आपल्या स्वास्थ्यासाठी घातक आहे, हा विचार तुम्ही डोक्यातून काढून टाकायला हवा.

कर्बोदकं म्हणजेच ऊर्जा! तुमच्या आहारातला मोठा भाग कर्बोदकांचा असायलाच हवा. कर्बोदकं आपली मन:स्थिती सुधारतात, तसेच कॅल्शिअम आणि फॉस्फरसच्या शोषणास मदत करण्यासारखी अत्यंत महत्त्वाची कार्यंसुद्धा पार पाडतात. आणखी एक महत्त्वाचं काम ती पार पाडतात- स्निग्ध पदार्थांची नैसर्गिक चयापचय क्रिया पार पाडण्यासाठी ती अत्यावश्यक असतात.

साधी कर्बोदकं

कर्बोदकांचे दोन प्रकार असतात : गुंतागुंत नसलेली (साधी) आणि गुंतागुंत असलेली (व्यामिश्र). साधी कर्बोदकं म्हणजे मूलतःसाखर. त्यात कोणतीही सकस पोषक द्रव्यं नसतात. चॉकलेट्स, गोडमिट्ट पेयं, मिष्टान्न आणि केक यांमध्ये साधी कर्बोदकं भरपूर प्रमाणात असतात. त्यांचं विघटन करण्यासाठी आपल्या देहाला काहीच तोशीस पडत नाही, म्हणून त्यांना 'साधी' कर्बोदकं म्हटलं जातं. ती आपल्या शरीरातून जात असताना, आपल्या देहाचं कोणत्याही प्रकारे पोषण करत नाहीत. ती खाल्ल्यावर तेवढ्यापुरती चेतना मिळते आणि थोड्याच वेळात आपल्याला वाटलेली तरतरी लुप्त होते. रक्तातली साखरेची पातळी अशा प्रकारे वर-खाली गेल्यामुळे आपल्या शरीर यंत्रणेची अपरिमित हानी होते. साधी कर्बोदकं खाल्ल्यानंतर तुम्हाला आणखीच भूक जाणवते. त्यामुळे तुम्ही आणखी खाता आणि तुमचं वजन घटवण्याचे प्रयत्न मातीमोल होतात.

गुंतागुंतीची (व्यामिश्र) कर्बोदकं

अशी कर्बोदकं देहात धीम्या गतीनं ऊर्जा सोडतात. तुम्हाला बराच वेळ तृप्त, पोट भरल्यासारखं वाटत राहतं आणि रक्तातली ग्लुकोजची पातळीसुद्धा झपाट्यानं वर-खाली न जाता स्थिर राहते. तुम्हाला ऊर्जेचा सतत पुरवठा होत राहतो आणि

त्याबरोबरच तुमचं पोषणसुद्धा होतं. बटाटे, बार्ली, सुरण, रताळी, तांदूळ, मका, कडधान्यं, गहू, भाज्या आणि फळं यांतून व्यामिश्र कर्बोदकं भरपूर प्रमाणात मिळतात. त्यातून तंतुमय पदार्थसुद्धा भरपूर मिळतात. विरघळणारे आणि न विरघळणारे अशा दोन्ही प्रकारचे तंतुमय पदार्थ मिळतात. त्यामुळे नियमानं पोट साफ होण्यास मदत होते.

Nutrition Facts	
Serving Size 1 bag 7 oz 198g (198 g)	
Amount Per Serving	
Calories 972	Calories from Fat 558
	% Daily Value*
Total Fat 64g	99%
Saturated Fat 16g	80%
Trans Fat	
Cholesterol 0mg	0%
Sodium 1485mg	62%
Total Carbohydrate 105g	35%
Dietary Fiber 9g	35%
Sugars	
Protein 15g	
Vitamin A 9% • Vitamin C	112%
Calcium 10% • Iron	21%

काळजी करू नका. तुम्ही दिवसाच्या कोणत्याही वेळेस कर्बोदकं खाल्ली, तरी त्यांचे गुणधर्म बदलत नसतात. 'रात्री कर्बोदकं खाऊ नयेत' या समजुतीला काहीही अर्थ नाही. कर्बोदकं तुम्ही केव्हा खाता, ही गोष्ट महत्त्वाची नसते. रात्रीच्या वेळेस पचायला जड आहार घेण्याचं टाळावं आणि रात्रीचा आहार कमी प्रमाणात घ्यावा यामागचं कारण एवढंच आहे की, रात्रीच्या वेळेस तुमची हालचाल कमी होते. त्याचा कर्बोदकांशी काहीही संबंध नाही. जो अन्नघटक तुम्हाला ऊर्जा पुरवतो, तुमचं पोट साफ ठेवतो आणि तुमच्या मेंदूची काळजी घेतो, त्या अन्नपदार्थाची भीती कशासाठी बाळगायची? मी आहार आखून देताना- अगदी मधुमेहींचासुद्धा आहार आखून देताना त्यात बटाटे, ब्रेड, पोळी व भात यांचा समावेश करते. फक्त कोणत्या प्रकारची कर्बोदकं तुम्ही खाता, त्याबद्दल जागरूक राहा!

ब्रेडचा धसका घेऊ नका!

माझ्या मधुमेही ग्राहकांना जेव्हा मी आहाराचा तक्ता बनवून देते, तेव्हा तो तक्ता बनवताना मी जेवढा वेळ खर्च करते, त्यापेक्षाही जास्त वेळ मला त्यांना कर्बोदकं खाण्यासाठी राजी करण्यासाठी द्यावा लागतो.

तर मग कर्बोदकाबाबतचे कोणते समज बरोबर आणि कोणते समज चुकीचे?

तुम्ही मधुमेही असाल, तर तुमच्या रक्तातली साखरेची पातळी योग्य व स्थिर ठेवण्यासाठी तुम्हाला काळजीपूर्वक खावं लागतं. रक्तातली साखरेची पातळी नियंत्रणात राहील एवढीच कर्बोदकं एका वेळेस खाणं, हा त्यावरचा उपाय आहे.

तुम्हाला भात किंवा पास्ता खावासा वाटतोय? तो उकळा. त्यातलं पाणी फेकून द्या आणि दिवसाकाठी एक वाटीभर (कच्चा असताना तीस

ग्रॅम) एवढाच तांदूळ किंवा पास्ता शिजवा. एकदा त्यातलं पिठूळ पाणी टाकून दिलं की उरतो फक्त तंतुमय भाग. तो तुमच्या स्वास्थ्यासाठी उत्तम असतो. तुम्हाला जर चिकू, सीताफळ, आंबा, द्राक्षं यांसारखी गोड फळं खावीशी वाटत असतील, तर एका वेळेस पन्नास ग्रॅमहून जास्त (आणि दिवसाकाठी शंभर ग्रॅमहून जास्त) खाऊ नका! दोन वेळेस विभागून ती खा, म्हणजे मध्ये दोन तासांचं तरी अंतर असावं. त्याबरोबर इतर काहीही खाऊ नका. एका वेळेस थोड्या प्रमाणात गोड फळ खायची काळजी घेतली की, तुमच्या रक्तातली साखरेची पातळी एकाएकी खूप वाढणार नाही आणि दिवसभरात एकाच पातळीवर साखर स्थिर राहील. बटाटा खावासा वाटतोय ना? मग शंभर ग्रॅम बटाटा विभागून दोनदा खा. पन्नास ग्रॅम बटाटा दुपारच्या किंवा रात्रीच्या जेवणात घ्या आणि पन्नास ग्रॅम बटाटा चहाबरोबरच्या दुपारच्या आहारातून (पोह्यांमध्ये घालून वगैरे) खा. थोड्या प्रमाणात विभागून खाल्ला की रक्तातली साखरेची पातळी एकदम वर-खाली न होता, योग्य जागी स्थिर राहील.

अर्थात कोक, मिठाई यांसारखे भरपूर साखर असलेले गोड पदार्थ तुम्हाला अगदी कमी करावे लागतील. रक्तातली साखरेची पातळी नियंत्रणात ठेवण्यासाठी तुम्हाला कर्बोदकांवर नियंत्रण ठेवावं लागेल. परंतु बटाटे, भात व पास्ता थोड्या प्रमाणात बेलाशक खात राहा. मधुमेही असल्यामुळे तुमच्यापुढं नियमांची भली मोठी जंत्री असते. त्या जंत्रीत भीतीची आणखी भर पाडू नका!

लेबलवरून बोध घ्या : खाद्य पदार्थांच्या लेबलवरील पुढील साध्या स्वरूपाच्या कर्बोदकांची नावं काळजीपूर्वक तपासा : हाय फ्रक्टोज कॉर्न सिरप (HFCS), कॉर्न सिरप, कॉर्न सिरप सॉलिड्स, व्हाइट शुगर, रॉ शुगर, ब्राउन शुगर, माल्ट सिरप, पॅनकेक सिरप, मेपल सिरप, फ्रक्टोज स्वीटनर, हनी, लिक्विड फ्रक्टोज, मोलॅसेस, अनहाइड्रस डेक्स्ट्रोज व क्रिस्टल डेक्स्ट्रोज किंवा 'साखर'. हे खूप कॅलरीज असलेले साखरेचेच वेगवेगळे प्रकार आहेत आणि ते आहारातून किती प्रमाणात घ्यायचे, याचा तुम्हाला विचारपूर्वक निर्णय घ्यावा लागणार आहे. गुंतागुंतीची (व्यामिश्र) कर्बोदकं किती प्रमाणात आहेत हे जाणून घेण्यासाठी, लेबलवर 'डाएटरी फायबर' हा शब्द पाहा. दिवसाकाठी व्यामिश्र कर्बोदकं सहा ग्रॅमपेक्षा कमी प्रमाणात खाऊन चालणार नाही.

ग्लायसीमिक इन्डेक्स फूड्स (जी आय फूड)

कर्बोदकांना दिला जाणारा ग्लायसीमिक इन्डेक्स, त्यांच्यामुळे रक्तातल्या साखरेच्या पातळीत होणाऱ्या बदलानुसार दिला जातो. ज्या अन्नपदार्थाचा ग्लायसीमिक इन्डेक्स ('जीआय') जास्त असतो, त्याचं आपल्या शरीरात जलद विघटन होतं आणि त्यामुळे आपल्या रक्तातली साखरेची पातळी झपाट्यानं वर जाते. प्रारंभी अंगातली ऊर्जा झपाट्यानं वाढते आणि ती तेवढ्याच वेगानं कमीसुद्धा होते. त्यानंतर तुम्हाला निरुत्साही आणि मंद वाटू लागतं. उदाहरणार्थ, भाताचा ग्लायसीमिक इन्डेक्स ११० आहे. दुपारच्या जेवणात भात खाल्ला की सुस्ती येते आणि पुन्हा कामावर जाणं अवघड वाटू लागतं. त्याउलट ग्लायसीमिक इन्डेक्स कमी असलेल्या अन्नपदार्थांचं आपल्या देहात सावकाश विघटन होतं. त्यामुळे त्यांच्याद्वारा शरीरात सोडल्या जाणाऱ्या साखरेचा वेगही कमी असतो आणि आपल्या अंगातली ऊर्जा दीर्घ काळ टिकून राहू शकते. हा मुद्दा लक्षात ठेवला की, शरीरातली ऊर्जेची पातळी कायम राखून ठेवण्यास, तसेच मधुमेहींना रक्तातली साखरेची पातळी स्थिर व नियंत्रणात ठेवण्यास मदत होते.

७० पेक्षा जास्त 'जीआय' हा खूप समजला जातो.
५६ ते ५९ हा मध्यम 'जीआय' समजला जातो.
५५ व त्यापेक्षा कमी हा कमी 'जीआय' समजला जातो.

पुढं अन्नपदार्थ व त्यांचा 'जीआय' यांचं कोष्टक देत आहे.

अन्नपदार्थ	**'जीआय'**
कमी सायीच्या दुधाचं दही	१४
ॲस्परॅगस	१५
ब्रोकोली	१५
चेरी	२२
राजमा (किडनी बीन्स)	२७
लो फॅट मिल्क	३३
सफरचंद	३८
गाजर	३९
स्पघेट्टी	४१
सफरचंदाचा रस	४१

द्राक्षं	४६
ओटमील	४९
होल ग्रेन ब्रेड	५०
सुरण (यॅम्स)	५१
ऑरेंज ज्यूस	५२
रताळी	५४
ब्राउन राइस	५५
केळी	५५
पॉपकॉर्न	५५
पोटॅटो चिप्स	५६
चीज पिझ्झा	६०
आइस्क्रीम	६१
अननस	६६
कलिंगड	७२
व्हाइट ब्रेड (मैद्याचा ब्रेड)	७५
फ्रेंच फ्राइज	७५
डोनट्स	७६
वॉफल्स	७६
कॉर्नफ्लेक्स	८३
बेक्ड पोटॅटो (भाजलेला बटाटा)	८५
खजूर	१०३
पांढरा तांदूळ	११०

Source : Daniel G. Amen, Change Your Brain, Change your body, Harmony Books, 2010

जीवनसत्त्वं आणि क्षार

जीवनसत्त्वांबद्दल विसरून चालणार नाही! जीवनसत्त्वं आणि क्षार हे अत्यल्प प्रमाणात लागणारे पोषक घटक आहेत. त्यांच्यामुळे देहाला कॅलरीज मिळत नसतात. त्यामुळे आहारातून जीवनसत्त्वं घेतली असता वजन घटवण्यावर कोणताही प्रतिकूल परिणाम घडत नसतो; परंतु जीवनसत्त्वांशिवाय शरीरातल्या महत्त्वाच्या चयापचय क्रिया पार पडू शकणार नाहीत. जीवनसत्त्वं शरीरात तयार होत नाहीत, त्यामुळे ती अन्नातून किंवा जीवनसत्त्वाच्या गोळीतूनच घ्यावी लागतात (फक्त 'डी'

आणि 'के' ही जीवनसत्त्वं आपल्या शरीरात तयार होतात). जीवनसत्त्वं आपल्या देहाला अतिशय कमी प्रमाणात लागत असली तरी, ती अत्यावश्यक असतात.

(मातेचं) दूध तयार होण्यासाठी दूध पिण्याची गरज नसते

जर तुम्ही नव्यानं आई झाला असाल आणि दूध तयार होण्यासाठी आपण खूप दूध पिणं आवश्यक आहे अशी तुमची समजूत असेल, तर लक्षात घ्या- दूध तयार करण्यासाठी दूध पिणं गरजेचं नसतं. तुम्ही जे खाता त्यामुळे दुग्धोत्पादक ग्रंथींचं कार्य पार पडायला मदत होत असते आणि तुम्हाला तुमच्या बाळाला अंगावर पाजता येतं.

तुमच्या शरीरात दूध तयार होण्यासाठी गरज असते आहारातून प्रथिनं, शर्करा व पाणी घेण्याची. तुम्ही पालक, अंडी, मांस, नट्स किंवा इतर जे काही खाता, त्याचं तुमच्या देहात विघटन होत असतं. तुम्ही घेतलेल्या आहारातून आवश्यक असे अन्नघटक घेऊन, तुमचा देह दूध तयार करीत असतो. तुम्हाला जर दूध पिण्याचा व दूध तयार होण्याचा परस्परसंबंध जाणवत असेल, तर तो केवळ दुधातील लॅक्टोज व प्रथिनांमुळे असतो. प्रत्यक्ष दुधामुळे दूध बनत नसतं.

चांगलं, पौष्टिक दूध तयार करण्याचे तीन मार्ग आहेत. एक म्हणजे आहारातून भरपूर प्रथिनं घेणं आवश्यक असतं (डाळी, मोड आलेली कडधान्यं, पनीर, दूध, दही, मांस इ.). त्यामुळे जास्त व सकस दूध तयार होतं. दुसरी गोष्ट म्हणजे तुम्ही भरपूर पाणी प्यायला हवं. पाणी इतकं महत्त्वाचं असतं की, दर वेळेस बाळाला अंगावर पाजताना, मातेनं दोन ग्लास पाणी प्यायलाच हवं (मातेनं पुरेसं पाणी प्यायलं नाही, तर दूध भरपूर येणार नाही) आणि तिसरी गोष्ट म्हणजे मुख्य जेवणांदरम्यान थोडं थोडं खाल्लं की, पुरेशी ऊर्जा मिळून तुमच्या बाळासाठी सकस दूध तयार केलं जातं.

जीवनसत्त्वं अतिशय महत्त्वाची असली तरी, ती प्रमाणापेक्षा जास्त घेतली जाण्याचाही संभव असतो. जीवनसत्त्वांमुळे काहीही धोका उद्‌भवत नाही, अशी एक सर्वसाधारण समजूत असल्यामुळेही असं घडतं.

माझे अनेक ग्राहक विविध प्रकारची जीवनसत्त्वं घेत असतात. कधी कधी तर ते वेगवेगळ्या डॉक्टर्सकडे (ट्रिकॉलॉजिस्ट, डर्मटॉलॉजिस्ट, जी.पी.) जात असतात आणि त्या प्रत्येकानं लिहून दिलेली जीवनसत्त्वं घेत असतात. त्यामुळे अशी माणसं गरजेपेक्षा अनेक पट जास्त जीवनसत्त्वं घेत असतात. अनेक लोक वेगवेगळ्या

ब्रँडची अँटिऑक्सिडंट्स, वेगवेगळ्या ई आणि सी व्हिटॅमिन्सच्या गोळ्या, वेगवेगळ्या कॉडलिव्हर ऑइल आणि प्रिमरोझ ऑइलच्या गोळ्या एकाच वेळेस घेत असतात. काही जण तर वेगवेगळ्या ब्रँडची मल्टिव्हिटॅमिन्ससुद्धा एकाच वेळेस घेतात.

Nutrition Facts

Serving Size 1 bag 7 oz 198g (198 g)

Amount Per Serving	
Calories 972	Calories from Fat 558
	% Daily Value*
Total Fat 64g	99%
Saturated Fat 16g	80%
Trans Fat	
Cholesterol 0mg	0%
Sodium 1485mg	62%
Total Carbohydrate 105g	35%
Dietary Fiber 9g	35%
Sugars	
Protein 15g	
Vitamin A 9% • Vitamin C	112%
Calcium 10% • Iron	21%

तुम्ही जीवनसत्त्व ए, डी, ई आणि केच्या कमतरतेसाठी गोळ्या घेत असाल तर लक्षात ठेवा की, ही जीवनसत्त्वं फॅट सोल्युबल आहेत आणि त्यांच्या शोषणासाठी स्निग्ध पदार्थांची आवश्यकता असते. तुम्ही जेव्हा ही जीवनसत्त्वं गरजेपेक्षा जास्त प्रमाणात घेता (आणि मुळातच ही फार प्रमाणात आवश्यक नसतात) तेव्हा तुमच्या देहाला गरजेपेक्षा जास्त असलेली जीवनसत्त्वं देहाबाहेर टाकून देता येत नाहीत. ती तुमच्या चरबीच्या पेशींमध्ये साठवली जातात आणि त्यांचे घातक परिणाम होतात. बी आणि सी जीवनसत्त्वांचीसुद्धा ठरावीक मात्रा असते; परंतु ती पाण्यात विरघळत असल्यामुळे, गरजेपेक्षा जास्त घेतली गेलीच, तर ती लघवी आणि घामाद्वारा शरीराबाहेर टाकली जातात.

क्षार : क्षारसुद्धा देहाच्या विविध कार्यांवर नियंत्रण ठेवतात. क्षारांमुळे रक्ताची गुठळी होणं, स्नायूंचं आकुंचन होणं आणि शरीरातल्या पाण्याच्या पातळीचं नियमन होणं, अशी महत्त्वाची कार्यं पार पडण्यास मदत होते. आपल्या देहातल्या क्षारांपैकी ९० टक्के भाग क्लोरीन व मॅग्नेशिअमचा असतो. कॅल्शिअम आणि फॉस्फरस हे क्षार हाडं बनण्यासाठी अत्यंत गरजेचे असतात. आयर्न (लोह) हिमोग्लोबिन तयार करण्यासाठी अत्यावश्यक असतं. पोटॅशिअम आणि सोडिअममुळे रक्तदाब नियंत्रित केला जातो.

पाणी

पाणी हेच जीवन आहे. आपल्या देहात ५५ ते ७८ टक्के पाणी असतं. दोनतृतीयांश भाग पाण्यानं व्यापलेला असतो. स्नायूंचा ७५ टक्के भाग, मेंदूचा ९० टक्के भाग, हाडांचा २२ टक्के भाग व त्र्याऐंशी टक्के रक्त म्हणजे पाणी! श्वसन, अभिसरण, तापमान नियंत्रण, पचन, उत्सर्जन, ग्रंथींमधला स्राव शरीरातल्या अशा जवळजवळ प्रत्येक कार्यासाठी पाणी हे आवश्यक असतं. वंगण पुरवणं, संरक्षण देणं, हवेतील थंडी व उष्णता यांपासून देह सुरक्षित ठेवणं, स्नायूंना, सांध्यांना, अस्थिबंधांना लवचीकपणा मिळवून देणं, यासाठी पाणी साहाय्य करत असतं.

...आणि तरीही आपण पुरेसं पाणी पीत नसतो!

तुम्हाला जर झपाट्यानं वजन कमी करायचं असेल, तर तुम्ही भरपूर पाणी प्यायला सुरुवात करायला हवी. तुम्ही दिवसाकाठी आठ ते दहा ग्लास पाणी (चहा, कॉफी व अन्य पेयांव्यतिरिक्त) प्यायला हवं.

पुढील गोष्टी लक्षात घ्या :

- संशोधनाअंती सिद्ध झालेलं आहे की, पाण्यामुळे ऊर्जा खर्च होण्याचं प्रमाण वाढतं. बर्लिन येथील फ्रान्झ-व्होलहार्ड क्लिनिकल रिसर्च सेंटरच्या अहवालात नमूद करण्यात आलं आहे की, सतरा औंस पाणी प्यायल्यावर संशोधनात भाग घेणाऱ्यांच्या चयापचय क्रियेचा वेग (मेटॅबॉलिक रेट) तीस टक्क्यांनी वाढला.
- आपण खाल्लेल्या स्निग्ध पदार्थांचं पचन करण्यासाठी आपलं यकृत पित्त तयार करतं. पुरेसं पाणी न प्यायल्यामुळे पुरेशा प्रमाणात पित्त तयार होत नाही व पचनास अडथळा निर्माण होतो.
- आपल्या देहात भुकेची व तहानेची जाणीव करून देणारी केंद्रं एकमेकांच्या अगदी जवळ असतात. आपण पुरेसं पाणी प्यायलो नाही, तर तहान लागलेली असताना भूक लागल्याची जाणीव होऊ शकते. त्यामुळे देहाला पाण्याची गरज असताना, पाणी पिण्याऐवजी आपण खात राहतो. पुरेसं पाणी जर तुम्ही पीत असाल, तर तुम्हाला पोट भरल्यासारखं वाटतं आणि त्यामुळे प्रमाणात खाणं शक्य होऊन, वजन घटवण्याची नवी जीवनशैली तुम्ही सहजपणे स्वीकारता.
- तुम्ही जेवढे जास्त शारीरिक कष्ट कराल, तेवढाच तुम्हाला जास्त घाम येईल. घामामुळे शरीरातलं पाणी कमी होतं आणि ती घट भरून काढण्यासाठी तुम्हाला जास्त पाणी प्यावं लागतं.
- शरीरात पाणी साठून राहणं (वॉटर रिटेन्शन) हे तुम्ही प्रमाणाबाहेर पाणी प्यायल्यामुळे होत नसून, तुम्ही पुरेसं पाणी पीत नसल्यामुळे होत असतं.

पाण्यातून शून्य कॅलरीज पोटात जातात, ते फुकट उपलब्ध असतं. सहजपणे सर्वत्र मिळतं आणि तुम्ही कुठंही असला, तरी अगदी पोटभर पाणी पिऊ शकता. त्यामुळे पाण्याची बाटली नेहमी सोबत ठेवा आणि येता-जाता पाणी पीत राहा. तुमचं वजन किती झरझर उतरतंय, हे पाहून तुम्ही थक्क व्हाल.

शरीरात पाणी साठून राहतंय?

जास्त पाणी प्या आणि साठून राहिलेल्या पाण्याचा निचरा करा

तुम्हाला फुगल्यासारखं, सुजल्यासारखं, रातोरात वजन वाढल्यासारखं का वाटतंय, याचा कधी विचार केला आहे का? तुमची अंगठी एकाएकी बोटात रुतू लागलीय, असं वाटतंय? त्वचेवर हलकाच दाब दिल्यावर खड्डा पडतोय? पायात बूट चढत नाहीयेत? ही 'एडीमा' ऊर्फ वॉटर रिटेन्शनची (शरीरात पाणी साठून राहणं) चिन्हं आहेत.

आपल्या शरीरात थोडं पाणी नेहमीच साठलेलं असतं; पण ते विशिष्ट प्रमाणात. स्त्रियांच्या बाबतीत 'वॉटर रिटेन्शन' अधिक संभवतं, कारण ते पीएमएसचं (प्री मेन्स्ट्रुअल सिन्ड्रोम)* चं लक्षण असतं. परंतु ते मूत्रपिंडाचा रोग किंवा हृदय, यकृत किंवा थायरॉइड ग्रंथींची अकार्यक्षमता यांचंसुद्धा निदर्शक असू शकतं. त्यामुळे अंगावरची सूज ही नेहमीपेक्षा वेगळी आहे असं वाटलं, तर डॉक्टरांकडून तपासून घ्या.

शरीरात प्रमाणाबाहेर पाणी साठून राहिलं, तर त्याबद्दल काय कराल? :

● भरपूर पाणी प्या आणि शरीरातल्या अतिरिक्त पाण्याचा निचरा करा. हा विरोधाभास वाटतोय? पण त्याबद्दल विचार करा. तुम्ही जेवढं जास्त पाणी प्याल, तेवढंच जास्त पाणी तुमचा देह बाहेर टाकून देईल. वॉटर रिटेन्शनवरचा हा सर्वांत उपयुक्त तोडगा आहे. दिवसातून दहा ते बारा ग्लास पाणी प्यायलात, तर ही गोष्ट साध्य होईल.

● शरीरातलं अवाजवी पाणी काढून टाकायचं असेल, तर हुशारीनं खा! आहारातलं सोडिअमचं प्रमाण कमी करा. उदाहरणार्थ, जेवणात वरून मीठ घालून खाणं, लोणची, पापड, चीज, लोणी किंवा प्रक्रिया केलेले अन्नपदार्थ खाणं पूर्णपणे टाळावं. ज्यात भरपूर पोटॅशिअम आहे असे अन्नपदार्थ खावेत. उदाहरणार्थ, केळी, पीच, प्लम, मस्क मेलन, मनुका. यामुळे शरीरातला इलेक्ट्रोलाइट बॅलन्स* संतुलित राहतो. त्यामुळे सूज येत नाही.

---

* पीएमएस- मासिक पाळीच्या वेळेस नियमानं होणारा त्रास. मासिक पाळीच्या वेळेस एस्ट्रोजेन, प्रोजेस्टेरॉन व अन्य हार्मोन्सची पातळी बदलत असल्यामुळे पीएमएसद्वारा त्रासदायक लक्षणं दिसतात.

* इलेक्ट्रोलाइट बॅलन्स - इलेक्टोलाइट्स म्हणजे मानवी शरीरातले विद्युतभार असलेले विविध क्षार. पेशींपर्यंत प्राणवायू पोचवण्यापासून ते पेशींमधील द्रवाची पातळी (Fluid balance) संतुलित ठेवण्यापर्यंत अनेक कामं इलेक्ट्रोलाइट्स पार पाडत असतात. सोडिअम, पोटॅशिअम, कॅल्शिअम वगैरे क्षारांच्या पातळीतील संतुलन म्हणजे इलेक्ट्रोलाइट बॅलन्स.

क्रॅनबेरी, संत्री, लिंबासारखी फळं, काकडी, लेट्यूस, सेलरी, कोबी, टोमॅटो, गाजर, सिमला मिरची यांसारख्या लघवी साफ होण्यास मदत करणाऱ्या भाज्या आपल्या पेशींमधली ऑस्मॉलॅरिटी (रसाकर्षण प्रक्रिया) नीटपणे पार पाडतात आणि त्यामुळे शरीरात गरजेपेक्षा जास्त पाणी साठून राहत नाही. काही सर्वेक्षणांनुसार व्हिटॅमिन बी ६ (पिरिडॉक्सिन)च्या गोळ्या आणि प्रिमरोझ ऑइल कॅप्सूल्सनी हाच फायदा होतो.

- याशिवाय अल्कोहोल (मदिरा) आणि कॅफीनयुक्त पेयं टाळावीत. ॲंटिइन्फ्लमेटरी (सूज उतरवणारी) औषधं आणि तोंडातून घ्यायच्या गर्भनिरोधक गोळ्यासुद्धा टाळाव्यात, म्हणजे शरीरात पाणी साठून राहणार नाही.
- जास्त हालचाल करून शरीरात प्रमाणाबाहेर साठलेल्या पाण्याचा निचरा करा. व्यायाम करा. खूप वेळ उभं राहणं, घट्ट कपडे वापरणं टाळा. शक्य असेल तेव्हा पाय उंचावून ठेवा; म्हणजे त्रास होणार नाही.

खा!

मूठ वळा

जर हाताच्या पाच बोटांना जीवनावश्यक असे पाच अन्नघटक मानलं, तर पाच बोटांची वळलेली मूठ म्हणजे काळजीपूर्वक आखलेला आहाराचा तक्ता म्हटलं पाहिजे. हा तक्ता तुमच्या बीएमआरनुसार बनवला गेलेला असावा. वजन उतरवताना आरोग्यदायी आहार घेता यावा म्हणून मी कर्बोदकं, प्रथिनं, स्निग्ध पदार्थ हे खूप प्रमाणात लागणारे अन्नघटक व अत्यल्प प्रमाणात लागणारी जीवनसत्त्वं आणि क्षार यांचा समावेश या तक्त्यात सुयोग्य प्रमाणात करून दिलेला आहे. माझ्या असंख्य ग्राहकांना वेगवेगळे आहाराचे तक्ते बनवून देऊन, त्यांचं वजन इच्छित पातळीवर घटवून देण्याचा प्रदीर्घ अनुभव मिळवल्यानंतरच मी तुमच्यासाठी हे आहारविषयक तक्ते बनवून दिलेले आहेत. ते तक्ते वाचा आणि वापरात आणून जीवनातील नव्या आरोग्यदायी पर्वाला प्रारंभ करा!

पहिलं पाऊल : स्वत:चा बीएमआर किती हे शोधून काढा

मी यापूर्वीच तुम्हाला बीएमआर शोधून काढण्यासाठीचं कोष्टक दिलेलं आहे. तरीसुद्धा तुमच्या सोईसाठी मी ते पुन्हा एकदा नमूद करत आहे.

स्त्रियांचा बीएमआर	**पुरुषांचा बीएमआर**
६५५ + (९.६ × किलोतील तुमचं वजन) + (१.८ × तुमची सेंटिमीटरमधील उंची) - (४.७ × तुमचं वर्षांमधील वय) = दिवसाकाठी तुम्हाला लागणाऱ्या कॅलरीज	६६ + (१३.७ × किलोतील तुमचं वजन) + (५ × सेंटिमीटरमधील तुमची उंची) - (६.८ × तुमचं वर्षांमधील वय) = दिवसाकाठी तुम्हाला लागणाऱ्या कॅलरीज ....

दुसरं पाऊल : तुमच्या बीएमआरमधून शंभर कॅलरीज कमी करा

उदाहरणार्थ, तुमचा बीएमआर १५८० कॅलरीज असला, तर रोजच्या आहाराचा

असा तक्ता बनवा की, त्यायोगे तुम्ही आहारातून १४८० कॅलरीजच घ्याल. १४०० ते १६०० कॅलरीज असलेला आहाराचा तक्ता पसंत करा.

तिसरं पाऊल : तुमच्या बीएमआरनुसार पुढीलपैकी एक आहारतक्ता निवडा

१२०० ते १४०० कॅलरीज

१४०० ते १६०० कॅलरीज

१६०० ते १८०० कॅलरीज

१८०० ते २००० कॅलरीज

२००० ते २२०० कॅलरीज

चौथं पाऊल : दर दोन तासांनी खा

हा नियम असला, तरी तो नादिष्ट-काटेकोरपणे पाळायची गरज नाही. पंधरा-वीस मिनिटं कमी-जास्त झाली तरी चालेल.

पाचवं पाऊल : दिवसाकाठी चार मुख्य जेवणं आणि चार छोटेसे नाश्ते घ्या.

प्रत्येक कॅलरीटप्प्यामधील चार मुख्य जेवणं काय असावीत हे मी आखून दिलं आहे आणि प्रत्येक दोन जेवणांदरम्यान दर दोन तासांनी थोडंसं काहीतरी खावं याची यादीसुद्धा निवडीसाठी दिलेली आहे.

सहावं पाऊल : दिवसभरात भरपूर पाणी प्या

दररोज निदान आठ ते दहा पेले पाणी प्या.

सातवं पाऊल : व्यायाम

दररोज एक तास चालावं, असा माझा सल्ला असला, तरी हृदयाला व्यायाम होईल असा व्यायामाचा कोणताही प्रकार तुम्ही निवडू शकता. तुम्ही धावू शकता, जॉगिंग करू शकता (नियमित व धीम्या गतीनं ठरावीक अंतर धावून पार करणं), सायकल चालवू शकता, ट्रेडमिल किंवा क्रॉस ट्रेनर वापरू शकता किंवा वरील क्रियांचं एकत्रीकरण करू शकता; परंतु कोणताही व्यायाम साठ मिनिटं करायलाच हवा.

भाज्यांचा रुचकर रस कसा बनवाल?

माझ्या वेटलॉस प्रोग्रॅममध्ये भाज्यांच्या रसावर मी खूप भर देते. दर दोन तासांनी काहीतरी खाणं जेवढं महत्त्वाचं आहे, तेवढंच दररोज एक ग्लास भाज्यांचा रस घेणंसुद्धा महत्त्वाचं आहे. भाज्यांच्या रसातून जीवनाला आवश्यक अशी जीवनसत्त्वं आणि अँटिऑक्सिडंट्स मिळतात. घरातल्या भाज्या वापरून तुम्ही काही मिनिटांमध्येच त्यांचा रस काढू शकता. कष्ट थोडे- फळ भरपूर.

- साऱ्या भाज्या स्वच्छ धुऊन घ्या. शेवटी एकदा पोटॅशिअम परमँगनेटच्या पाण्यात भाज्या धुऊन घ्या.
- तीन वेगवेगळ्या भाज्या घ्या (शक्यतो तीन वेगवेगळ्या रंगांच्या भाज्या निवडाव्यात, म्हणजे वेगवेगळी जीवनसत्त्वं आणि क्षार मिळतील). भाज्यांची सालं काढून भाज्या चिरा आणि मिक्सरमध्ये टाका (ज्यूसरमध्ये टाकू नका, कारण त्यात भरपूर भाज्या टाकाव्या लागतात).
- मिक्सरमध्ये भाज्यांएवढंच पाणी घाला. रसासाठी पाणी व भाज्या समप्रमाणात असाव्या लागतात.
- भाज्या वाटा व रस एका ग्लासात गाळून घ्या.
- गाळल्यानंतर उरलेल्या चोथ्यापैकी निम्मा चोथा ग्लासातील रसामध्ये मिसळा.
- आवडत असल्यास चवीसाठी थोडं मीठ, शेंदेलोण-पादेलोण, मिरे, आलं घाला.
- रस काढल्याबरोबर, ताजा असतानाच प्या!

आहाराबाबतच्या सूचना

वजन उतरवताना दहापैकी दहा गुण मिळवायचे असतील, तर पुढील मुद्दे नीटपणे लक्षात ठेवा आणि त्यानंतरच 'वेटलॉस डाएट' सुरू करा.

१. उठल्याबरोबर पहिल्या तासाभरातच खा.
२. दिवसाकाठी बारा पेले पाणी प्या.
३. प्रत्येक आहाराच्या तक्त्यात चार मुख्य जेवणं दिलेली आहेत (ब्रेकफास्ट, लंच, दुपारचं खाणं, डिनर).
४. याव्यतिरिक्त अध्येमध्ये काही खायचं झालं, तर या प्रकरणाच्या अखेरीस खाद्य पदार्थांची एक यादी दिली आहे, त्यांपैकी काहीतरी खावं. दोन मुख्य जेवणांदरम्यान

या यादीतला फक्त एकच खाद्य पदार्थ खावा. तुमचं दुपारचं खाणं, तुमच्या डाएट प्लॅननुसार या यादीतले दोन पदार्थ निवडून असावं.

५. दोन जेवणांमध्ये खायच्या पदार्थांपैकी एकदा भाज्यांचा रस घ्यावा (तुमच्या रक्त व लघवीच्या अहवालांनुसार, काही प्रकारच्या भाज्या तुम्हाला वर्ज्य कराव्या लागतील, तर त्याबद्दल तुमच्या डॉक्टरांचा सल्ला घ्या).

६. वजन घटवण्याच्या या टप्प्यावर, तुम्हाला आहारात पुढील गोष्टी वर्ज्य कराव्या लागतील. साखर, मध, कृत्रिम स्वीटनर्स, गूळ, नट्स, ड्रायफ्रूट, तळलेले अन्नपदार्थ, चीज, मिष्टान्नं.

७. सकाळचा नाष्टा तेलाशिवाय बनवा, तेलाखेरीज अन्य कोणतेही स्निग्ध पदार्थ खायची तुम्हाला या टप्प्यावर परवानगी नाही. त्यामुळे आहारात तूप, लोणी, खवा यांचा समावेश करता येणार नाही.

८. एक वाटी वरणाऐवजी चिकनचे दोन तुकडे (मांडी व तंगडी) किंवा तळहाताच्या आकाराचे माशाचे दोन तुकडे घेता येतील.

९. केळ्याखेरीज अन्य सर्व फळं खाता येतील. शंभर ग्रॅम वजनाचं फळ चालेल. फळांचा रस चालणार नाही.

१०. दिवसाकाठी शंभर ग्रॅमपेक्षा जास्त मटार आणि बटाटा खाऊन चालणार नाही.

प्रमाण
१ वाटी = १८० मि.लि. पाणी
१ रोटी = ५.५ इंच व्यासाची, तळहाताच्या आकाराची पातळ पोळी
(हा केवळ ढोबळ अंदाज आहे)

इथं दिलेल्या आहारविषयक सल्ल्यात मधुमेह किंवा प्री मेन्स्टुअर सिन्ड्रोम यांसारख्या व्याधी गृहीत धरलेल्या नाहीत.

सुचवलेला डाएट प्लॅन अमलात आणण्यापूर्वी, त्याबद्दल तुमच्या डॉक्टरची परवानगी घ्या.

आहाराचे तक्ते

हा १२०० ते १४०० कॅलरीजचा आहार तक्ता आहे.

- त्यात चार मुख्य जेवणं व चार उप-आहार आहेत. (नाष्टा, दुपारचं जेवण, संध्याकाळचं खाणं, रात्रीचं जेवण)

- स्वयंपाकासाठी दिवसाला माणशी दोन ते तीन टीस्पूनपेक्षा जास्त तेल घेऊ नये. वजन उतरवण्यासाठी ही अत्यावश्यक गोष्ट आहे.

नाष्टा

पर्याय १	पर्याय २	पर्याय ३	पर्याय ४
१ वाटी उपमा किंवा पोहे	१ वाटी कॉर्नफ्लेक्स	१ ग्लास भाज्यांचा रस	१ स्टफ्ड रोटी
१/२ वाटी भाजी	१ कप साय काढलेलं दूध	१ फळ	१ वाटी दही
१ फळ	१ फळ	२ अंड्यांचा पांढरा बलक १ ब्रेडचा स्लाइस	१ फळ

दुपारचं आणि रात्रीचं जेवण

पुढीलपैकी एक पर्याय दुपारच्या आणि एक रात्रीच्या जेवणासाठी निवडावा.

पर्याय १	पर्याय २	पर्याय ३	पर्याय ४	पर्याय ५
२ पोळ्या	१ पोळी	१ वाटी भात	१ लहान पोळी	२ स्लाइस ब्रेड
१ वाटी भाजी	१/२ वाटी भात	१ वाटी भाजी	१ स्लाइस ब्रेड	१/२ वाटी भाजीचं सूप
१/२ वाटी वरण	१ वाटी भाजी	१/२ वाटी डाळ	१ वाटी भाजी	१/२ वाटी मोड आलेलं कडधान्य
१/२ वाटी वरण		१/२ वाटी वरण	१ व्हेजि. कटलेट	

संध्याकाळचं खाणं

संध्याकाळच्या खाण्यासाठी फिलर्स यादीतील कोणतेही दोन 'फिलर आयटेम्स' निवडावेत.

कृत्रिमपणे गोडी आणणारे पदार्थ : एक कटू सत्य

कृत्रिमपणे गोडी आणणारे पदार्थ भुकटी किंवा लहान गोळीच्या स्वरूपात कागदी पुड्यांमधून विक्रीसाठी ठेवले जातात; परंतु त्यांच्या दुष्परिणामांचं कटू सत्य उमगल्यावर, ते गिळणं दुष्कर होतं. साखरेच्या पर्यायांबद्दलची फारशी माहीत नसलेली सत्यं इथं नमूद करत आहे : ॲस्परटेमला (इक्वल,

न्यूट्रास्वीट, शुगर फ्री गोल्ड यांतील गोडी आणणारा प्रमुख घटक, डाएट कोक, डाएट पेप्सी इत्यादी पेयांमध्येसुद्धा घातलेला असतो) फूड अँन्ड ड्रग अॅडमिनिस्ट्रेशननं (FDA) मोजून आठ वेळा परवानगी नाकारली होती आणि सरतेशेवटी १९९६ साली त्याच्या वापरासाठी परवानगी देण्यात आली. स्मरणशक्ती जाणं, डोकं सतत दुखत राहणं (मायग्रेन), मज्जातंतूंच्या पेशींना इजा पोचणं, प्रजनन यंत्रणेसंबंधित व्याधी होणं, मेंदूवर व्रण होणं, डोक्यात गोंधळ माजणं, सांधेदुखी, सूज येणं, अल्झायमर्स, मज्जा संस्थेस बाधा, खाण्याची लसलस, केस गळणं आणि वजन वाढणं यांसारख्या व्याधी अॅस्परटेम या शर्करेमुळे संभवतात. एफडीएनं केलेल्या ब्याण्णव व्याधींच्या यादीपैकी ही केवळ एक झलक आहे.

सुक्रलोज (स्प्लेंडा, शुगर फ्री, नॅचुरा)पासून बनलेल्या गोष्टी साखरेपासून तयार केलेल्या असतात आणि त्यामुळे त्या वापरण्यात काहीही धोका नाही, अशी जाहिरात केली जाते. ते वापरणं कितपत सुरक्षित समजावं, याबद्दल मला संदेह वाटतो. कारण त्याचा संबंध डायरिया, आनुवंशिकता व शरीरातल्या अवयवांना, त्याचप्रमाणे प्रजनन यंत्रणा व रोगप्रतिकारक यंत्रणा यांना इजा पोचणं, यकृत व मूत्रपिंडांना सूज येणं, गर्भाचं वजन कमी होणं यांच्याशी जोडला जातो. सॅकरिन (स्वीट आणि लो) हे कोळसा आणि डांबर यांपासून बनलेलं संयुग आहे.

कृत्रिम शर्करेचे दुष्परिणाम घडत नाहीत, असं सिद्ध करणाऱ्या प्रत्येक संशोधनाच्या जोडीलाच त्यांचा नवा दुष्परिणाम नमूद करणारा एक संशोधन अहवाल प्रसिद्ध होत असतो! सत्य हेच आहे की, त्याबद्दल उलटसुलट चर्चा अगदी जोरात सुरू आहे. त्यामुळे जर एखाद्या गोष्टीबद्दल मनात संदेह असेल, तर त्या गोष्टीचा वापर टाळण्यातच सुज्ञपणा असतो. जर कृत्रिम शर्करेचा वापर पूर्णपणे टाळणं तुम्हाला शक्य होत नसेल, तर निदान वापरातलं त्याचं प्रमाण तरी कमी करावं. वजन घटवण्याचे इतर अधिक सोपे व अधिक सुरक्षित पर्याय आहेत.

स्टीव्हिया (भारतात हे डॉक्टर शुगर या ब्रँडखाली विकलं जातं) हा असाच एक सुरक्षित पर्याय आहे. ती पूर्णपणे नैसर्गिक, वनस्पतिजन्य शून्य कॅलरीज असलेली शर्करा आहे. रसायनांपासून बनवलेल्या कृत्रिम शर्करेपेक्षा हा खूपच सुरक्षित असा पर्याय आहे आणि त्यामुळे वजनसुद्धा कमी होतं. तसेच रक्तदाब कमी होतो आणि पचनही सुधारतं.*

* Ron Freedman and Kim Barnouin, *Skinny Bitch*, Running Press, 2005

१४०० ते १६०० कॅलरीजचा आहार

- हा अंदाजे १४०० ते १६०० कॅलरीज देणारा आहार तक्ता आहे.
- यात चार मुख्य जेवणं आणि चार उप-आहार आहेत.
- स्वयंपाकासाठी दिवसाला माणशी दोन ते तीन टीस्पूनपेक्षा जास्त तेल वापरू नये.

नाष्टा

पर्याय १	पर्याय २	पर्याय ३	पर्याय ४
१ वाटी उपमा किंवा पोहे	१/२वाटी कॉर्नफ्लेक्स	१ ग्लास भाज्यांचा रस	२ स्टफ्ड पोळ्या
१/२ वाटी भाज्या काढलेलं दूध	१ कप साय	१ फळ	१ वाटी दही
१ ग्लास भाज्यांचा रस	१ फळ	२ अंड्यांचा पांढरा बलक	१ फळ
१ फळ	१ व्हेजिटेबल सँडविच	२ ब्रेडचे स्लाइस	

दुपारचं आणि रात्रीचं जेवण

पुढीलपैकी एक पर्याय दुपारच्या व एक रात्रीच्या जेवणासाठी निवडावा.

पर्याय १	पर्याय २	पर्याय ३	पर्याय ४
३ पोळ्या	२ पोळ्या	१ पोळी	३ स्लाइस ब्रेड
१ वाटी भाजी	१/२ वाटी भात	१ वाटी भात	१/२ वाटी भाजीचं सूप
१ वाटी वरण किंवा १/२ वाटी वरण व	१ वाटी भाजी	१ वाटी भाजी	१/२ वाटी मोड आलेली कडधान्यं
१ कप दही	१ वाटी वरण	१ वाटी वरण	१ व्हेजिटेबल कटलेट
		१/२ वाटी दही	

संध्याकाळचं खाणं

संध्याकाळच्या खाण्यासाठी फिलर्स यादीतील कोणतेही दोन 'फिलर आयटेम्स' निवडावेत.

सूर्यास्तानंतर फळ खाऊ नये!

सूर्यास्तानंतर आरोग्यदायी, पौष्टिक फळ का खायचं नाही? याला काहीही वैज्ञानिक कारण नाही. अशा प्रकारच्या सल्ल्यांकडे दुर्लक्ष करावं. आपण फक्त एकच गोष्ट लक्षात ठेवायला हवी : रात्री फळ खायचं असेल, तर ते रात्रीच्या मुख्य जेवणानंतर दोन तासांनी घ्यावं. जेवणाबरोबर किंवा जेवल्यावर लगेचच फळ खाऊ नये (असं केल्यास रक्तातली साखरेची पातळी अचानक खूप वाढते आणि तिचं चरबीत रूपांतर होऊन, चरबी शरीरात साठते). त्याप्रमाणेच रात्री फळ खायचं, तर ते झोपण्याच्या निदान एक तास आधी खावं (अन्यथा ते रक्तातली साखर वाढवेल आणि त्या साखरेचं चरबीत रूपांतर होऊन ती शरीरात साठून राहील).

१६०० ते १८०० कॅलरीजचा आहार

- हा अंदाजे १६०० ते १८०० कॅलरीज पुरवणारा आहार तक्ता आहे.
- यात चार मुख्य जेवणं व चार उप-आहार समाविष्ट आहेत.
- स्वयंपाकात दिवसाला माणशी दोन ते चार टीस्पूनपेक्षा जास्त तेल वापरू नये.

नाष्टा

पर्याय १	पर्याय २	पर्याय ३	पर्याय ४
१ वाटी उपमा किंवा पोहे	१/२ वाटी कॉर्नफ्लेक्स	१ ग्लास भाज्यांचा रस	२ स्टफ्ड पोळ्या
१/२ वाटी भाजी	१ कप साय काढलेलं दूध	१ फळ	१ वाटी दही
१ ग्लास भाज्यांचा रस	१ फळ	२ अंड्यांचा पांढरा बलक	१ फळ
१ फळ	१ व्हेजिटेबल सँडविच	२ ब्रेडचे स्लाइस	

दुपारचं आणि रात्रीचं जेवण

पुढीलपैकी एक पर्याय दुपारच्या आणि एक रात्रीच्या जेवणासाठी निवडावा.

पर्याय १	पर्याय २	पर्याय ३	पर्याय ४
४ पोळ्या	३ पोळ्या	२ पोळ्या	३ ब्रेडचे स्लाइस
१ वाटी भाजी	१/२ वाटी	१ वाटी भात	१ पोळी भात

१ वाटी डाळ	१ वाटी भाजी १ वाटी डाळ	१ वाटी भाजी १ वाटी डाळ	१/२ वाटी भाज्यांचं सूप १ वाटी मोड आलेली कडधान्यं १ व्हेजिटेबल कटलेट

संध्याकाळचं खाणं

संध्याकाळच्या खाण्यासाठी फिलर्स यादीतले दोन 'फिलर आयटेम्स' निवडावेत.

अल्कोहोल व वेटलॉस? निष्फळ कॉकटेल

या नुसत्या पोकळ गप्पा नव्हेत. ग्रॅममागे दणदणीत सात कॅलरीज देणारी मदिरा (अल्कोहोल) ही प्रचंड प्रमाणात वजन वाढवणारी गोष्ट असते. कर्बोदकं आणि प्रथिनं यांच्या कॅलरीज ग्रॅममागे फक्त चार असतात. म्हणजेच ब्रेड, पास्ता, भात किंवा बटाट्यांपेक्षा अल्कोहोलमधील कॅलरीजचं प्रमाण खूप जास्त असतं. वा!

...आणि फक्त कॅलरीजचं प्रमाणच नव्हे. तुम्ही जाणताच की, आपला देह त्याला लागणारी ऊर्जा कर्बोदकं, प्रथिनं आणि स्निग्ध पदार्थ अशा विविध अन्नघटकांपासून मिळवत असतो. अल्कोहोल आपल्या शरीरात प्रवेश करतं, तेव्हा त्याचं ॲसिटेटमध्ये रूपांतर होतं. आपल्या देहाला मिळणारा ऊर्जेचा प्रमुख पुरवठा होतो ॲसिटेटमधून. आपला देह ऊर्जा मिळवण्यासाठी सर्वप्रथम ॲसिटेटकडे वळतो. त्यामुळे आपण आहारातून घेतलेल्या चीज किंवा पास्ता यांकडे ऊर्जेसाठी न वळता, आपला देह त्यापूर्वी आपण घेतलेल्या अल्कोहोलकडे वळतो. त्यामुळे ऊर्जेसाठी शरीरातली चरबी न जळता त्याची जागा ॲसिटेट पटकावतं. त्यामुळे देहातली चरबी जळण्याची प्रक्रिया मंदावते.

अल्कोहोलमुळे फक्त चरबी जळण्याचं प्रमाणच कमी होतं असं नव्हे, तर मद्य घेतल्यानंतर पुढचे चोवीस तास भूक वाढलेलीच राहते. त्यामुळेच मद्यप्राशनानंतर खाण्याचा मोह टाळणं अशक्य होतं.

जरी काही सर्वेक्षणांनुसार, दररोज एक ग्लास रेड वाइन घेतली असता, हृदयविकार टळून, कोलेस्टेरॉलची पातळी घटत असल्याचं सिद्ध झालं असलं, तरी तेच कार्य ओट्स, ब्रॅन, नट्स, ताजी फळं व ताज्या भाज्या हे अन्नपदार्थसुद्धा पार पाडत असतात. महत्त्वाची बाब म्हणजे अल्कोहोलप्रमाणे

त्यांचे कोणतेही दुष्परिणाम नसतात.

एक पेग (१.५ औंस) दारूत ११५ ते २०० कॅलरीज असतात. त्या तुलनेत चार औंस वाइनमध्ये ६२ ते १६० कॅलरीज असतात. मिक्स्ड ड्रिंक्समधील कॅलरीज खूप प्रमाणात वाढतात. जिन आणि टॉनिकच्या २८० कॅलरीज असतात, तर काही गोठवलेल्या मलईदार कॉकटेल्सच्या कॅलरीज ८०० असतात. रोज रात्री फक्त एक बिअर घेतली, तर आठवड्यात त्याच्या जास्तीच्या १०३६ कॅलरीज पोटात जातात किंवा वर्षाला त्यामुळे सहा ते सात किलो वजन पोटावर चढतं. म्हणून तर बिअरमुळे वाढलेल्या ढेरीला 'बिअर बेली' (Beer Belly) असं म्हणतात.

मद्याबाबत कोणती चतुराई दाखवावी :

- वाइनमध्ये सोडा मिसळून कमी कॅलरीजचं 'टॉल ड्रिंक' बनवा.
- अल्कोहोल आणि कमी कॅलरीजचं नॉन-अल्कोहोलिक पेय (किंवा पाणी) आलटूनपालटून प्या. उदाहरणार्थ, एक ग्लास व्हाइट वाइननंतर एक ग्लास साधं पाणी किंवा लिंबूपाणी प्या.
- कमी कॅलरीज असलेली कॉकटेल्स मागवा. आधीच मिश्रण केलेली अल्कोहोलिक पेयं घेऊ नका; त्यात भरपूर साखर असते.
- वीकेंडला अल्कोहोल घेणार असाल, तर त्यापूर्वीच्या आठवडाभरात कटाक्षानं कमी कॅलरीजचा आहार घ्या. म्हणजे अल्कोहोल घेण्यापूर्वी तुम्हाला नेहमीप्रमाणे जेवता येईल.
- 'पिता' यावं म्हणून 'खाणं' टाळू नका. कारण प्यायल्यामुळे भूक भागत नसते. उलट अल्कोहोलमुळे भूक वाढते. अल्कोहोल घेण्यापूर्वी नीट जेवून पोट भरलेलं ठेवलं की रक्तात अल्कोहोल मिसळण्याचा वेग कमी होईल आणि खाण्या-पिण्यावर तुम्ही नियंत्रण ठेवू शकाल.

१८०० ते २००० कॅलरीजचा आहार

- हा १८०० ते २००० कॅलरीज देणारा आहार तक्ता आहे.
- त्यात चार मुख्य जेवणं आणि आठ उप-आहार आहेत.
- स्वयंपाकात दिवसाला माणशी दोन ते चार टीस्पूनपेक्षा जास्त तेल वापरू नये.

नाश्ता			
पर्याय १	**पर्याय २**	**पर्याय ३**	**पर्याय ४**
१ वाटी उपमा किंवा पोहे	१/२ वाटी कॉर्नफ्लेक्स	१ ग्लास भाज्यांचा रस	२ स्टफ्ड रोट्या

१/२ वाटी भाजी	१ कप साय काढलेलं दूध	१ फळ	१ वाटी दही
१ ग्लास भाज्यांचा रस	१ फळ	२ अंड्यांचा पांढरा बलक	१ फळ
१ फळ	१ व्हेजिटेबल सँडविच	२ ब्रेडचे स्लाइस	

दुपारचं आणि रात्रीचं जेवण

पुढीलपैकी एक पर्याय दुपारच्या व एक रात्रीच्या जेवणासाठी निवडावा.

पर्याय १	पर्याय २	पर्याय ३	पर्याय ४
४ पोळ्या १ वाटी भाजी १ वाटी डाळ	३ पोळ्या १/२ वाटी भात १ वाटी भाजी १ वाटी डाळ	२ पोळ्या १ वाटी भात १ वाटी भाजी १ वाटी डाळ	३ स्लाइस ब्रेड १ पोळी १/२ वाटी भाज्यांचं सूप १ वाटी मोड आलेल्या कडधान्याची कोशिंबीर १ व्हेजिटेबल कटलेट

संध्याकाळच्या खाण्यासाठी फिलर्स यादीतील कोणतेही दोन 'फिलर आयटेम्स' निवडावेत.

विचार न करता पिणं

अनेकांना आपण आल्या रस्त्यावरच माघारी फिरलो आहोत हे कळतच नाही. अनेक जण आहारावर कष्टपूर्वक नियंत्रण ठेवतात आणि वजन घटवतात; परंतु बेसावध राहून 'पिण्या'पायी ते घटलेलं वजन पुन्हा अंगावर चढवतात. पेय कोणतंही असू दे : कोला, स्मूदी, कॉकटेल किंवा फ्रूट लस्सी- पेयातून पोटात जाणाऱ्या कॅलरीजमुळे तुमचे वजन घटवण्याचे प्रयत्न त्वरित मातीमोल होतात. तुम्ही वजन घटवत असाल, तर गोडमिट्ट पेयांपासून सावध राहा! वजन एकदा घटलं आणि ते त्याच पातळीवर स्थिर करण्याचा टप्पा आला की, या पेयांचा आहारात हळूहळू समावेश कसा करावा, हे मी तुम्हाला पुढे सांगणार आहेच.

परंतु फळांचे रस इतके वर्ज्य का ठेवायला हवेत? ते आरोग्यदायी नसतात का? खरं उत्तर आहे, ते आरोग्यदायी नसतात! साखर न घातलेला

ताजा रससुद्धा आरोग्यदायी नसतो. तुम्ही कोणतंही पेय प्यायलात की, तुमच्या रक्तापर्यंत त्याचा चटकन शिरकाव होतो आणि त्यातले सक्रिय पोषक घटक त्वरित शोषले जातात. रसामधला सर्वांत सक्रिय घटक असतो फ्रक्टोज. फ्रक्टोजचं रक्तात त्वरित शोषण होतं आणि त्यामुळे रक्तातली साखरेची पातळी चटकन वाढते आणि तितक्याच त्वरेनं खालीसुद्धा येते. साखरेची पातळी खाली आली की, थकवा जाणवू लागतो (आणि असं घडणं मधुमेहींच्या दृष्टीनं अत्यंत अहितकारक असतं). मानवी देह इतक्या मोठ्या प्रमाणातली शर्करा एका वेळेस वापरू शकत नसल्यामुळे, ती चरबीच्या रूपात देहात साठवली जाते. बंद डब्यातले फळांचे रसही पूर्णपणे टाळावेत. त्यांच्यात प्रचंड प्रमाणात साखर मिसळलेली असतेच, शिवाय त्यातली संपूर्ण पोषक तत्त्वंही नष्ट झालेली असतात. 'पौष्टिक बनवण्यात आलेली' (Fortified = वरून जीवनसत्त्वं मिसळलेली) पेयंसुद्धा टाळावीत. त्यांच्याऐवजी साखरेचा पाकच का पिऊ नये?

परंतु भाज्यांचे रस मात्र घातक नसतात. मी बनवलेल्या आहार तक्त्यात, दिवसाकाठी एक ग्लास भाज्यांचा रस घेण्याची सूचना तर मी हटकून देत असते. भाज्यांच्या रसांमधली सक्रिय पोषक द्रव्यं असतात जीवनसत्त्वं आणि क्षार. त्यामुळे भाज्यांचे रस प्यायल्याबरोबर या जीवनसत्त्वांचं आणि क्षारांचं तुमच्या रक्तात त्वरित शोषण होतं. त्याचे तुमच्या त्वचेवर व ऊर्जेच्या पातळीवरही त्वरित आणि चांगले परिणाम घडतात.

फळांचा रस पिण्याऐवजी फळ खावं. तुम्ही फळ खाल्लं की, तुमच्या रक्तातली साखरेची पातळी स्थिर राहण्यास मदत होते. शिवाय तुम्हाला फळातला चोथासुद्धा मिळतो आणि तो आरोग्याला हितकर असतो. रसामध्ये हा चोथा नसतो. म्हणूनच फळांचा रस पिण्यापूर्वी दहा वेळा विचार करा! पेय टाळल्यामुळे तुमचं वजन सुलभतनं घटेल आणि तुम्ही स्वास्थ्यसुद्धा टिकवू शकाल!

२००० ते २२०० कॅलरीजचा आहार

- हा २००० ते २२०० कॅलरीजच्या आहाराचा तक्ता आहे.
- त्यात चार मुख्य जेवणं आणि आठ उप-आहार घ्यावे लागतात.
- स्वयंपाकात दिवसाला माणशी दोन ते चार टीस्पूनपेक्षा जास्त तेल वापरू नये.

नाष्टा

पर्याय १	पर्याय २	पर्याय ३	पर्याय ४
२ वाट्या उपमा किंवा पोहे १ वाटी भाजी १ ग्लास भाज्यांचा रस १ फळ	१ वाटी कॉर्नफ्लेक्स १ कप साय १ फळ १ व्हेजिटेबल सँडविच	१ ग्लास भाज्यांचा रस १ फळ काढलेलं दूध ३ अंड्यांचा पांढरा बलक ३ स्लाइस ब्रेड	३ स्टफ्ड पोळ्या १ वाटी दही १ फळ

दुपारचं आणि रात्रीचं जेवण

पुढीलपैकी एक पर्याय लंचसाठी व एक डिनरसाठी निवडावा.

पर्याय १	पर्याय २	पर्याय ३	पर्याय ४
४ पोळ्या १ वाटी भाजी दीड वाटी डाळ	३ पोळ्या १/२ वाटी भात दीड वाटी भाजी १ वाटी डाळ	२ पोळ्या १ वाटी भात १ वाटी भाजी दीड वाटी डाळ	३ स्लाइस ब्रेड १ पोळी १/२ वाटी भाज्यांचं सूप १ वाटी मोड आलेल्या कडधान्यांची कोशिंबीर १ भाज्यांचं कटलेट १ कप दही

संध्याकाळचं खाणं

यात चार 'फिलर आयटेम्स'चा समावेश करावा.

कोंड्याबद्दल चिंता करून मेंदूचा भुगा करू नका

रिफाइन्ड अन्नपदार्थ (प्रक्रिया करून, कोंडा/ टरफलं काढलेलं धान्य वापरून केलेले अन्नपदार्थ) खाल्ल्यामुळे वजन वाढतं, अशी एक (गैर)समजूत आहे. रिफाइन्ड अन्नपदार्थांतील कोंडा, टरफलं काढून टाकलेली असल्यामुळे त्यातून काहीही क्षार मिळू शकत नाहीत, ही गोष्ट जरी खरी असली, तरी ते अनरिफाइन्ड पदार्थांपेक्षा जास्त वजन वाढवणारे असतात, ही समजूत चुकीची आहे. एक गोष्ट लक्षात ठेवा की, धान्यांमध्ये क्षारांचं प्रमाण मुळातच खूप कमी असतं. उदाहरणार्थ, दहा पोळ्यांमध्ये जेवढे क्षार असतात, तेवढे सफरचंदाच्या एका फोडीत असतात.

रिफाइन्ड (प्रक्रिया केलेल्या) अन्नपदार्थांचा मुख्य तोटा असा आहे की, त्यांच्या पचनाला फारसा वेळ लागत नसल्यामुळे ते खाल्ल्यावर तुमच्या रक्तातली साखरेची पातळी त्वरित वाढते. त्यामुळे असे अन्नपदार्थ खाताना एकाच गोष्टीबद्दल सावधानता राखणं गरजेचं असतं, ती म्हणजे एका वेळेस रिफाइन्ड अन्नपदार्थ खूप प्रमाणात खाऊ नयेत. मी जो आहाराचा तक्ता सुचवते, त्यात एका वेळेस दोनपेक्षा जास्त बिस्किटं कधीही खाऊ देत नाही. एका वेळेस ब्रेडचे एक किंवा दोन स्लाइसच खायला सांगते. एका वेळेस एक वाटीपेक्षा जास्त भात किंवा पास्ता कधीही खाऊ देत नाही. जोवर तुम्ही असे अन्नपदार्थ एका वेळेस थोड्या प्रमाणात खाता, तोवर तुमच्या रक्तातल्या साखरेची पातळी स्थिर राहील आणि दिवसभर तुम्ही अधिक जोमानं काम करू शकाल.

किनोआ (Quinoa)

प्राचीन काळी इंका संस्कृतीतले लोक ज्या धान्याला 'चिसाया मामा' किंवा 'सर्व धान्यांची माता' म्हणत असत, ते किनोआ नावाचं धान्य शेकडो वर्षांपासून अस्तित्वात आहे. अलीकडेच त्याचा आपल्या स्वयंपाकघरात शिरकाव झालेला आहे. किनोआमध्ये अनेक पौष्टिक अन्नघटक असतात आणि ते शिजवल्यावर कुसकुस (Couscous) या धान्यासारखं दिसतं. ते भाताऐवजी, भाताएवढ्या प्रमाणातच खाता येतं. किनोआचा उपमा किंवा दलिया किंवा फोडणीच्या पोह्यांसारखा प्रकार करता येतो. किनोआ भाजून दळल्यानंतर त्याच्या पिठाच्या पौष्टिक चपात्या बनवता येतात. किनोआमधून मिळणारं प्रथिन हे शंभर टक्के परिपूर्ण असं उत्कृष्ट प्रथिन आहे; कारण त्यात अत्यावश्यक अशी सर्व नऊ अमिनो ॲसिड्स असतात. इतर कोणत्याही धान्यात नसलेलं लायसीन हे अमिनो ॲसिडसुद्धा किनोआत मुबलक प्रमाणात असतं. तेव्हा किनोआ पोटभर खा!

फिलर्स

१. २ बिस्किटं (मारी/ क्रॅकजॅक/ ग्लुकोज/ मोनॅको/ क्रीम क्रॅकर्स)
२. १ मध्यम आकाराचा डाएट खाकरा

३. १ मध्यम आकाराची इडली
४. १/२ मध्यम आकाराचा साधा डोसा
५. १७ द्राक्षं
६. ६ ते ८ स्ट्रॉबेरीज
७. २ ते ३ प्लम्स
८. १८ ते २० चेरीज
९. ३ इंची व्यासाचे, अननसाचे मध्यम जाडीचे ४ स्लाइसेस
१०. १ मध्यम आकाराचं संत्रं किंवा सफरचंद किंवा पेअर
११. ६ ते ७ लिची
१२. १ वाटी कलिंगड किंवा पपई किंवा खरबूज
१३. १ वाटी (साय काढलेल्या दुधाचं) दही
१४. १ वाटी कुरमुरे
१५. १/२ वाटी मोड आलेल्या कडधान्यांची कोशिंबीर
१६. मूठभर चणे आणि १ ग्लास ताक
१७. २ अंड्यांचा पांढरा बलक आणि १ क्रॅकर
१८. भाज्यांचा रस
१९. १/२ वाटी भाज्या घातलेले पोहे
२०. ओपन सँडविच (ब्रेडच्या १ स्लाइसवर भाज्या पसरलेल्या)
२१. ब्रेडवर चिकन आणि सिमला मिरची पसरून
२२. १/२ वाटी (गाजर-फरसबी घातलेला) उपमा
२३. भाजलेल्या पोह्यांचा १/२ वाटी चिवडा आणि थोडे चणे
२४. साय काढलेल्या दुधात २ टेबलस्पून कॉर्नफ्लेक्स मिसळून
२५. भाज्या घातलेले हाक्का नूडल्स : १/२ वाटी
२६. मशरूम्स घातलेला, रेड सॉसमधला पास्ता : १/२ वाटी
२७. १/२ वाटी स्पघेट्टी (पालक घातलेली)
२८. लोणी न घालता बनवलेल्या लाह्या : १ वाटी
२९. कॉर्नफ्लेक्सची भेळ (२ टेबलस्पून कॉर्नफ्लेक्स किंवा व्हीटफ्लेक्स, २ टेबलस्पून चिरलेल्या भाज्या)
३०. १ क्रॅकर आणि १ टेबलस्पून हमस

हालचाल करा आणि वजन उतरवा

मी मोठी होत असताना एक द्वाड मुलगा मला अगदी वैताग आणत असे. तो माझ्या हातावर चापटी मारून पळून जात असे. मग तासभर आम्ही एकमेकांचा पाठलाग करत धावत असू आणि पुढल्या वेळेस कोण कुणाला चापटी देतंय, हे बघत असू. अगदी थकेपर्यंत आमचा हा खेळ चालू असे. दमल्यावर आमची पुन्हा दिलजमाई होत असे आणि त्या दिवशी सापडलेल्या खजिन्याची- समुद्रातला शिंपला, गंजलेली किल्ली, सायकलची चेन- आम्ही देवघेव करत असू.

त्या वेळी मला त्याची कल्पना नव्हती; परंतु त्या खेळामुळे मला भरपूर व्यायाम घडत होता.

'वेटलॉस'बद्दलच्या जाहिरातींमध्ये, जिमच्या जाहिरातींमध्ये किंवा नामवंत व्यक्ती ज्या ज्या गोष्टींची तरफदारी करताना दिसतात त्यामध्ये तुम्हाला जे जे सांगण्यात येतं, ते सारं विसरून जा! व्यायाम म्हणजे काही एक कंटाळवाणं आणि उरकून टाकण्याजोगं काम नव्हे! व्यायामातून तुम्हाला भरपूर आनंद मिळायला हवा! तुमचं लहानपण आठवतंय? तुम्ही धावायचात, खेळायचात, उड्या मारायचात- तुमच्या नृत्यपदन्यासांनी तुम्ही तुमच्या मित्र-मैत्रिणींना रिझवायचात- बॅडमिंटन, टेनिस, फुटबॉलसारख्या खेळात किंवा पळण्याच्या शर्यतीत एकमेकांना जिद्दीनं हरवू पाहायचात, मुली विरुद्ध मुलगे किंवा दहावी विरुद्ध बारावी, असे खेळाडूंचे संघ तुम्ही तयार करायचात; तुम्ही चोर-शिपाई, शिवाशिवी, असे खेळ खेळायचात. असे खेळ खेळताना तुमच्या शेकडो कॅलरीज खर्च होत असायच्या.

वजन उतरवण्यासाठी तुमच्या हृदयाच्या ठोक्यांचा वेग भरपूर वाढायला हवा आणि याबरोबर तुम्हाला भरपूर घामही यायला हवा. आठवड्यातून निदान चार-पाच दिवस प्रत्येकी तासभर असा भरपूर व्यायाम करावा; परंतु त्याकडे कंटाळवाणं कर्तव्य अशा भावनेनं पाहिलं जाऊ नये. अशा व्यायामाबद्दल जर तुम्हाला नावड वाटत असली, तर आवडीचा व्यायाम तुम्हाला अद्याप शोधून काढता आलेला नाही, असं समजावं.

व्यायाम केल्यामुळे फक्त वजनच कमी होतं असं नव्हे, तर व्यायाम करणं म्हणजे चांदीच्या नाण्यांच्या बदल्यात हिरे मिळवण्यासारखं आहे! तुम्ही फक्त बाहेर

पडा. हृदयाचे ठोके जलद पडू द्या, रक्ताभिसरण झपाट्यानं घडवा, स्वतःच्या देहात आमूलाग्र बदल घडवायचा प्रामाणिक प्रयत्न करा आणि पाहा... असं केल्यामुळे हृदय व फुप्फुसांच्या व्याधी होण्याची शक्यता कमी होते. टाइप टू डायबेटिस, उच्च रक्तदाब होण्याची शक्यता कमी होते. हाडं, स्नायू आणि सांधे बळकट होतात. अन्य मानसिक फायदेसुद्धा होतात. आत्मविश्वास आणि आत्मसन्मान वाढतो. चिंताग्रस्त आणि निराश मन:स्थिती सुधारते. व्यायामानं होणारे हे असंख्य फायदे केवळ आहारावर नियंत्रण आणून मिळणार नाहीत.

माझ्या बहुसंख्य ग्राहकांना फक्त भरभर चालण्याचा व्यायाम करूनही वजनाची इच्छित पातळी गाठता येते. भरभर चालणं हा आरोग्य मिळवण्याचा सगळ्यात सोपा मार्ग आहे. व्यायामाचे अनेक प्रकार आहेत. बॅडमिंटन खेळणं, टेनिस किंवा स्क्वाशच्या खेळात प्रतिस्पर्ध्यांना हरवणं, पोहणं, एरोबिक्स, स्पिनिंग किंवा झुंबाच्या वर्गात नाव दाखल करणं, पोल डान्सिंग शिकणं... यादी खूप मोठी आहे. अशा व्यायामांसाठी तुम्ही तुमच्यासोबत एखाद्या मित्राला नेऊ शकता. जिमच्या आरसे मढवलेल्या कोपऱ्यात तुम्हाला व्यायाम फारसा मौजेचा वाटणार नाही किंवा वाटेलही; परंतु त्याच्या जोडीला अन्य प्रकारचे व्यायामसुद्धा आलटूनपालटून करा. एकाच व्यायामप्रकाराला चिकटून राहणं गरजेचं नाही! फक्त नियमानं पुरेसा व्यायाम दररोज करणं आवश्यक आहे.

हालचाल जास्त करणं हासुद्धा वजन उतरवण्याचा एक मार्ग आहे. या पर्यायाला NEAT (नॉन एक्सरसाइज- ॲक्टिव्हिटी थर्मोजेनेसिस) असं म्हणतात. त्याचा थोडक्यात अर्थ असा की, व्यायामाखेरीजची दैनिक हालचालसुद्धा वजन घटवण्यास उपयोगी ठरते.* तुमची हालचाल जेवढी जास्त तेवढं तुमचं वजन जास्त घटेल. हे शास्त्रीयदृष्ट्या सत्य आहे.

तुम्ही जेव्हा ऑफिसमध्ये असता, तेव्हा फोनवर बोलताना चालत राहा. लिफ्टऐवजी जिन्यानं चढून जा. थोडं अंतर असेल, तर पायीच जा. सहकाऱ्याला निरोप सांगण्यासाठी शिपायाला न पाठवता स्वतःचालत जा. केबिनबाहेर पडून पाय मोकळे करा. घरगुती खरेदीसाठी कामवालीला न पाठवता स्वतःजा. मला काय म्हणायचं, याची कल्पना येतेय ना? व्यायामासाठी सलग तासभर वेळ काढणं शक्य नसेल, तर पेडॉमीटर बांधा. पेडॉमीटरनं दिवसभरात तुम्ही किती पावलं चाललात याची नोंद करता येते. दिवसभरात दहा हजार पावलं टाकली, तर वजन घटण्याच्या दृष्टीनं तो चांगला व्यायाम घडेल. दहा हजार पावलं किती सहजपणे टाकता येतात, हे पाहून तुम्ही थक्कही व्हाल. एक गोष्ट लक्षात ठेवा, तुम्ही केलेली प्रत्येक हालचाल ही वजन

---

* शशांक जोशी - *Primer of Obesity*

घटवण्यासाठी उपयुक्त ठरत असते. तुमचं वजन उतरताना दिसू लागलं की, थोडीशी हालसुद्धा किती उपयुक्त ठरते, याची तुम्हाला जाणीव होऊ लागेल.

'मी व्यायाम केला तर हवं ते, हवं तेवढं खाऊ शकेन'

भरपूर व्यायाम केला की हवं ते मनसोक्त खाता येतं, अशी चुकीची समजूत घेऊन अनेक ग्राहक माझ्यापाशी येतात. ही गोष्ट शक्य झाली असती, तर फार बरं झालं असतं; परंतु दुर्दैवानं तसं नाहीये. तुम्ही जर ऑलिंपिक्ससाठी सराव करत असता, तर कदाचित असं शक्य झालं असतं; परंतु आपल्यापैकी बहुतेक जणांची बैठी नोकरी आणि बैठी जीवनशैली असते. आहार नियंत्रणाच्या जोडीनं वजन उतरवायला व्यायाम मदत करतो; परंतु आहारनियंत्रणाची जागा व्यायाम घेऊ शकत नाही. सोपं उदाहरण देते. तुम्ही जर एक हजार कॅलरीजचा बर्गर खाल्ला तर त्या कॅलरीज जाळण्यासाठी तुम्हाला दोन तास जॉगिंग करावं लागेल. त्याऐवजी बर्गर खाण्याचा मोह टाळलेलाच बरा, नाही का? व्यायामामुळे वजन अधिक जलद गतीनं घटू लागेल, शरीर सुदृढ बनेल. व्यायाम हा माझ्या 'वेटलॉस प्रोग्रॅम'चा अनिवार्य भाग आहे; परंतु त्यामुळे मोजक्याच कॅलरीज खर्च होतात; कारण त्याला आपण मोजकाच वेळ देऊ शकतो.

सिद्धार्थ मल्ल्यांची तंदुरुस्तीसाठी चेकलिस्ट

- आज तुम्ही व्यायामासाठी काही वेळ राखून ठेवला?— दररोज एकदा, निदान आठवड्यातून चार-पाच दिवस तरी चालणं, पोहणं, सायकल चालवणं, वजन उचलणं अशा व्यायामांसाठी वेळ राखून ठेवा.
- व्यायाम वर्गात किंवा जिममध्ये न जाता तुम्हाला व्यायाम करता येतो?— लोकांची समजूत असते की, जिममध्ये गेलं नाही, तर व्यायाम करताच येत नाही. ही समजूत चुकीची आहे. तुम्हाला कुठंही व्यायाम करता येतो. कारण त्यासाठी फक्त हालचाल करण्याची जरुरी असते. मी नुकताच अमेरिकेत गेलो होतो, तेव्हा माझ्या हॉटेलरूममध्येच मी पायलेट्स* करत होतो.

---

*पायलेट्स- विसाव्या शतकाच्या प्रारंभी लोकप्रिय झालेली फिजिकल फिटनेस सिस्टिम. ही जर्मनीत लोकप्रिय झाली व पायलेट नामक माणसाने ती विकसित केली. पोट सपाट ठेवण्यासाठी वेगवेगळे व्यायाम पायलेट्समध्ये शिकवले जातात.

- नियमितपणे व्यायाम करायला तुम्हाला आवडतं?— व्यायाम करणं तुम्हाला मौजेचं वाटलं पाहिजे आणि त्याची फळं तुम्हाला जेव्हा दिसू लागतील, तेव्हा तर व्यायाम अधिक मौजेचा वाटू लागेल
- तुम्ही शरीराची जास्त हालचाल करण्याचा प्रयत्न करता?- कोणतीही हालचाल सतत करत राहा. लिफ्टऐवजी जिन्यानं वर जाता येणार असेल, तर जिन्यानंच चढून जा. विमानतळावरील सरकत्या 'वॉकवे'वर नुसतं उभं न राहता त्यावर चालत राहा.
- स्वत:साठीच थोडा वेळ राखून ठेवायचा आहे?- तर व्यायामासाठी वेळ राखून ठेवा. त्या वेळेस इ-मेल बघायच्या नाहीत, फोन घ्यायचे नाहीत- काहीही करायचं नाही.

माझ्या मते, आदर्श व्यायामाचं समीकरण पुढीलप्रमाणे :

कार्डिओ (हृदयाचे ठोके जलद करणारा)
\+ वजन उचलण्याचा (बीएमआर वाढवण्यासाठी)
\+ दिवसाकाठी जास्त हालचाल करण्याचा व्यायाम
= सुदृढ, प्रमाणबद्ध शरीर

आठवड्यात कोणते व्यायाम करता येतील, याबद्दलच्या या केवळ काही सूचना झाल्या. आठवड्यातून एकदा डान्स क्लासला जाणं, दोनदा जलद चालणं, दोनदा वजनं उचलणं आणि दररोज जाणीवपूर्वक जास्त हालचाल करणं, हासुद्धा एक पर्याय होऊ शकेल. तुम्ही बरेच दिवस काहीही व्यायाम केलेला नसेल, तर सुरुवातीला बेतानंच व्यायाम करा. वाटल्यास डॉक्टरचा सल्ला घ्या; परंतु देहाकडून केल्या जाणाऱ्या सूचनांची दखल घ्यायला हवी. केव्हा व्यायाम चालू ठेवावा आणि केव्हा थांबवावा, हे तुम्हाला तुमचा देहच सांगेल.

मग वाट कसली बघताय?

वजन उतरवण्यासाठी हालचाल सुरू करा.

थोडासा बदल, वजनात खूप घट

हे बारीकसारीक बदल केल्यामुळे तुमचं वजन किलोकिलोनी कमी होऊ लागेल!

१. नेहमीचं दूध न घेता नॉन-फॅट किंवा दोन टक्के फॅट (९७ टक्के फॅट फ्री) असलेलं दूध घ्यायला प्रारंभ करा. जरी दिवसाकाठी तुम्ही फक्त दोनच कप चहा घेत असला, तरी असा बदल केल्यामुळे, एका वर्षात तुमचं २.७ किलो वजन कमी होईल.

२. स्निग्ध पदार्थांवरचा हात आखडता घ्या.
● भेळेत शेव आणि पापडी घेणं थांबवलं, तर वर्षाला दोन किलो वजन घटेल (जर तुम्ही आठवड्यातून एक-दोनदा भेळ खात असला तर).
● लाह्या (पॉपकॉर्न) बनवताना तेल-तूप वापरणं बंद करा आणि दर वेळेस शंभर कॅलरीज कमी करा.
● पोळीला तूप लावणं बंद केलं तर वर्षाला ६.४ किलो वजन वाढायचं टळेल (दिवसभरात तीन पोळ्या खात असाल तर).
● पोळीला तूप लावणं बंद केलं, तर वाईट कोलेस्टेरॉल (LDL) वाढवणाऱ्या सॅच्युरेटेड फॅट्स टाळल्या जातील. तूप न लावता पोळी खाल्ली, तर वर्षाकाठी आहारातलं ३५५८ मिलिग्रॅम कोलेस्टेरॉल टाळता येईल. त्याचप्रमाणे ब्रेड किंवा टोस्टला लोणी लावलं नाही, तर वर्षाकाठी ८०३० मिलिग्रॅम कोलेस्टेरॉल टाळता येईल.
● सँडविचमध्ये लोण्याऐवजी कोथिंबिरीची चटणी वापरा. जर तुम्हाला सँडविच आवडत असेल आणि तुम्ही आठवड्यातून चार किंवा त्याहून जास्त वेळा सँडविच खात असाल, तर छोट्याशा बदलामुळे तुमचं वर्षाला २.४ किलो वजन घटेल.

३. आइस्क्रीम कोन बनवण्यासाठी पीठ आणि साखर वापरलेली असते. कोनामधून आइस्क्रीम न खाता, कपातून खाल्लं, तर दर वेळेस शंभर कॅलरीज वाचतील.

४. पेय पिण्यापूर्वी विचार करा. व्हाइट वाइनऐवजी व्हाइट वाइन स्प्रिट्झर (१/३ वाइन + २/३ सोडा) प्या. असं केल्यामुळे वर्षाला एक ते दोन किलो वजन उतरेल.

५. सॅलड ड्रेसिंगऐवजी लिंबू किंवा व्हिनिगर वापरा. थाउजंड आयलंड, मेथो, सीझर ही सॅलड ड्रेसिंग्ज वापरू नका. या लहानशा बदलामुळे दर वेळेस चारशे कॅलरीज कमी जातील. तुम्ही आठवड्यातून दोनदा सॅलड खात असला, तर या लहानशा बदलामुळे वर्षाला चार किलो वजन घटेल.

६. तुम्ही डिझर्ट (जेवणाच्या अखेरीचं मिष्टान्न) कुणाबरोबर तरी विभागून निम्मंच खाल्लं, तर तेवढ्याच कॅलरीज कमी खाल.

७. साखर टाळा आणि आयुष्यभराची गोडी वाढवा.
चहात साखर घालू नका. जर तुम्ही कपभर चहात दोन टीस्पून साखर घालत असाल आणि दिवसभरात दोन कप चहा पीत असाल, तर तुमचं स्वादुपिंड दिवसभरात इन्शुलिनच्या जास्तीच्या ५.२ युनिट्सचा स्राव करेल. बिनसाखरेचा चहा पिऊन तुम्ही वर्षाकाठी इन्शुलिनची १८९८ युनिट्स वाचवाल. त्यामुळे तुमच्या स्वादुपिंडाचं आयुष्य वाढेल आणि तुम्हाला टाइप टू डायबेटिस होण्याची शक्यता कमी होईल. बिनसाखरेच्या चहाची तुमच्या जिभेला काही आठवड्यांतच सवय होईल.

८. फळं खा; फळांचा रस पिऊ नका. फळांच्या रसाचा ग्लायसीमिक इन्डेक्स जास्त असल्यामुळे, फळांचा रस प्यायल्यावर रक्तातल्या ग्लुकोजची पातळी भरभर वर चढते आणि ते ग्लुकोज चरबीच्या रूपानं साठून राहतं.

९. चीजचा मोह टाळा. चीज न घातलेला पिझ्झाही तेवढाच रुचकर लागतो आणि वर्षाकाठी हजारो कॅलरीज वाचवतो. पिझ्झ्याचे दोन तुकडे चीज न घालता खाल्ले की, दोनशे कॅलरीज कमी जातात. तुम्ही आठवड्यातून दोनदा पिझ्झा खात असाल, तर फक्त चीज घालायचं टाळून, तुम्ही वर्षाला २.७ किलो वजन वाढणं टाळू शकता.

१०. ओपन सँडविच (एका स्लाइसवर टॉपिंग घातलेलं उघडं सँडविच) खाऊन तुम्ही दर वेळेस शंभर कॅलरीज वाचवू शकता. तुम्ही आठवड्यातून चार वेळा सँडविच खात असाल, तर दोनऐवजी एकाच स्लाइसचं सँडविच खाऊन तुम्ही वर्षाकाठी २.७ किलो वजनवाढ टाळू शकता.

११. दररोज अंड्याचा पिवळा बलक न खाता फक्त पांढरा बलक खाल्ला, तर वर्षाला २.९ किलो वजनवाढ टळेल.

१२. चहाबरोबर पुडाची 'खारी' बिस्किटं खाणं थांबवा. एका 'खारी'मध्ये १०० कॅलरीज असतात. या एकाच गोष्टीमुळे वर्षाकाठी ४.७ किलो वजनवाढ टळेल.

१३. मेयो सॅलड ड्रेसिंग न वापरता त्याऐवजी चक्क्याचा वापर केला, तर वर्षाला एक किलो वजनवाढ टळेल.

१४. नवऱ्यानं आणि मुलांनी ताटात टाकलेलं अन्न संपवणं किंवा स्वयंपाक करता करता खाद्य पदार्थ तोंडात टाकत राहणं यामुळे तुमचं वजन अनेक किलोंनी वाढत असतं. पानात टाकलेलं अन्न टाकून द्या किंवा पुढल्या जेवणासाठी उपयोगात आणायला फ्रिजमध्ये ठेवून द्या. असं केल्यामुळे वर्षाकाठी ४.७ किलो वजनवाढ टळेल.

१५. बसून जेवा. तुम्ही बसून जेवता, तेव्हा तुमच्या पोटाच्या आकारानुसार जेवता, त्यामुळे तुम्ही कमी खाता. मात्र तुम्ही उभं राहून जेवताना, पोट ताणलेलं राहतं आणि ते भरल्याची भावना येण्यासाठी जास्त जेवावं लागतं.

पांढऱ्यावर काळं
आहारनियंत्रण करणाऱ्याची रोजनिशी

'मी खाते ते सारं काही लिहून ठेवायचं?प्रत्येक गोष्ट? दररोज?'

तेवीस वर्षं वयाच्या नेहाला PCOS (Polysystic Overean Syndrome)चा त्रास होता. तिला तिचं वजन वीस किलोंनी उतरवायचं होतं. त्या दृष्टीनं तिची मानसिकता योग्य अशीच होती. कमी तेलात केलेला स्वयंपाक खाण्यासाठी ती तयार होती. जंकफूड आणि गोड पदार्थ वर्ज्य करायलासुद्धा ती राजी होती. पूर्वीप्रमाणे दिवसाकाठी तीन मुख्य जेवणं न घेता, दर दोन तासांनी थोडं थोडं खायची तिची तयारी होती. आठवड्यातून पाच वेळा व्यायाम करायलादेखील ती तयार होती. झुंबा क्लासमध्ये ती नाव नोंदवणार होती. जीवनशैलीत एवढे सारे बदल करायला ती तयार असली, तरी आहारविषयक रोजनिशी लिहिण्याची मात्र तिची तयारी नव्हती.

तिनं मला जे प्रश्न विचारले होते, त्यांपैकी काहींची उत्तरं मी देणार आहे. आहारविषयक उपक्रमात, रोजच्या आहाराची नोंद करणं का गरजेचं आहे आणि अशी रोजनिशी लिहिली नाही, तर वेटलॉस उपक्रम का अयशस्वी होतो, हेसुद्धा समजायला तुम्हाला यामुळे मदत होईल.

का? कशासाठी?

तुम्ही सकाळी उठल्यापासून रात्री झोपण्याच्या वेळेपर्यंत काय काय खाल्लं याची बिनचूक यादी म्हणजेच आहारविषयक रोजनिशी. त्यात तुम्ही खाल्लेल्या प्रत्येक गोष्टीची बिनचूक नोंद करणं गरजेचं असतं- मग तुम्ही फळाची एखादी फोड खाल्लेली असो, रात्रीच्या जेवणाची नोंद असो- रोजनिशी लिहिली की, घेतलेल्या आहाराबाबत तुम्ही जबाबदार ठरता आणि या रोजनिशीचा तुम्हाला सदसद्विवेकबुद्धीसाठी आणि मार्गदर्शनासाठी उपयोग होतो. तुम्हाला हव्या तेवढ्या जलद गतीनं वजन उतरवता येत नसेल, तर तुमच्या आहारविषयक रोजनिशीवर फक्त एक नजर टाका आणि पाहा. तुम्हाला त्याची कारणं ठळकपणे दिसतील.

तुम्ही आहारातून घेतलेल्या प्रत्येक गोष्टीचा तुमच्या वजनावर परिणाम होत असतो. जास्तीची एक कुकी किंवा पोळीवर घेतलेलं चमचाभर तूपसुद्धा वजन वाढवत असतं. केवळ या दोन जास्तीच्या गोष्टी खाल्ल्यामुळे जास्तीच्या निदान दीडशे कॅलरीज तुमच्या पोटात गेलेल्या असतात. खाल्लेल्या प्रत्येक पदार्थाची नोंद केली नाही, तर जास्तीच्या या दोन गोष्टी खाल्ल्याची तुम्हाला आठवणही राहणार नाही आणि आपलं वजन उतरत नसल्याबद्दल तुम्ही फक्त खंत करत राहाल.

ज्यांना काही विशिष्ट प्रकारच्या अन्नपदार्थांची ॲलर्जी असते; परंतु कशाची ॲलर्जी आहे हे लक्षात आलेलं नसतं, अशा लोकांनासुद्धा आहारविषयक रोजनिशीचा फायदा होईल. आपण काय काय खाल्लं, याची काटेकोर नोंद ठेवली की, त्यावर नजर टाकल्याबरोबर आपल्याला कशामुळे मळमळत होतं किंवा बद्धकोष्ठ झालं होतं, याचा बोध होण्यास मदत होईल. जे इन्शुलिन घेतात आणि ज्यांना रक्तातल्या साखरेची पातळी स्थिर ठेवण्यासाठी काळजी घ्यावी लागते, अशा लोकांना तर या आहार नोंदीची खूपच मदत होईल.

'पण मी काय खाल्लं हे मी लक्षात ठेवू शकते, पूजा! अगदी खरंच! माझी स्मरणशक्ती तल्लख आहे.'

नेहा, तुझी स्मरणशक्ती उत्तम आहे, याबद्दल माझ्या मनात काहीही संदेह नाही; परंतु गेल्या मंगळवारी तू काय काय खाल्लंस हे आठवून बघ बरं! तू काय खाल्लंस हे आज तुला आठवणार नाही; पण पोट डब्ब झालं होतं आणि तुला निरुत्साह जाणवत होता, हे तुला नक्की आठवेल आणि त्या आठवड्यात तुझं वजन अजिबात उतरलं नव्हतं, हेसुद्धा तुला आठवेल. तुला काय घडलं तेवढं आठवेल; पण त्यामागचं कारण शोधता येणार नाही आणि ही गोष्ट काही उमेद वाढवणारी नव्हे!

जास्त काटेकोरपणे नोंद करायची, म्हणजे काय करायचं?*

'मी प्रत्येक गोष्टीची नोंद करू लागले, तर मला वैताग येईल!'

अजिबात तसं होणार नाही. उलट फूड डायरी लिहू लागलात की, आहाराचे नियम पाळणं सोपं वाटू लागेल. आपलं वजन का उतरतंय किंवा का उतरत नाहीय, हे तर तुम्हाला समजेलच; शिवाय तुम्ही योग्य आहार घेत असाल आणि योग्य व्यायाम करत असाल, तर वजन उतरवण्यासाठी शक्य तेवढं सारं तुम्ही केलं आहे याचीही तुम्हाला खात्री पटेल. असं केल्यावर वजन घटेल, हे नक्कीच!

---

* Judith Beck, 'The Beck DIET Solution,' Oxmoor House, 2008

'त्यासाठी माझ्यापाशी वेळ नाही!'

दिवसाकाठी पाच मिनिटं. तेवढाच वेळ काढावा लागतो. बाथरूममध्ये रोजनिशी आणि पेन ठेवा किंवा पलंगाच्या बाजूला रोजनिशी आणि पेन ठेवून झोपण्यापूर्वी आहार नोंद करा. तुमच्या ऑफिसच्या ड्रॉवरमध्ये किंवा कारमध्ये किंवा तुमच्या पर्समध्ये रोजनिशी आणि पेन ठेवा आणि वेळ मिळताच त्यात नोंद करा.

नोंद अशी असावी

सकाळी ८ वाजता	१ ॲपल
सकाळी ९ वाजता	५ अंड्यांच्या पांढऱ्या बलकाचं ऑम्लेट आणि एक टोस्ट
सकाळी ११ वाजता	१ ग्लास व्हेजिटेबल ज्यूस
दुपारी १ वाजता	२ पोळ्या + १ वाटी वरण + १ वाटी भाजी
दुपारी ३ वाजता	१ पेरू
संध्याकाळी ५ वाजता	कोरडी भेळ + चहा
रात्री ७ वाजता	१ कप लो फॅट दही
रात्री ८ वाजता	१ वाटी भात + २ चिकन पीस आणि रस्सा
रात्री १० वाजता	१ ॲपल

नोंद अशी नसावी

काल रात्रीच्या जेवणानंतर पेस्ट्री खाण्याचा मोह मी टाळला. मला वाटतंय की मी माझा मील प्लॅन बऱ्यापैकी पाळला. मी चहाबरोबर काय खाल्लं ते मला आठवत नसलं तरी जे खाल्लं ते योग्यच असावं.

'मला नोंदीसाठी वेगळी वही घेऊन फिरता येणार नाही. वैताग आणणारी गोष्ट आहे ती!'

तुम्हाला आहार नोंदीसाठी वेगळी वही ठेवण्याची जरूर नाही. माझे बरेचसे ग्राहक त्यांच्या रोजनिशीतच आहाराची नोंद करतात. शाळकरी मुलं जशी एका वहीत लिहितात; नव्या दिवसासाठी ती नवं पान वापरतात तसं.

तुम्हाला कॉम्प्युटरवरसुद्धा नोंद ठेवता येईल. i-pads, लॅपटॉप आणि सेलफोन्स वापरून तुम्ही अशी नोंद ठेवू शकाल. बाजारात अनेक 'ऑनलाइन डायरीज' उपलब्ध आहेत आणि त्या इंटरॲक्टिव्ह (संभाषणाची देवघेव करता येण्याजोग्या) आणि गमतीशीर असतात.

'मी त्यात काय काय लिहायचं आहे?'

आहारविषयक रोजनिशीत तारीख, वेळ, खाल्लेलं अन्न आणि केलेला व्यायाम यांची नोंद केली जावी. तुमचं वजन आठवड्यातून एकदाच करा आणि लिहा. दररोज वजन करणं हा वेळेचा अपव्यय आहे. वजनात दररोज चढ-उतार होत असते. त्यामुळे वजन घटलं, तर तुम्हाला आनंद वाटतो आणि वजन वाढलं तर 'वेटलॉस प्रोग्रॅम' तुम्हाला नीरस वाटू लागतो.

डायरीचा एक मसुदा खाली सुचवत आहे :

वार/तारीख	
वेळ	अन्न
	व्यायाम .... मिनिटे
	पेडॉमीटर .... पावलं

तुमच्या नव्या जीवनशैलीचा पुरावा तुमच्या रोजनिशीत व वजनकाट्यावर पाहा आणि खूश राहा!

विद्या बालनची 'चेकलिस्ट'!

रात्री शांत झोप मिळावी यासाठी

- तुम्ही वेळेवर झोपायला जाऊ शकता?- दररोज रात्री त्याच वेळेस झोपायला जाण्याचा प्रयत्न करा. आपल्या देहाचं झोपेचं चक्र नियमितपणे सुरू ठेवण्यासाठी, नेहमीची झोपेची वेळ राखता येणं आवश्यक आहे.
- दिवसा झोप घेणं तुम्हाला टाळता येईल?- दिवसा झोप घेतल्यामुळे रात्रीच्या झोपेत बाधा येते. दुपारी थोडीशी झोप घेणं तुम्हाला अत्यंत गरजेचं वाटत असेल, तर फक्त वीस मिनिटं डुलकी घ्या.
- रात्रीच्या जेवणानंतर चहा-कॉफी घ्यायचं तुम्ही थांबवलं आहे?- असं का केलं पाहिजे याचं कारण उघड आहे. कॅफीन टाळा! कॅफीन टाळा!
- रात्री झोपण्यापूर्वी जड जेवण घेणं तुम्ही टाळता?- रात्री झोपण्यापूर्वी काही तास तरी जड जेवण घेतलेलं नसावं. जड जेवण पचवण्याची क्रिया तुमच्या झोपेत व्यत्यय आणू शकते.
- मानसिक तणाव कमी करण्याचा तुम्ही कसोशीनं प्रयत्न करीत आहात? डोक्यात जेव्हा विचारांची गर्दी होत असते, तेव्हा शांत झोप लागणं अवघड होतं.

वामकुक्षी घ्या अन् वजन घटवा

या पानावर पोचेपर्यंत नवा फ्रेश सुबक देह मिळवण्यासाठीच्या बहुतेक सर्व युक्त्या तुम्ही जाणून घेतल्या आहेतच! मनावर ताबा- हो. आहार- हो. ध्येय नक्की करणं- हो; मग राहिलंय काय? वेटलॉस प्रोग्रॅमच्या या भागात तुम्हाला आहाराची रोजनिशी गरजेची नाही. आहार आराखडा गरजेचा नाही. व्यायाम गरजेचा नाही. तरीही वजन घटवणं आणि ते घटलेल्या पातळीवरच ठेवणं, यासाठी हा भाग अत्यंत आवश्यक आहे. यासाठी तुम्ही डोक्याखाली उशी आणि अंगावर पांघरूण घ्यायचंय, दिवे बंद करायचे आहेत आणि डोळे मिटून झोपी जायचंय.

तुमच्या देहाला फक्त अन्न, पाणी या एवढ्याच गोष्टींची गरज नसते, तर देहयंत्रणा सुरळीतपणे चालू राहावी, म्हणून झोप ही गोष्टसुद्धा तेवढीच अत्यावश्यक असते. पुरेशी झोप मिळाली नाही, तर तुम्ही वैफल्यग्रस्तता, चिडचिड, मेंदूच्या कार्यक्षमतेत बाधा, विस्मरण आणि लठ्ठपणा अशा संकटांना आमंत्रण द्याल. अपुरी झोप आणि वजन वाढणं यांतील परस्परसंबंध अनेक संशोधनांद्वारा सिद्ध करण्यात आलेला आहे. तरीसुद्धा आपल्यापैकी अनेक जण आवश्यकतेपेक्षा खूपच कमी झोप घेतात.

अपुरी झोप आणि लठ्ठपणा यांमधील परस्परसंबंधाचं कारण जाणून घ्यायचंय? तुमच्या भुकेवर नियंत्रण ठेवणारे दोन प्रमुख घटक असतात. लेप्टिन हे तृप्तीची भावना देणारं हार्मोन तुमच्या देहाला सूचना देत असतं की, त्याला आता पुरेसं अन्न मिळालेलं आहे, तर घ्रेलिन हे भुकेची जाणीव करून देणारं हार्मोन असून, तुमच्या देहाला आता अन्नाची गरज आहे, अशी सूचना ते देत असतं.

जेव्हा तुम्हाला पुरेशी झोप मिळत नाही, तेव्हा शरीरातली लेप्टिनची पातळी खाली जाते आणि घ्रेलिनची पातळी वर येते.* म्हणजेच प्रत्यक्षात तुम्हाला भूक लागलेली असते, त्याहून जास्त भूक लागल्यासारखं वाटतं.

गमतीची गोष्ट म्हणजे, माझे अनेक ग्राहक नव्या जीवनशैलीसाठी पुरेसा वेळ

---

* 'Sleep Loss May Equal Weight Gain,' http:// www.usatoday.com/news/health/2004-12-06-sleep-weight-gain_x.htm accessed on 10/1/12

काढता यावा म्हणून झोपेचे तास कमी करतात. तासभर जिममध्ये जाता यावं म्हणून ते झोप कमी करतात. तसं न करता, तासभर झोप घेणं अधिक चांगलं.

जर तुम्हाला रात्रीची आठ तास झोप घ्यायला पुरेसा वेळ काढता येत नसेल, तर त्यामागचं कारण आहे की, जागेपणीच्या सोळा तासांचा तुम्हाला कार्यक्षमतेनं वापर करता येत नाहीय. तुम्ही स्वत:वर अवाजवी जबाबदारी ओढवून घेताय का? सध्या तुम्ही करत असलेल्या कामांपैकी काही कामं तुम्ही दुसऱ्या कुणावर तरी सोपवू शकाल का? तुम्ही दिवसभरात कोणकोणत्या गोष्टी करताय आणि त्यात काही फेरबदल करता येणं शक्य आहे का, याचा विचार करा. त्यातल्या काही गोष्टी कमी प्रमाणात करणं किंवा काही गोष्टींना पूर्णपणे फाटा देणं शक्य होणार आहे का, याबद्दल गंभीरपणे विचार करा. पुरेशी झोप मिळणं आणि त्यासाठी वेळ काढणं अतिशय महत्त्वाचं आहे, कारण पुरेशी झोप मिळाली नाही, तर वजन घटणं अवघड होईल!

...आणि शेवटी

शर्यतीची अंतिम रेषा

उघड गुपित

मी तुमच्यापुढे एक गुपित उघडं करणार आहे. ऐकताय ना? ठीक आहे तर मग! कारण वजन उतरवू इच्छिणाऱ्या तुम्हा सर्वांबद्दलचं एक मूलभूत सत्य मी आता सांगणार आहे, जे आजवर वेटलॉसबद्दलच्या कोणत्याही पुस्तकानं तुम्हाला कधीही सांगितलेलं नाही आणि ते गुपित आहे : तुम्ही, हो तुम्हीच, वजन उतरवण्याचा दृढनिश्चय करणारे तुम्ही, शंभर टक्के एक 'माणूस'च आहात!

तुम्हाला जर वाटत असेल की, तुमचं वजन सुरळीतपणे घटत राहील, तर तसं घडणार नाही हे नक्की! फक्त एक पुस्तक वाचल्यानंतर, तुमचा देह तुमच्या मनाची आज्ञा मानू लागेल असं जर तुम्हाला वाटत असेल, तर तेही शक्य नाही! तर तुम्ही लक्षात घ्या की, तुम्ही नवी जीवनशैली स्वीकारलेली असताना तुमची त्यामुळे चिडचिड होणं अगदी स्वाभाविक आहे. कारण तुम्ही एक माणूस आहात. वर्षानुवर्षांच्या ज्या सवयींमुळे तुमचं वजन वाढलंय, त्या सवयी बदलायचा तुम्ही प्रयत्न करताय. तुमच्या मानवी मर्यादांची जाणीव ठेवा, कारण तुम्ही एक माणूस आहात!

वजन घटवण्याच्या शर्यतीची अंतिम रेषा गाठता येण्यापूर्वी तुमच्यापैकी प्रत्येकाला- हो, अगदी प्रत्येकाला- ध्येयापासून विचलित करणारे अडथळे ओलांडावे लागणार आहेत आणि त्याबाबत माझी पूर्ण खात्री आहे! प्रश्न एवढाच आहे की, हे मोहरूपी अडथळे तुमचे आजवरचे प्रयत्न मातीमोल करतील की तुम्ही नेटानं ते अडथळे पार करून उद्दिष्टाच्या अंतिम रेषेच्या दिशेनं कूच करत राहाल?

आरोग्याला अनिष्ट असणाऱ्या अन्नपदार्थांकडे पाठ फिरवण्याचा निग्रह प्रारंभी उणा पडेल. आजूबाजूचं वातावरण पोषक नसलं, तर आहारविषयक निग्रह राखणं सुरुवातीला कठीणच होऊन बसेल! त्यासाठी आहार आणि आरोग्य या विषयांमधल्या मानसशास्त्रज्ञांच्या मदतीनं मी या शर्यतीच्या वाटेतले मोहमय अडथळे तुम्हाला दाखवून देणार आहे, तसंच अशा मोहांचा सामना कशा प्रकारे करावा, याबद्दलसुद्धा मार्गदर्शन करणार आहे. त्यामुळे असे अडथळे पार करण्यासाठी तुम्ही सदैव सिद्ध राहाल.

परिस्थिती

सामाजिक कार्यक्रम

त्याचं स्वरूप

From : true_fire78@hotmail.com
To : sloppysecs@gmail.com
'ए! आम्ही शनिवारी रात्री सगळे एकत्र जमतोय. तू यायलाच हवंस! निखिल तुझी चौकशी करत होता. आई तुझं आवडतं पक्वान्न करतेय : बदाम घातलेली तांदळाची खीर! आणि मला डाएटची सबब सांगू नकोस. तू जेवणार आहेस!
तुझा दोस्त.

तुम्ही विचार करताय

काकूंचा आग्रह मला डावलता येणार नाही! नकार दिला तर त्यांना किती वाईट वाटेल!

वेटलॉस शर्यतीतला हा अडथळा आहे

इतरांना खूश ठेवण्यासाठी तुम्ही आहाराचा नियम मोडता

जर मनोनिग्रह मिळवण्याची तुलना सायकल चालवायला शिकण्याशी केली, तर हा धडा म्हणजे त्या सायकलीची 'ट्रेनिंग व्हील्स' (शिकाऊंसाठीच्या सायकलींना

स्थैर्यासाठी असणारी जोडचाकं) आहेत, असं समजा. त्यांच्या मदतीनं आयुष्याची शर्यत निर्विघ्नपणे पार करता येईल.

'काकूंचा आग्रह मला डावलता येणार नाही'

लग्न असो, कौटुंबिक कार्यक्रम असो किंवा फक्त मित्रांबरोबर जेवायचं असो, जेवण घेणं हे सामाजिक कर्तव्यच मानलं जातं. तुम्हाला कुणी जेवायला बोलावलेलं असताना, जेवणास नकार देणं म्हणजे त्यांचा अपमान करणं नव्हे काय? तुमच्या सासूबाईंनी, नणंदेनं किंवा काकूनं तुमच्यासाठी मुद्दाम बनवलेलं पक्वान्न खायला तुम्ही नकार देऊच शकत नाही. तसं केलं तर त्यांच्याबरोबरच्या नात्यात कडवटपणा येणार नाही का! आणि तुमच्या मावशीच्या मैत्रिणीच्या मुलीच्या लग्नात तुम्ही जेवायला नकार कसा बरं देऊ शकाल? तसं केलं, तर तुमच्या मावशीच्या मैत्रिणीला दुःख नाही का होणार? अशा ठिकाणी तुम्ही दुसऱ्या कुणाचं तरी मन राखण्यासाठी जेवत असता.

तसं केलं नाही तर त्यांना वाईट वाटेल, असं तुम्ही समजत असता. जेव्हा आपण मनात म्हणत असतो की, 'मी जेवलो नाही, तर वाईट दिसेल' किंवा 'माझ्या सासूबाईंनी ते बनवलंय, म्हणून मी ते खायलाच हवं,' तेव्हा आपण दुसऱ्या माणसाला किती वाईट वाटेल, या गोष्टीला अवास्तवच महत्त्व देत असतो. तो माणूस किती वेळ वाईट वाटून घेत राहील, याचासुद्धा आपल्याला नीटसा अंदाज बांधता येत नाही. आपण त्या कल्पनेचाच इतका बाऊ करून घेतो. जर लोकांना खूश ठेवण्यासाठी तुम्ही खात असाल, तर तुम्ही स्वतःचाच घात करत असता; कारण दुसऱ्याची प्रतिक्रिया गृहीत धरून तुम्ही असं वागत असता.

इतरांना खूश ठेवायचा प्रयत्न करू नये, असं माझं अजिबात म्हणणं नाही. माझं एवढंच सांगणं आहे की, असं करताना जर स्वतःच्या प्रकृतीची हेळसांड होणार असेल, तर इतरांना खूश ठेवायचे अन्य मार्ग वापरावेत. दुसऱ्याच्या भूमिकेत जाऊन विचार करा. जर एखादी व्यक्ती खाद्य पदार्थाला सतत नकार देत राहिली, तर तुम्ही त्या व्यक्तीबद्दल मनात कायमची अढी ठेवाल? तुम्ही तसं करणार नाही याची मला खात्री वाटतेय. मग तुम्ही असं का गृहीत धरता की, खाद्य पदार्थाला नकार दिला, तर दुसरी व्यक्ती तुमच्यावर कायमचा राग धरून ठेवेल? जर न खाण्याबद्दल तुमच्या यजमानीणबाईंनी तुमच्यावर कायमचा राग धरला, तर बहुधा तो अन्नाखेरीज इतर कशामुळे तरी आहे, अशीच जास्त शक्यता आहे.

खाण्यामुळे आनंद मिळायला हवा, अपराधी वाटायला नको! तुम्ही जर दडपणामुळे खात असाल, तर तुम्हाला खाताना तर आनंद वाटणार नाहीच; पण

नंतरही खूप अपराधी वाटत राहील. कारण वजनाचा काटा तुमच्या मूर्खपणाची साक्ष देईल! तुमची आरोग्य राखायची धडपड ज्या व्यक्तीला महत्त्वाची वाटत नाही, अशा व्यक्तीचं मन राखण्यासाठी तुम्ही वजन घटवण्याच्या प्रयत्नांना खीळ घालाल? तुम्ही जैन असता, तर चिकन किंवा बीफ खायची कुणी तुमच्यावर सक्ती केली असती? जर तुम्ही धार्मिक कारणासाठी अन्नाला नकार देऊ शकता, तर स्वास्थ्याच्या कारणासाठी का देऊ शकणार नाही?

वेटलॉस प्रोग्रॅम सुरू केल्यावर लगेचच अशा प्रकारच्या मोहांना सामोरं जाणं शहाणपणाचं ठरणार नाही, ही गोष्ट खरी असली तरी काही कार्यक्रमांना अनुपस्थित राहूनही चालणार नाही. या कार्यक्रमांना उपस्थित राहण्यास नकार देणं योग्य ठरणार नाही असं तुम्हाला वाटत असेल, तर अशा वेळेस मर्जीनुसारच खाता यावं, यासाठी तुम्हाला काही युक्त्या सुचवीत आहे.

तयारीत राहा

तुम्ही वजन उतरवण्यासाठी विचारपूर्वक योग्य आणि काटेकोर आहार घेत असाल, तर पार्टीच्या वेळेस तुमच्या नियमांचा बोऱ्या वाजेल, कारण अशा समारंभांमध्ये तुपकट, तेलकट जेवण असतं.

पार्टीसाठी घराबाहेर पडण्यापूर्वी सूप आणि सॅलड खावं, म्हणजे पार्टीत फारसं खाल्लं जाणार नाही. कधी कधी तर त्या अन्नाकडे ढुंकूनही पाहावंसं वाटणार नाही. थोडीशी भूक वाटलीच तर तुम्ही थोडंसं काहीतरी वाढून घेऊ शकता आणि त्यासाठीही सकस पर्याय निवडू शकता.

अशा ठिकाणी घरून एखादा सकस अन्नपदार्थही नेता येईल. सर्व मित्रांना पुरेल एवढ्या प्रमाणात तो न्यावा, म्हणजे इतरांसमवेत तो खाता येईल. सॅलड किंवा कमी कॅलरीज असलेले खाद्य पदार्थ बरोबर नेऊन ते तुम्ही तुमच्या टेबलावरच्या तळलेल्या गोष्टींजवळ ठेवू शकता. असं केलं की, तुम्हाला आरोग्यदायी जेवण मिळेल आणि तुमची यजमानीणबाईही तुमच्या प्रयत्नांना दाद देईल. सर्वच जण खूश राहतील.

तोंडभरून कौतुक करा

आपण बनवलेलं अन्न तुम्ही खावं किंवा आपण आयोजित केलेल्या कार्यक्रमात तुम्ही जेवावं, असं जेव्हा तुमच्या यजमान-यजमानीणबाईंना वाटत असतं, तेव्हा त्यांच्या प्रयत्नांना तुम्ही दाद द्यावी, अशी त्यामागची त्यांची भावना असते. कार्यक्रमातील वातावरण आणि अभिरुची यांची तुम्ही दखल घ्यावी, एवढीच त्यांची इच्छा असते.

अशा वेळेस तुम्ही वेगवेगळ्या शब्दांमध्ये आपली पसंती व्यक्त करू शकता : 'या साऱ्यासाठी तुम्हाला खूपच वेळ खर्चावा लागला असणार. आमच्यासाठी तुम्ही एवढी तसदी घेतलेली पाहून आम्ही अगदी भारावून गेलो आहोत!' 'आज तर तुम्ही कमालच केली आहे! ही जागा, सजावट, जेवण सारंच अप्रतिम आहे!' 'तुमच्या अगत्याला तोड नाही! आमचा वेळ किती मजेत गेला म्हणून सांगू!'

त्याचप्रमाणे सुरुवातीपासूनच आणि वारंवार जेवणाची स्तुती करावी. प्रत्यक्षात तुम्ही जपून जपून, थोडंसंच खा. सावकाश जेवा, परंतु प्रत्येक घासागणिक दाद द्या. 'हं ऽ ऽ चिकन तर अप्रतिमच झालंय. किती रुचकर लागतंय म्हणून सांगू!' किंवा 'मासा काय फक्कड जमलाय! मी स्वर्गातच आहे की काय, असं वाटतंय!' किंवा 'बेक्ड मॅकरोनीची कृती मला सांगाच! मी माझ्याकडच्या पार्टीत ती बनवल्याखेरीज राहणार नाही!' तुम्ही स्वयंपाकाचं जेवढं जास्त कौतुक कराल, तेवढीच लोकांची समजूत होईल की, तुम्ही अगदी मनापासून भरपेट जेवला आहात!

पुढं ढकला

गोड मिष्टान्नांच्या बाबतीत ही युक्ती अतिशय उपयोगाची ठरते. गोड मिष्टान्न खाणं पुढे ढकलण्यासाठी तुम्ही म्हणू शकता, 'आता माझं पोट गच्च भरलंय. मिष्टान्नाचा व्यवस्थित आस्वाद घेता यावा म्हणून ते थोड्या वेळानं खाईन.' तुमची गडबडीत असलेली यजमानीण तुम्हाला त्याबद्दल टोकणार नाही. परंतु तिनं फारच आग्रह केला, तर तुम्ही तिला विचारू शकाल की, पोटाला तडस लागल्यामुळे, मिष्टान्न घरी नेलं तर चालेल का? आणि घरी नेलंच तर ते खायचं की नाही हे तुम्ही ठरवायचं आहे.

विचारा

ही सर्वांत सोपी गोष्ट आहे. विचारा. तुमच्या यजमानीणबाईंना आधीच सांगा की, 'वजन घटवण्यासाठी मी वेगळा आहार घेतेय त्यामुळे मला तुमच्या घरी फारसं खाता येणार नाहीय.' त्यांच्याशी घरोब्याचे संबंध असले, तर तुम्ही तिला एखादा हलकासा अन्नपदार्थ शिजवण्याची विनंतीसुद्धा करू शकाल. ती तुमची जवळची मैत्रीण असेल, तर ती ही गोष्ट आनंदानं मान्य करेल.

वजन उतरवताना कुटुंबीय आणि मित्र यांचा पाठिंबा मिळवण्यातच शहाणपण असतं. त्यांची मदत तुम्हाला मोलाची वाटतेय, असं त्यांना तुम्ही सांगितलं की, ते तुम्हाला खायचा आग्रह करणार नाहीत.

लग्नसमारंभात खायला नकार कसा द्यावा?

लग्नसमारंभाच्या वेळेस 'वेटलॉस' आहाराला चिकटून राहणं फार अवघड जातं. एकूण हौसेमौजेचं वातावरण आणि स्वादिष्ट अन्नपदार्थ पाहिले की त्यावर ताव मारण्याचा मोह टाळणं, हे कठीण काम होतं.

परंतु लग्नसमारंभात खायला नकार देणं, ही अगदी सोपी गोष्ट असते. कारण यजमान इतके घाईगडबडीत असतात की, तुम्ही जेवला की नाही याकडेसुद्धा त्यांचं लक्ष नसतं. मग तुम्ही काय जेवलात, ही तर पुढची गोष्ट! फार तर ते विचारतील की, तुम्ही व्यवस्थित जेवला का? वरील सर्व युक्त्या तुम्ही वापरू शकाल. खाणं पुढं ढकलणं, सर्व गोष्टींचं म्हणजे फुलं, सजावट, जेवण इत्यादींचं मनापासून कौतुक करणं! तुम्ही आल्याबद्दलच त्यांना संतोष वाटेल.

परंतु लग्नसमारंभात खावंच लागलं, तर तुमच्या नियमात बसणारे अन्नपदार्थ शोधावेत आणि नेहमीच्या प्रमाणातच खावेत. बुफेचे अन्नपदार्थ असलेल्या टेबलापासून दूर उभं राहा म्हणजे नकळत जास्त खाल्लं जाणार नाही. जिथं निवांत बसून गप्पागोष्टी करता येतील, असा एखादा कोपरा शोधून काढा. लग्नसमारंभ हा गप्पागोष्टींतून मिळालेल्या आनंदामुळे (खाण्यामुळे नव्हे!) अविस्मरणीय ठरला पाहिजे. एक गोष्ट लक्षात ठेवा, लग्नसमारंभातील जेवणांमधलं अन्न काही फारसं चांगलं नसतं; केवळ ते तिथं आहे म्हणून आपण त्यावर ताव मारत असतो!

जेव्हा जेवण हाच समारंभाचा केंद्रबिंदू असतो

आपल्याला जेव्हा लग्नांना, जेवणांना किंवा इतर समारंभांना आमंत्रित करतात, तेव्हा 'जेवणं भाग आहे' असं आपल्याला वाटत असतं, कारण जेवण हाच त्या समारंभाचा केंद्रबिंदू आहे, अशी आपली ठाम समजूत असते. आपण भूक लागलेली नसतानासुद्धा जेवतो, कारण समारंभ आणि जेवण यांचं अतूट नातं असल्याचा विचार आपल्या डोक्यात घट्ट बसलेला असतो.

अशा समारंभांची मौज काही केवळ जेवणावरच अवलंबून नसते. जेवण हा मौजेचा फक्त एक भाग असतो. तिथं जमलेले लोक, त्यांच्याबरोबर केलेला हास्यविनोद, तिथलं एकूण वातावरण, मनोरंजनाचे कार्यक्रम या सर्व गोष्टींवर समारंभापासून मिळणारा आनंद अवलंबून असतो. जेव्हा तुम्ही फक्त जेवणालाच अवास्तव महत्त्व देईनासे होता, तेव्हा तुम्ही आपोआपच कमी खाऊ लागता. हे सारं इतकं सोपं आहे.

प्रमाणाबाहेर खाणं टाळूनही अशा समारंभांपासून आनंद लुटता यावा, आपले डाएटचे नियम न मोडता समारंभात मौज लुटता यावी, यासाठीचं परिणामकारक तंत्र

आहे, आपण समारंभातच वावरत आहोत असं डोळ्यांपुढं आणणं. काय संभाषण होईल... कोण कोण भेटेल... आपण कोणते कपडे परिधान केलेले असतील... आपण सकस आहाराचे नियम कशा प्रकारे पाळू... तसं सकस अन्न खाताना आपल्याला किती बरं वाटेल... जेवल्यावरही जड न वाटता किती हलकं वाटत राहील... एकूण समारंभ किती आनंदाचा वाटेल... याचं चित्र कल्पनेनं डोळ्यांपुढं आणा.

असं कल्पनेत अनुभवलं की, त्याचा मेंदूवर ठसा उमटतो. तो समारंभ आपण आधीच अनुभवला आहे, असं मेंदूला वाटू लागतं आणि तुम्ही समारंभासाठी प्रत्यक्ष जाता, तेव्हा हे सारं आपण आधीच अनुभवलं आहे, अशी भावना होऊन तुम्ही स्वप्नरंजनात वागला होता, तसंच प्रत्यक्षात वागता. या तंत्राच्या शक्तीला कमी लेखू नका. या तंत्राचा अनेक यशस्वी लोकांनाही खूप फायदा झालेला आहे आणि तुम्हालासुद्धा त्याचा नक्कीच फायदा होईल.

बाहेर जेवताना दीपिका पदुकोणची चेकलिस्ट

- तुम्ही आधीपासून योजना आखलीय- काही वेळानं बाहेर जेवायचंय हे माहीत असलं आणि ते जेवण भरगच्च असणार आहे याची कल्पना असली, तर त्यापूर्वीचा कॅलरीज, साखर, मीठ व स्निग्ध पदार्थ या दृष्टीनं आहार तोलूनमापून घ्यावा.
- घरून खाऊन निघता येईल का- तुम्ही ज्या पार्टीसाठी जात आहात, तिथं जेवण खूप उशिरा मिळणार आहे हे माहीत असेल, तर तिथं जाण्यापूर्वी घरूनच खाऊन निघा.
- तुम्हाला नकार देता येतो?- जास्त जेवायला सौजन्यपूर्वक नकार द्या.
- अन्न वाया गेलेलं तुम्हाला सहन करता येतं?- पोट भरलेलं असतानाही केवळ अन्न वाया जाऊ नये म्हणून प्लेटमधलं अन्न संपवत राहू नका.
- तुम्हाला कुणाबरोबर तरी एखादी डिश शेअर करता येते?- मागवलेली डिश खूप मोठी वाटली, तर ती कुणाबरोबर तरी वाटून घ्या.

'अन्नाला न्याय द्यायला नको का?'

तुम्हाला ही भावना ओळखीची आहे! तुम्ही एखाद्या समारंभाच्या स्थळी किंवा रेस्टॉरंटमध्ये पोचता तेव्हा स्वर्गाच्या दरवाजातून आत शिरावं तसं तिथं शिरताना तुम्हाला वाटू लागतं. छोट्याशा बर्नरवर चांदीच्या वर्खाच्या घुमटाखाली ठेवलेले

अन्नपदार्थ तुम्हाला खुणावू लागतात. प्रत्येक जिन्नस 'मला खा!' अशी तुम्हाला विनवणी करत असल्याचा भास होऊ लागतो. तुमच्या हृदयाचे ठोके जलद पडू लागतात. तुमच्या तोंडाला पाणी सुटतं. अन्नरूपी देव तुम्हाला खुणावू लागतो. याला म्हणतात 'बुफे मॅनिया' किंवा 'मेजवानीचं पिसं!'

पण या अवस्थेतून तुम्ही बाहेर पडाल.

अन्नपदार्थ डोळ्यांनी खाऊन टाकणं म्हणजे काय, याचं 'बुफे' हे उत्तम उदाहरण असतं. बुफे पाहून खाण्याची हाव सुटते. अनेक रुचकर पदार्थ मांडून ठेवलेले असतात- आणि हे मनसोक्त खाता येणार असतात! परंतु या मोहाला बळी पडलात, तर आठवडाभर निग्रह राखून जे वजन घटलं होतं, ते दोन तासांमध्येच अंगावर चढू शकतं. आणखी गंमत म्हणजे हे वाढून घेतलेलं अन्न खाण्याची मौज थोड्याच वेळात नाहीशी होते आणि त्यानंतर केवळ ते वाया जाऊ नये, म्हणून आपण ते पोटात ढकलत राहतो.

बुफे जेवण वाढून घेताना आपल्याला काय हवंसं वाटतंय आणि काय खरोखरच खूप खूप खावंसं वाटतंय यातला फरक ओळखता आला पाहिजे. हातात एकदा प्लेट उचलली की, तुम्ही विचार न करता वाढून घेऊ लागाल. म्हणून हातात प्लेट घेण्यापूर्वी एक चक्कर मारा. तिथं कोणकोणते अन्नपदार्थ मांडून ठेवले आहेत याचं नीट अवलोकन करा. जणू तुम्ही चित्रप्रदर्शन बघताय असं समजून त्यातलं एम. एफ. हुसेनचं पेंटिंग शोधा! अन्नपदार्थांपैकी दोन-चार निवडक गोष्टी शोधून काढा आणि तेवढ्याच फक्त वाढून घ्या. बाकीच्या गोष्टींकडं दुर्लक्ष करा! मोजक्याच गोष्टी खा आणि पाहा त्यातून किती आनंद मिळतोय! तुम्ही चकितच व्हाल.

तुम्ही खरेदीसाठी घराबाहेर पडता, तेव्हा आपण किती पैसे खर्चावेत याचा तुम्हाला ढोबळ अंदाज असतो. तुम्हाला दहा वेगवेगळे ड्रेस आवडले, तरी जवळ असलेल्या पैशांनुसारच तुम्ही खरेदी करता. कपडे काही पळून जाणार नसतात! आणखी पैसे आले की आणखी कपडे विकत घेता येणारच असतात. त्याचप्रमाणे अन्नही कुठं पळून जाणार नसतं; प्रश्न असतो तो गरजेचा.

जेव्हा तुम्ही गुणवत्तेवर लक्ष केंद्रित करता, तेव्हा समाधान होण्यासाठी खूप खाण्याची गरज उरत नाही. खरंतर पहिले तीन घास घेतल्यावर 'लॉ ऑफ डिमिनिशिंग रिटर्न्स' अनुभवाला येतो आणि पुढले घास सुरुवातीच्या घासांएवढा आनंद मिळवून देत नाहीत. तुमच्या पुढ्यात मांडून ठेवलेले सर्वच अन्नपदार्थ खाणं गरजेचं नसतं. पुढल्या वेळेस तुम्ही दुसरा कोणतातरी पदार्थ चाखून पाहू शकता. 'अन्नाला न्याय द्यायला हवा' हा विचार डोक्यातून काढून टाका. ते अन्न आहे आणि ते तुम्हाला न्याय देणार आहे, हे सत्य विसरू नका!

परिस्थिती

बुफे

ते दिसतं कसं

चारशे रुपयांत हवं तेवढं जेवा.
एक ग्लास बिअरही मिळेल.
यात टॅक्ससुद्धा समाविष्ट आहे.

तुमच्या मनातला विचार

केवढं सारं जेवण आहे.
त्याला न्याय
द्यायलाच हवा!

डाएटच्या मार्गातला अडथळा

डोळ्यांनी
जेवण ओरपा.

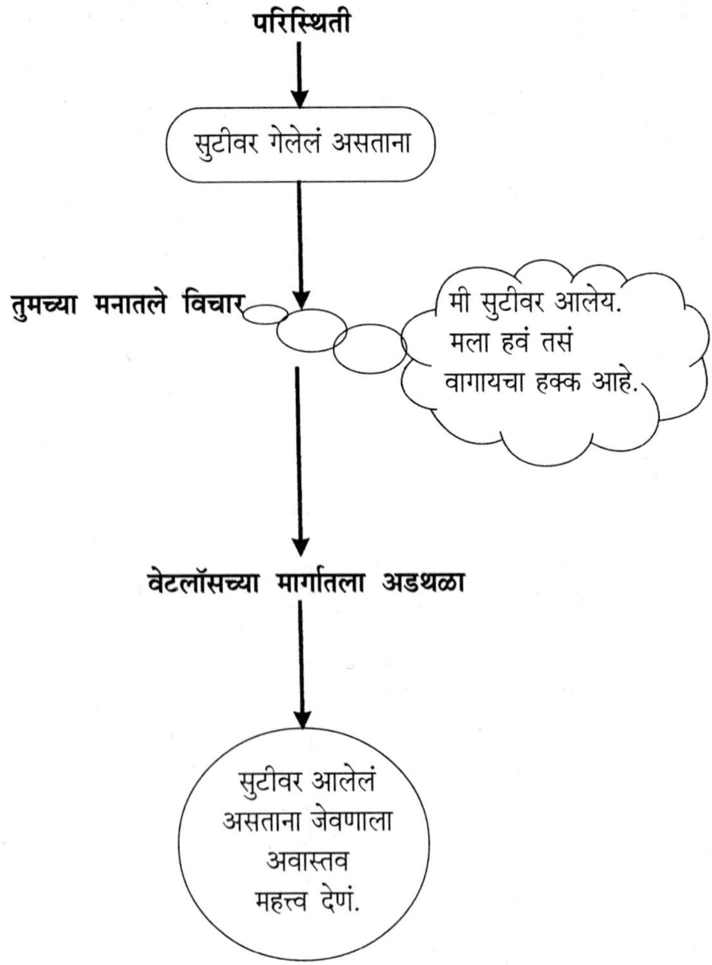

'मी सुटीवर आलेय!'

'आपल्याला सुटीची गरज आहे' अशा भावनेनं तुम्ही सुटीवर जाता, तेव्हा तुम्हाला खरोखरच सुटीच्या बदलाची गरज असते. नेहमीच्या धकाधकीतून विश्रांती मिळणं, प्रेमाच्या माणसांबरोबर वेळ घालवता येणं, दैनिक प्रवासातून सुटका, ऑफिसमधील 'डेडलाइन्स' पाळण्याच्या तणावातून मुक्तता, अशा अनेक गोष्टी त्यामुळे साध्य होतात. परंतु त्या वेळी नेहमीच्या आरोग्यदायी जीवनशैलीलासुद्धा फाटा द्यायला

हरकत नाही, असं तुम्हाला वाटू लागतं. तुम्ही आहाराचे नियमसुद्धा धाब्यावर बसवता, कारण मनातल्या मनात त्याची सांगड तुम्ही दैनंदिन जीवनशैलीबरोबर घातलेली असते. सुटीवर जाणं म्हणजे दैनंदिन नियमांपासून मुक्तता, असं तुम्ही ठरवलेलं असतं.

सुटीवर गेलात की, नेहमीपेक्षा वेगळा आहार घ्यायला काहीच हरकत नसते; परंतु जेवणावर बेबंदपणे हवा तसा हात मारला, तर तुम्हाला थकवा आणि निरुत्साही वाटू लागेल. तुम्ही अवजड बनाल ते वेगळंच! त्यामुळे सुटी संपवून तुम्ही जेव्हा दैनंदिन नित्यक्रमाला सामोरं जाल, तेव्हा तुमच्या प्रकृतीच्या नव्याच समस्या निर्माण झालेल्या असतील. तुमच्या सुटीमुळे ताजंतवानं होण्याऐवजी तुम्ही प्रकृतीच्या कुरबुरी निर्माण करून ठेवाल.

सुटीवर असताना फक्त जेवणावरच लक्ष केंद्रित करू नका. तुम्ही स्थळपालटासाठी नव्या ठिकाणी आलेले असता. तिथं बघण्याजोग्या आणि करण्याजोग्या अनेक गोष्टी असतात. खाद्य पदार्थांऐवजी तिथल्या अन्य गोष्टींवर तुम्ही लक्ष केंद्रित केलं तर तुमच्या सुटीचं सार्थक होईल आणि आनंद मिळेल तो वेगळाच! याबरोबरच तुम्ही फिरायला जाऊ शकता, निसर्गाशी तादात्म्य साधू शकता, सिनेमे पाहू शकता, एखादा खेळ खेळू शकता, वाचन करू शकता! खरेदी, प्रेक्षणीय स्थळं पाहणं, 'स्पा'मध्ये जाणं, नव्या जागेचे नवे अनुभव घेणं, स्वत:ची नव्यानं ओळख करून घेणं... करण्याजोग्या अशा असंख्य गोष्टी असतात.

सुटीवर जाण्याचा हेतू असतो, तो आराम करणं, थकवा दूर करून ताजंतवानं होणं, आलेला तणाव दूर करणं. सुटीवर जाणं म्हणजे मनसोक्त चरून पचन संस्थेवर आणि प्रकृतीवर ओझं लादणं नव्हे! आवडीचे पदार्थ तुम्ही खाऊच नयेत असा याचा अर्थ नाही, तर सुटीकडे बघण्याची तुमची दृष्टी योग्य असायला हवी. सुटीवर गेल्यावर जर तुम्ही 'आता मी हवं ते, हवं तेवढं खाऊ शकेन,' असा विचार केलात, तर खरी तहान-भूक नसतानासुद्धा तुम्ही खायचं म्हणून खात राहाल. सुटीवर गेल्यावर निग्रह करा की, वजन अजिबात वाढू द्यायचं नाही. असा निग्रह केलात, तर तुम्ही डाएट प्लॅन सहजपणे पाळू शकाल.

सुटीवर जाण्यापूर्वी, कल्पनेनं तिथलं वास्तव्य डोळ्यांपुढं आणा. आपण विमानानं किंवा गाडीनं प्रवासाला निघालो आहोत... प्रवास करतोय, प्रवास संपलाय आणि आपण सुटीच्या स्थळी पोचलोय. नवी जागा- नवे लोक यांचा वेगळा अनुभव घेतोय... अशी क्षणचित्रं डोळ्यांपुढं आणा. तिथला निसर्ग, तिथली दुकानं, आप्तांबरोबर तिथं केलेली मौज, नेहमीपेक्षा पूर्णपणे वेगळा दिनक्रम... या सर्व गोष्टी कल्पनेनं अनुभवा. आपल्याला पूर्णपणे तणावमुक्त वाटतंय. मोजका आणि सकस आहार घेतल्यामुळे अगदी हलकं आणि तंदुरुस्त वाटतंय, आपली मन:स्थिती पूर्णपणे आनंदी आहे, अशी कल्पना करा.

आपण संयमपूर्वक, बेतानं आणि योग्य असा आहार घेतोय, अशी कल्पना करा. असा सकस आहार घेतल्यामुळे आपल्याला हलकं, तृप्त आणि तंदुरुस्त वाटतंय, असं कल्पनेनं अनुभवा. आपण आरोग्यदायी आहार घेतोय आणि त्यामुळे आपल्याला समाधान लाभतंय, अशी कल्पना करणं महत्त्वाचं आहे. प्रत्यक्ष सुटीवर जाण्यापूर्वी अशी कल्पनाचित्रं अनेकदा रंगवा. असं केल्यामुळे सुटीकडं बघण्याचा दृष्टिकोन निकोप राहील.

सुटीबाबतचं धोरण

सुटीवर निघण्यापूर्वी

- सुटीवर असताना काय खायचं याचं आधीपासून नियोजन करा. सकस अन्नच घ्यायचं आणि अन्नाचे स्वास्थ्यकारकच पर्याय शोधायचे, असा मनाशी निश्चय करा. जेवणाच्या विविध पद्धतींत खाण्याबाबतचे हलके, तसेच जड पर्याय असतातच. सुटीच्या ठिकाणी जाण्यापूर्वी तिथं उपलब्ध असलेल्या खाद्य पदार्थांची माहिती जमवा. मित्रांचा किंवा छापील मार्गदर्शिकेतून सल्ला घ्या. या पुस्तकाच्या अखेरीस बाहेर जेवण्याबाबत सल्ला दिलेला आहे; त्याचाही उपयोग करा.
- आपल्या गरजेनुसार जेवण बनवून देणारी रेस्टॉरंट्स असतील आणि जिम्स उपलब्ध असतील, अशाच हॉटेलमध्ये आरक्षण करून ठेवावं.
- सुटीवर निघण्यापूर्वी एक-दोन आठवडे, जास्त वेळ व्यायाम करायला सुरुवात करावी. असं केल्यामुळे कॅलरीज खर्च होतील आणि तुमचं वजन अधिक वेगानं घटू लागेल.
- प्रवासाला निघण्यापूर्वी थोडंसं खाऊन घ्यावं.
- सुटीवर असताना वजन वाढू द्यायचं नाही, असा निश्चय करावा.
- प्रवासात खाद्य पदार्थांनी भरलेली एक पिशवी बरोबर न्यावी, म्हणजे दर दोन तासांनी थोडंसं खाणं शक्य होईल. बिस्किटं, डाएट-खाकरा, लो-कॅलरी स्नॅक- बार्स, घरी भाजून बनवलेले (बिन तळलेले) खाद्य पदार्थ, कुरमुरे आणि चणे यांचं मिश्रण एका झिपलॉक बॅगेत ठेवावं. दर दोन तासांनी असे प्रकृतीला लाभदायी असलेले खाद्य पदार्थ थोडे थोडे खात राहिलात की, तुमच्या अंगातला जोमही टिकून राहील. तुमच्या हॉटेलरूममध्ये स्थानिक बाजारात मिळणारे ताजे पदार्थ गाजर, काकडी, ॲपल्स, टेट्रापॅकमधलं दही वगैरे भरून ठेवावं. अशा गोष्टींचा पुरेसा साठा ठेवला की, भूक तर भागेलच; शिवाय कडकडून भूक लागल्यामुळे फालतू गोष्टी तोंडात जाणार नाहीत.

तुम्ही सुटीच्या जागी असताना

- चोखंदळपणे खा. सॅलड ड्रेसिंग सॅलडवर ओतून न आणता, बाजूला वेगळं ठेवायला सांगा, चीज न घालता पिझ्झा करायला सांगा.
- इतरांच्या दडपणामुळे खायची चूक करू नका. स्वत:ला बजावत राहा की, हिताचं तेवढंच तुम्ही खाल. तुम्हाला तुमचं आरोग्य टिकवायचंय, वाटेल तेवढं खाऊन प्रकृती बिघडवून घ्यायची नाहीये. तणावमुक्तीसाठी सुटीचा सदुपयोग करायचा आहे आणि कुणाच्या तरी दडपणाखाली येऊन खायचं नाहीये.
- दिवसाकाठी एकदाच भरपेट जेवा; मग तो सकाळचा नाश्ता असू दे, दुपारचं किंवा रात्रीचं जेवण असू दे, निर्णय तुमचा आहे. माझ्याबद्दल विचाराल तर मी सकाळी भरपेट नाश्ता घेते, म्हणजे त्यायोगे मला दिवसभर इंधन पुरतं आणि दिवसभर प्रेक्षणीय स्थळं पाहण्यासाठी किंवा खरेदीसाठी भटकंती करता करता त्या कॅलरीज खर्चसुद्धा होतात!
- तुम्ही सुटीवर जाल, तेव्हा कटाक्षानं आपली आहार नोंदीची वही बरोबर न्या. जे काही खाल, त्याची त्यात खाताक्षणी नोंद करा. त्यामुळे आपसूकच तुम्ही स्वत:वर नियंत्रण ठेवू लागाल.
- शक्य तेवढं पायी फिरा; परंतु घरी फिरता त्याहून जास्त फिरत असल्यामुळे हवं ते, हवं तेवढं खाऊन चालेल, असं समजू नका. आपण सारेच जण- अगदी आहारतज्ज्ञसुद्धा- नेहमीच एक चूक करत असतो. आपण किती कॅलरीज जाळल्या याचा आपण वाढीव अंदाज बांधतो; आणि खातो त्यापेक्षा कमी कॅलरीज पोटात गेल्या आहेत, असं धरून चालतो. तुम्ही सुटीवर असताना भरपूर चाललात, तरी त्यामुळे तुमच्या सध्याच्या नियंत्रित आहाराएवढ्याच कॅलरीज खर्च होतील. कसंही खाऊन चालणार नाही.
- भरपूर पाणी प्या. या महत्त्वाच्या गोष्टीकडे प्रवासात खूपदा दुर्लक्ष होतं. प्रवास करताना किंवा प्रवासानंतर लोकांना युरिनरी ट्रॅक्ट इन्फेक्शन होण्याची शक्यता वाढते, ती भरपूर पाणी न प्यायल्यामुळेच.

सुटीवर जातो तेव्हा आपण आपलं खर्चाचं अंदाजपत्रक विसरत नसतो. आपण आपल्या मुलांकडे दुर्लक्ष करत नाही किंवा ती आपला वेळ कशा प्रकारे खर्च करत आहेत, याकडेही आपलं लक्ष असतं. प्रवासात आपण दात घासायला विसरत नाही किंवा आरक्षण करायला विसरत नाही. सुटीवर असताना आपण इतर अनेक गोष्टींबाबत संयम पाळतो; मग खाण्याच्या बाबतीतच ढिलाई का?

परिस्थिती

लो-फॅट खाद्य पदार्थ खाताना

↓

ते कसे दिसतात

↓

आता लो-फॅट

↓

तुम्ही विचार करता — हे लो-फॅट आहे. त्यामुळे मी ते हवं तेवढं खाऊ शकते.

↓

वेटलॉसच्या मार्गातला अडथळा

↓

लो-फॅटला
लो-कॅलरी समजणं

'पुड्यावर लिहिलंय की ते लो-फॅट आहे'

जरी तुम्ही गणितात पक्के असलात, तरी हा हिशेब करताना तुम्ही हमखास चूक करता. 'ही गोष्ट लो-फॅट आहे; ती कितीही खाल्ली तरी हरकत नाही,' अशी समजूत वेटलॉसचा संपूर्ण प्रामाणिक प्रयत्न धुळीला मिळवू शकते! कारण-

- लो-फॅट म्हणजे लो-कॅलरी नव्हे!
  तो खाद्य पदार्थ लो-फॅट असेल; परंतु तो स्वादिष्ट लागावा म्हणून त्यात भरपूर साखर घातलेली असू शकेल. दुकानातून विकत आणलेल्या खाद्य पदार्थांवरचं न्यूट्रिशनल लेबल वाचा आणि त्यातील कॅलरीजचा अंदाज घ्या. त्यानंतरच तो पदार्थ खायचा किंवा नाही, याचा निर्णय घ्या.
- लो-फॅट पदार्थ लो-कॅलरीज असला, तरीसुद्धा त्यात थोड्याफार प्रमाणात कॅलरीज असतातच. तुम्ही वीस कॅलरीजची दहा बिस्किटं खाणार असाल, तर तो ऐवज पन्नास कॅलरीजची चार बिस्किटं खाण्याएवढाच होतो. एक गोष्ट लक्षात ठेवा, फक्त पाणी हा घटक असा आहे, ज्यात शून्य कॅलरीज असतात!
- काही प्रकारच्या लो-फॅट, लो-कॅलरी खाद्य पदार्थांमुळे खाण्याबद्दलची तीव्र इच्छा वाढतेच! साखरेऐवजी कृत्रिम शर्करा घालून तयार केलेली पेयं प्यायल्यामुळे भूक वाढते आणि शर्करायुक्त पदार्थ खाण्याची ओढ वाटू लागते.
- फॅटफ्री किंवा लो-कॅलरी अन्नपदार्थ पौष्टिक नसतात. अखेरीस आपल्या देहाचं पोषण होणं आवश्यक असतं. फक्त कॅलरीजचा हिशेब करून भागत नसतं. अन्नातून पोषक घटक मिळणंही, तेवढंच महत्त्वाचं असतं.

याचा अर्थ असा नव्हे की, सर्व लो-फॅट अन्नपदार्थ टाळावेत. जोवर असे अन्नपदार्थ आपली पोषणाची आणि ऊर्जेची गरज भागवत आहेत, तोवर असे अन्नपदार्थ खायला हरकत नाही. फक्त त्यावरचं न्यूट्रिशन लेबल काळजीपूर्वक वाचावं आणि त्यानंतरच तो पदार्थ खावा किंवा नाही; आणि खाल्ला तर किती प्रमाणात खावा, हे ठरवावं.

परिस्थिती

लोकांच्या उपस्थितीत डाएट करणं

तसं केलं तर कसं दिसेल, असा तुम्हाला प्रश्न पडलाय!

मल्लिकाकडे पाहिलंत? ती प्रत्येक 'स्टार्टर' नाकारत होती. ती डाएट करतेय का? न्यू इयर्स इव्हसाठी तो LBD (लिटल ब्लॅक ड्रेस)* घालायचा विचार आहे की काय तिचा? कप्पाळ!

तुम्ही विचार करताय

माझ्या मैत्रिणी सहज वजन उतरवू शकतात. त्यासाठी मला खूप प्रयत्न करावा लागतोय, हे इतरांना समजता कामा नये!

वेटलॉसच्या मार्गातला अडथळा

तुम्ही वजन उतरवण्याचा प्रयत्न करताय हे इतरांना समजू नये म्हणून इतरांपुढं खात राहणं

* LBD गुडघ्याच्या वरपर्यंत येणारा, आखूड काळा ड्रेस. प्रत्येक फॅशनेबल स्त्रीच्या वॉर्डरोबमध्ये हा असायलाच हवा, असं म्हणतात.

'मी डाएट करतेय, हे इतरांच्या लक्षात येता कामा नये'

आपण वेटलॉस डाएटवर आहोत, हे इतरांच्या लक्षात येऊ नये म्हणून नियम मोडणं आणि वेडंवाकडं खाणं, ही सर्वांत अनुचित गोष्ट ठरेल. अशी परिस्थिती तुम्ही स्वत:वर ओढवून घेऊ नये म्हणून वजन घटवत असताना, तुम्ही सतत पुढील मंत्राचा जप करत राहिलं पाहिजे. हा दोन शब्दांचा मोलाचा मंत्र तुम्हाला विनासंकोच 'वेटलॉस डाएट' करू देईल. हा मंत्र आहे-

फिकीर कसली?

इतरांची मर्जी सांभाळण्यासाठी नियम मोडून वेडंवाकडं खाणं जितकं चुकीचं आहे, तितकंच डाएटबद्दल लाज बाळगून इतरांसमोर नेहमीसारखं खात राहणंही चुकीचं आहे. डाएट केल्याबद्दल इतर लोक आपल्याला हसतील, अशी आपल्या मनात भीती असल्यामुळे डाएटबद्दल लाज वाटते. इतर लोक सतत आपल्याबद्दल विचार करत असतात, असंच आपण गृहीत धरत असतो. प्रत्यक्षात तसं अजिबात नसतं. त्यामुळे आपण अशी काळजी करण्याचं काहीच कारण नाही.

आणि जरी ते असा विचार करत असले आणि आपल्याला हसले, तरी त्याची पर्वा का करायची? आपलं डाएट त्यांच्या लक्षात येऊ नये म्हणून सबबी सांगता येतील.

'मी ड्रिंक घेणार नाही, कारण मी अँटिबायॉटिक्स घेतेय' अशी थाप मारता येते. परंतु खरं म्हणजे तुम्हाला नकार देताना भीडभाड ठेवायची गरजच नसते. त्याबद्दल जास्त चर्चा करण्याचीही काही गरज नसते. स्टार्टर्स फिरवले जात असताना तुम्ही हलकेच मानेनं नकार दिला, तरी ते पुरेसं असतं.

त्याबद्दल बहुधा कुणी विचारणारही नाही. समजा, कुणी त्याबद्दल चौकशी केलीच, तर तुम्ही सांगू शकता- सध्या मी फक्त सात्त्विक आहारच घेत आहे. तुम्हाला जर आपला मुद्दा इतरांच्या गळी उतरवायचा असेल, तर तुम्ही त्यांना सात्त्विक आहाराच्या फायद्यांबद्दल सांगू शकता. असा आहार घेतल्यामुळे तुमचा जोम आणि स्फूर्ती किती वाढलीय, याचं वर्णन करा, तुमचे घट्ट होणारे कपडे आता तुम्हाला कसे नीट बसू लागले आहेत आणि तुमची कार्यक्षमता किती वाढलीय, याचं रसभरित वर्णन करा. असं केल्यामुळे कदाचित इतर काही लोकांचं मतपरिवर्तन होईल आणि तेही स्वास्थ्यासाठी योग्य असा आहार घेऊ लागतील.

आणखी एक सूचना- आपलं वजन मर्यादेत ठेवण्यासाठी इतर लोक आहाराचे नियम पाळत नसतात किंवा व्यायाम करत नसतात, असं गृहीत धरायचंही काही कारण नाही. आपलं शरीर प्रमाणबद्ध ठेवण्यासाठी तुमचे बहुतेक सर्व मित्र-मैत्रिणी

कोणती ना कोणती तरी काळजी घेतच असतात. जरी तुमच्याप्रमाणे ते मनमोकळेपणानं-कोणताही आडपडदा न ठेवता त्याबद्दल बोलत नसले, तरी मनातल्या मनात त्यांना तुमच्या बिनधास्त प्रामाणिकपणाचा आणि आत्मविश्वासानं नवी जीवनशैली स्वीकारण्याच्या धाडसाचा हेवासुद्धा वाटत असतो!

परदेशात असताना आहार घेण्याबद्दलची सोनम कपूरची चेकलिस्ट

- तुम्ही कुठंही, कोणत्याही हॉटेलात राहत असा, तुम्हाला नेहमीच स्वत:च्या पर्समधून फळं किंवा नट्स नेता येतात.
- तुम्ही नेहमीपेक्षा जास्त पाणी पिता? तुम्ही सुटीवर जाता किंवा परदेशात प्रवास करता, तेव्हा प्रयत्नपूर्वक भरपूर पाणी प्या. कारण तिथं तुम्ही नेहमीपेक्षा जास्त चालत असता, त्यामुळे पाण्याची होणारी घट भरून काढणं गरजेचं असतं.
- तुम्हाला वाटतंय त्यापेक्षा प्रवासात सकस अन्न मिळवणं खूपच सोपं असतं. मी परदेशात जाते तेव्हा मला सकस अन्न मिळवायला कोणतीही अडचण येत नाही. तुमचा भारतीय जेवणाचा आग्रह नसेल, तर तुम्ही सँडविच किंवा भाजलेले पदार्थ मागवू शकता.

बाहेर जेवताना

तुम्हाला तुमच्या जीवनशैलीला मुरड घालण्याची गरज नसते

जेवण हे आयुष्याचा केंद्रबिंदू आहे, असं धरून चालणार नाही; त्याचप्रमाणे आयुष्यभर फक्त कमी तेलात घरीच शिजवलेलं अन्न खाणंसुद्धा शक्य होणार नाही. रेस्टॉरंटच्या मेन्यूतसुद्धा काही काही आरोग्यदायी आणि पौष्टिक रत्नं दडलेली असतात. ती उत्तम रुचिपालट घडवतात. मात्र वजन घटवत असताना, आठवड्यातून एकापेक्षा जास्त वेळा रेस्टॉरंटमध्ये आहार घेणं टाळावं. तिथं जेवताना मी सुचवलेला जेवणाचा प्लॅन डोळ्यांसमोर आणून, त्यात सुचवलेल्या प्रमाणातच आहार घ्यावा.

माझ्या व्यावसायिक आयुष्याचा आणि माझ्या सुटीतल्या कालखंडाचा बराचसा भाग जगभरातील स्वयंपाक पद्धतीतील आहारातले आरोग्यदायी आणि अनारोग्यदायी पर्याय शोधून काढण्यात मी सत्कारणी लावलेला आहे. पुढील सूचनापत्रक पुस्तकातून कापून काढून, तुम्ही पर्समध्ये ठेवलं, तर गरज पडताच त्याचा वापर करून तुम्हाला योग्य अन्नपदार्थ निवडता येतील.

शुभेच्छा!

चवीनं जेवा!

इटालियन

✓हे पदार्थ मागवा	हे पदार्थ मागवू नका
● मिनिस्ट्रोनी सूप ● चिकन मसाला ● ग्रिल्ड सामन ● चिकन किंवा फिश- ग्रिल्ड, बेक्ड किंवा ब्रॉइल्ड, लेमन सॉस वेगळं मागवावं. ● रॉकेट लीव्ज किंवा अरुग्युला सॅलड. त्यात गोट-चीज कमी घालायला किंवा अजिबात न घालायला सांगावं, सायट्रस व्हिनॅग्रेट ड्रेसिंग सॅलडवर ओतून न आणता, वेगळं द्यायला सांगावं. ● पास्ता- कोणत्याही प्रकारचा. पेन, स्पघेट्टी किंवा लिंग्विनी. टोमॅटो किंवा मरिनारा सॉसमध्ये. शेफला ऑलिव्ह ऑइल कमी प्रमाणात घालायला आणि चीज अजिबात न घालायला सांगावं. तुमच्या पास्ता डिशमध्ये पास्ता आणि भाज्या समप्रमाणात घालायला सांगाव्यात. तुम्हाला आवडत असल्यास त्यात चिकन, फिश किंवा टर्की घालायला हरकत नाही. ● क्ले-ओव्हन-पिझ्झा तुमच्या नव्या जीवनशैलीसाठी योग्य ठरतील. पिझ्झावर टोमॅटो सॉस, ताजं बेसिल, तुमच्या आवडीच्या भाज्या, चिकन, सीफूड, फिश किंवा टर्की घालायला हरकत नाही (त्यावर हॅम, बेकन, सॉसेज, पेपरोनी घालणं टाळावं). शेफला चीज टाळायला किंवा अगदी कमी घालायला सांगावं. ● स्किम्ड मिल्क घातलेली कापुचिनो ● जास्तीचं सिरप न घातलेली फ्रूट सॉर्बेट	● सीझर सॅलड- ही इटालियन डिश नसून अमेरिकेत लागलेला शोध आहे. त्यात मलईदार ड्रेसिंग, तळलेले क्रोटन्स आणि भरपूर पार्मिझान चीज असतं. ● फेट्युसीन आल्फ्रेडो/ बोलोनीज आल्फ्रेडो हे हेवी क्रीम किंवा चीज सॉस असतं. बोलोनीज हे हेवी मीट- फिल्ड रेड सॉस असतं. ● लझानिया, रॅव्हिओली, कॅनलोनी- खूप स्निग्धांश असलेल्या गोष्टी आहेत. त्यात क्रीम आणि चीज भरपूर असतं. ● एगप्लांट किंवा चिकन पार्मिजान. यात भरपूर चीज असतं. ● फ्राइड फ्रेश कॅलॅमारी- कोणतीही तळलेली गोष्ट टाळावी. ● जेलॅटो ● टिरामिसु- यात भरपूर लिक्यूर आणि मास्करपोन चीज असतं.

या अन्नपदार्थांत काय काय घातलंय, हे नावावरून कळलं नाही तर रेस्टॉरंटमधील वेटर्सच्या प्रमुखाला विचारावं. तो आनंदानं तुम्हाला अनुवाद करून सांगेल.

चायनीज

चिनी आणि जपानी पद्धतीचं जेवण आरोग्याच्या दृष्टीनं आणि वजन घटवताना अत्यंत हितकर ठरतं; परंतु चिकन आणि भाज्या तळून घेऊन त्यानंतर सॉसमध्ये टाकल्या जातात. त्यामुळे शेफला विनंती करावी की, त्यानं या गोष्टी डीप-फ्राय करू नयेत. स्वयंपाकाची पद्धत (भाजणं, उकडणं) आणि सॉसची निवड या गोष्टींकडे लक्ष दिलं की, योग्य पदार्थ निवडणं सोपं जाईल. रेस्टॉरंटमध्ये गेल्यावर हव्या त्या पद्धतीनं जिन्नस बनवून देण्याची शेफला विनंती करा.

✓हे पदार्थ मागवा

- चिकन/ प्रॉन/ व्हेजिटेबल सुइमाइ
- सीफूड किंवा व्हेजिटेबल चुंग फन
- प्रॉन/ चिकन/ व्हेजिटेबल डिमसम
- स्टीम्ड ब्रेड किंवा मशरुम/ चिकन बन
- टम यम सूप
- वाँटन सूप
- चिकन/ व्हेजिटेबल नूडल सूप
- स्टीम्ड राइस, फ्राइड राइस नको
- सॉफ्ट स्ट्यूड राइस विथ व्हेजिटेबल्स
- सॉफ्ट स्टूड नूडल्स
- स्टीम्ड प्रॉन्स इन लेमन सॉस
- स्टीम्ड फिश इन सोया, जिंजर, स्प्रिंग ऑनियन्स
- चिकन/ प्रॉन/ एक्झॉटिक व्हेजिटेबल ह्यूनन सॉसमध्ये किंवा ऑयस्टर सॉसमध्ये घालून- भाज्या, चिकन किंवा फिश डीप फ्राय न करता थोड्या तेलात परतण्याची किंवा उकडून घेण्याची शेफला विनंती करावी.

हे पदार्थ मागवू नका

- फ्राइड वाँटन्स
- स्टीम्ड डिमसम इन चिली ऑइल
- पीकिंग डक
- पोर्क बन
- सॉल्ट ॲन्ड पेपर फ्राइड चिली प्रॉन्स
- फ्राइड चिली चिकन
- सेसमी प्रॉन टोस्ट
- शेजवान चिकन
- चिकन/ फिश/ व्हेजिटेबल मांचुरियन
- बीबीक्यू स्पेअर रिब्ज/ चायनीज स्पेअर रिब्ज- स्पेअर रिब्ज खूप साखर व फॅट असलेल्या सॉसमध्ये बुडवून भाजतात.
- कुंगपाओ चिकन/ पोटॅटो
- चाउ मेन आणि लो मेन
- गोल्डन फ्राइड प्रॉन्स. गोल्डन हा शब्द असलेला जिन्नस तळलेला असतो.
- क्रिस्पी स्पिनॅच चिकन
- ब्लॅक बीन चिकन
- स्प्रिंग रोल्स
- बटर गार्लिक प्रॉन्स/ चिकन/ व्हेजिटेबल्स
- कोणत्याही प्रकारचा फ्राइड राइस
- अमेरिकन चॉपसुई

बहुतेक सर्व अमेरिकन रेस्टॉरंटमध्ये टेबलावर सॉसच्या बाटल्या ठेवलेल्या असतात. नेहमीचं सोया सॉस आणि चिली व्हिनिगर प्रकृतीच्या दृष्टीनं ठीक असतं; परंतु तेल असलेलं (हे बघितल्याबरोबर लक्षात येतं) सॉस टाळावं. त्यानं घटलेलं वजन लगेच वाढेल.

जापनीज

✓ हे पदार्थ मागवा	हे पदार्थ मागवू नका
● सुशी- मुख्यत्वे निगिरी सुशी (तांदूळ आणि सी-वीड) यात शिजवलेले क्रॅब्ज (चिंबोऱ्या), सामन, बास, यलोटेल, ट्यूना, स्क्विड, स्क्रॅम्बल्ड एग्ज, टोफू किंवा भाज्या भरलेल्या असतात.	● टेम्पुरा- म्हणजेच जपानी भजी. पातळ पिठात भिजवून तळलेला पदार्थ.
● साशिमी- कच्चा सामन, ट्यूना, स्क्विड किंवा प्रॉन्स	● ड्रॅगन रोल
● मकी रोल्स- चीज न घालता	● चिकन टेरियाकी
● मिसो सूप	● याकिटोरी
● ओशिंको- भाज्यांचं लोणचं	● तळलेलं डंपलिंग किंवा ग्योझा
● स्टीम्ड एडामेम	● रामेन नूडल्स
● टेप्पान्याकी डिशेस- या तेलाशिवाय बनवायला सांगाव्यात. या डिशेस चिकन, फिश किंवा भाज्यांबरोबर मागवाव्यात.	● ब्रेडेड चिकन काट्सू
● सुकियाकी डिशेस- या गोष्टी तुमच्या टेबलाजवळ शिजवल्या जात असल्यामुळे तुम्हाला तेलाच्या वापरावर नियंत्रण ठेवता येतं.	● ग्रीन ॲस्पॅरागस टेम्पुरा किंवा सोया बटरमध्ये परतलेला
● ओकोनोमियाकी पिझ्झा- 'ओकोनोमी = तुमच्या आवडीचं काहीही. याकी = शिजवलेलं किंवा तळलेलं. योग्य निवड करा.	● फोइ ग्रास टेप्पान्याकी
● ब्रॉइल्ड सी बास (किंवा कोणताही ताजा मासा) सोया किंवा जिंजर सॉसबरोबर	● साके
● ओछा किंवा ग्रीन टी हवा तेवढा प्या.	
● सोबा नूडल्स	

लेबानीज

✓ हे पदार्थ मागवा

- बाबा घानुश (Baba Ghanoush)- वरून ऑलिव्ह ऑइल न ओतता
- हमस (Hummus)
- ट्झाट्झिकी (Tzatziki)
- ग्रीक सॅलड- फेटा चीज कमी घालायला सांगावं. ड्रेसिंग वेगळं मागवावं.
- होरियाटिकी सॅलड (Horiatiki) यात टोमॅटो, काकडी आणि ऑलिव्ह्ज् असतात आणि वर व्हिनाग्रेट ड्रेसिंग घातलेलं असतं. फेटा चीज कमी घालायला आणि ड्रेसिंग वेगळं आणायला सांगावं.
- सोउवलाकी (Souvlaki)
- डोल्मेड्स (Dolmades)
- केफ्टडेस (Keftedes) - ग्रीक मीट बॉल्स. हे तळलेले नसले, भाजलेले असले तर मागवावेत.

हे पदार्थ मागवू नका

- मूसाका (Moussaka)- कारण यात खूप कॅलरीज असलेलं बीफ आणि चीज असतं.
- पॅस्टिट्सिओ (Pastitsio) पास्ता, बीफ, चीज आणि बिकॅमल सॉस (bechamel sauce) घातलेला जड कॅसरोल
- स्पानाकोपिटा (Spanakopita) पालक घातलेली पेस्ट्री
- तळलेली कलामारी
- टिरोपिटा (Tiropita) खूप चीज असलेलं
- फलाफल (Falafel)
- रेड पेपर फेटा (red paper feta)
- सागानाकी चीज (Saganaki cheese)
- गायरो प्लॅटर (Gyro platter)- यात खूप बीफ, खूप लँब आणि खूप चरबी असते.
- बकलावा (Baklava)
- बकलावा चीजकेक

थाय

✓ हे पदार्थ मागवा	हे पदार्थ मागवू नका
● टॉम यम सूप	● थाय कोकोनट सूप
● पो टाक सूप- सीफूड किंवा भाज्यांचं लेमन ग्रास घातलेलं क्लिअर सूप	● टॉम खा कै
● डॉम यँग गंग- हॉट अॅन्ड सावर श्रिंप सूप (आंबट-तिखट कोळंबी सूप)	● स्प्रिंग रोल्स
● चिकन किंवा फिश साटे (Satay) पीनट सॉस वेगळं मागवावं.	● करी पफ्स
● समर रोल्स	● क्रॅब रंगून
● सॅम टम- कच्च्या पपईचं सॅलड	● मनी बॅग्ज
● क्युकुंबर सॅलड- काकडीचं सॅलड स्वीट अॅन्ड सावर सॉस वेगळं मागवावं	● प्ला मूक टॅड (Pla mouk tad) फ्राइड कलामारी
● ग्रिल्ड चिकन इन थाय सीझनिंग	● प्ला लार्ड प्रिक (Pla lard prik)
● गेंग पा (Gaeng Pah)- पाण्यात शिजवलेली करी, खोबऱ्याच्या वाटणातील करीपेक्षा जास्त चांगली	● मसामन करी (Massaman Curry)
● पॅड थाय नूडल्स- कमी तेलात बनवून शेंगदाणे अजिबात घालू नयेत असं सांगावं.	● पेनँग चिकन
● पॅड सी यू (Pad see ew)- रुंद, चपट्या थाय नूडल्स, चिकन किंवा भाज्या घालून वाफवलेल्या, सोया सॉसबरोबर वाढलेल्या.	● काओ पॅड (Kao Pad)- थाय फ्राइड राइस
	● मी क्रोब (Mee krob)- तळून कुरकुरीत केलेले नूडल्स
	● स्पायसी बेसिल फ्राइड राइस
	● स्वीट कोकोनट राइस

मेक्सिकन

✓ हे पदार्थ मागवा	हे पदार्थ मागवू नका
• ब्लॅक बीन किंवा पिंटो बीन बरिटोज (पुन्हा तळलेले नकोत)- त्याबरोबर भरपूर भाज्या आणि थोडा ग्वाकामोल (guacamole) बेताने घ्यावा. ॲव्होकाडोमधील स्निग्ध पदार्थ आरोग्यदायी असले तरी ते अखेरीस स्निग्ध पदार्थच आहेत. वजन उतरवताना स्निग्ध पदार्थ बेतानंच खावेत. या डिशबरोबर साल्सा घ्यावं. सावरक्रीम घेऊ नये.	• नाचोज (Nachos)
• नाचो चीज किंवा सावरक्रीमऐवजी साल्सा खावं आणि कॅलरीज वाचवाव्यात.	• Flautas or Taquitos हे सॉफ्ट टॉर्टिया रॉस मीटने ओतप्रोत भरलेले आणि तळलेले असतात.
• चिकन किंवा व्हेजिटेबल फुहिता (Fajita) यात चीज घालू नये.	• चलुपाज (Chalupas)- या जाड, तळलेल्या आवरणात मीट आणि चीज भरलेलं असतं.
• सेव्हिश (seviche)- ताजा मासा किंवा ताजी कोळंबी लिंबाच्या रसात शिजवलेली असते. ती रुचकर आणि आरोग्यदायी असते.	• चिमिचँग्ज (Chimichangas)- हे डीप-फ्राइड बरिटोज टाळावं.
• केसडियाज (Quesadillas)- सुके भाजलेले, बीफ न घातलेले आणि कमी चीज घातलेले असावेत.	• बीफ बरिटोज
• पिको डी गॅलो (Pico De gallo)	• रीफ्राइड बीन बरिटोज
• गझपाको (Gazpacho)- टोमॅटो घातलेलं पौष्टिक व्हेजिटेबल सूप.	• चोरिझो (chorizo)
• एन्चिलाडाज (Enchiladas)- एन्चिलडाज मागवताना सॉफ्ट कॉर्न टॉर्टियाज, चिकन, व्हेजिटेबल, ब्लॅकबीन घालून व त्याबरोबर भात मागवाव; चीज टाळावं.	• टाको सॅलड (Taco Salad)
	• क्रंची टाकोज (crunchy Tacos)
	• पिचर ऑफ मार्गारिटा

नॉर्थ इंडियन

भारतीय पद्धतीचं जेवण रुचिपूर्ण आणि भरपूर भाज्या, डाळी, दही, भात आणि इतर धान्यांनी परिपूर्ण असं असतं. त्यातील मसाले, जेवणाची रुची वाढवत असल्यामुळे ते कमी तेलात बनवता येतं.

✓ हे पदार्थ मागवा

- तंदुरी रोटी किंवा नान (लोणी नको)
- रुमाली रोटी
- भात (नुसता शिजवलेला)
- पिवळं वरण. फोडणीशिवाय. ही विनंती सर्वत्र मान्य होईल (एखादा धाबा असो की फाइव्ह स्टार हॉटेल असो).
- तंदुरी किंवा ग्रिल्ड मशरूम बेबीकॉर्न/ कॉलिफ्लॉवर/ पनीर- भाजताना वर लोणी लावू नये, असं सांगावं.
- तंदुरी चिकन/ फिश/ प्रॉन्स टिक्का- तंदूरमधून काढल्यावर लोणी फासू नये, असं सांगावं.
- ग्रीन सॅलड- काकडी, रायता
- रोस्टेड पापड
- हिरवी चटणी किंवा पाणी घालून केलेलं लोणचं (बिनतेलाचं)
- मसाला ताक

हे पदार्थ मागवू नका

- प्लेन किंवा स्टफ्ड पराठा
- बटर नान/ रोटी
- पुलाव/ बिर्याणी
- दाल माखनी/ दाल फ्राय
- सामोसा/ पकोडा
- बटर चिकन/ पनीर
- मलाई कोफ्ता, मेथी मटर मलई
- पालक पनीर
- रान
- फ्राइड मसाला पापड
- तेलकट लोणची/ गोड चटणी
- चिकन किंवा व्हेजिटेबल जालफ्रेझी/ आचारी
- फिश कोलीवाडा/ फ्राइड फिश
- क्रीम घातलेली मसाला करी
- बुंदी रायता

साउथ इंडियन

✓ हे पदार्थ मागवा	हे पदार्थ मागवू नका
● इडली, पनियरम इडियप्पम ● सांबार ● रवा इडली ● साधा डोसा, रवा डोसा, नीर डोसा, लापसी डोसा, रॅगी डोसा (कमी तेल/ तूप घालून) ● टोमॅटो उत्तपम ● अप्पम ● कर्ड राइस, लेमन राइस, टॅमरिंड राइस ● रवा उपमा ● कॅबेज पोरियल ● अवियल- खोबरेल तेल न घातलेलं ● पोंगल- तूप न घातलेलं	● फोडणी घातलेली खोबऱ्याची चटणी ● घी-इडली, कांचीपुरम इडली, फ्राइड इडली, चेट्टिनाड इडली ● मेदूवडा, दहीवडा, डाळवडा, सांबार वडा, रसम वडा ● पुरी कोर्मा/ भजी ● मैसूर मसाला ● चीज-मसाला डोसा ● चीज घातलेलं सँडविच उत्तपम ● चेट्टिनाड बिर्याणी ● शिरा

सन्माननीय स्त्री-पुरुषहो! विमानात आपलं स्वागत आहे! तुमचं वजन आता 'क्रूझ कंट्रोल'मध्ये आहे. तुमचे सीट बेल्ट्स आता सोडायला हरकत नाही. कारण नाही तरी ते आता तुम्हाला ढिलेच होताहेत. वाटेत वादळी हवामान लागलंच तर 'मेंटेनन्स मॅन्युअल' उघडा आणि त्यातील सूचनांचं पालन करा; म्हणजे तुम्ही कायम प्रमाणबद्ध शरीर राखू शकाल...

देहाचं विमान ऑटोपायलटवर टाकताना...

जेव्हा विमानं नव्यानं आली, तेव्हा वैमानिक विमान उडवताना प्रत्येक क्षणी त्यावर नियंत्रण ठेवत असत; परंतु विमानं जसजसा दूरदूरचा पल्ला गाठू लागली आणि लांब पल्ल्याच्या फ्लाइट्सची संख्या वाढत गेली, तसतसं वैमानिकांना अनेक तास एकाग्रता राखून विमान उडवणं अवघड वाटू लागलं. त्या वेळेस 'ऑटोपायलट'चा (पायलटचं काम करणारी यंत्रणा) शोध लावण्यात आला. म्हणजेच एका विवक्षित क्षणानंतर, विमान आपलं आपण सुरक्षितपणे उडत राहील, असा तांत्रिक शोध.

तुम्ही घटवलेलं वजन त्याच पातळीवर राखून ठेवण्याच्या क्रियेला ऑटोपायलटची उपमा देता येईल. क्रूझ कंट्रोलप्रमाणेच तुम्ही काही नियम पाळले, तर तुमचं वजन स्थिर राहील; परंतु अशा वेळेसच आपल्यापैकी अनेकांना 'क्रॅश लँडिंग' करावं लागतं. कारण आपल्या देहाचं विमान डाएटचे नियम मोडून भलतीकडेच भरकटतं. ज्या सवयींमुळे आपलं वजन वाढलं होतं, त्याच सवयींचा आपला देह पुन्हा स्वीकार करतो!

परंतु ही गोष्ट आपणा सर्वांनाच चांगली ठाऊक आहे. त्यामागचं तत्त्व आपण जाणतो. तर मग, उतरवलेलं वजन त्याच पातळीवर स्थिर करण्यास आपण इतके असमर्थ का ठरतो? तुमचं वजन कुणीही उतरवून देईल! परंतु 'मी आता डाएट सोडलंय' ही मानसिकता अनेक महिन्यांच्या प्रयत्नांना मातीमोल करून टाकते. डाएटदरम्यानचे नियम आणि शिस्त या गोष्टी वजन उतरवल्यावर तुम्ही सोडून देता. तुम्ही असं का करता? असं तर नसेल की,—

१. तुमची समजूत होते की, एकदा वजन उतरलं की, ते आपोआप त्याच पातळीवर स्थिर राहील?
२. आपण किती खाऊ शकतो, याची तुम्हाला कल्पनाच नसते?
३. आवडत्या गोष्टी आपल्याला पुन्हा कधीच खाता येणार नाहीत, असं तुम्हाला वाटत असतं का?

एक तुमचा देह हा कोऱ्या करकरीत गाडीसारखा असतो. त्याचं नियमितपणे 'सर्व्हिसिंग' करावं लागतं; तरच तो उत्तम स्थितीत राहू शकतो. तुम्हाला स्वास्थ्य टिकवण्यासाठी कष्ट करावे लागतात, कारण (वजन घटवून) नवा देह मिळवल्यावर त्याची डागडुजी करत राहावं लागतं. जर तुम्ही जुन्या सवयींप्रमाणे खायला सुरुवात केली, तर तुम्हाला तुमचा पूर्वीचाच देह लाभेल. तुमचं वजन पंधरा किलोंनी जास्त असताना तुम्ही जे खात होता, तेवढं आता पंधरा किलोंनी देह हलका केल्यानंतर खाऊन चालणार नाही. आता या देहाच्या गरजा बदललेल्या असतात. एकदा वजन उतरवल्यावर तुम्ही खाण्यात मनमानी करू लागला की, तुमच्या शरीराची यंत्रणा पुन्हा बिघडते. एक तर तुमचं वजन पुन्हा वाढू लागतं किंवा दुसरी गोष्ट म्हणजे, वाढलेल्या प्रत्येक किलोगणिक तुमचं मनोधैर्य खच्ची होत जातं. तुम्हाला वाटू लागतं, 'इतके कष्ट करूनही आता हवं ते खाता येत नसेल, तर त्या प्रयत्नांना काय अर्थ आहे?' सत्य तर हेच आहे की, आता तुमचं वजन योग्य पातळीवर पोचलं आहे. तुम्हाला हलकं वाटतंय. तुम्हाला आता दम लागत नाहीय. तुमची प्रकृती स्वास्थ्यपूर्ण बनलीय. तुमची ऊर्जा वाढलीय आणि तुमचा देह त्यासाठी तुम्हाला दररोज कृतज्ञतेची पावती देतोय. शिवाय तुम्ही हवं ते खाऊ शकताच. फक्त ती गोष्ट तुम्ही हुशारीनं करायला हवी आणि नव्या जीवनशैलीत त्याला चपखलपणे बसवायला हवं.

दोन वजन घटलेल्या पातळीवर स्थिर ठेवताना, तुम्ही काय काय आणि किती किती खाऊ शकता, हे पाहून तुम्ही थक्कच व्हाल. वजन घटवत असताना तुम्ही तुमच्या बीएमआरपेक्षा कमी खात होता. आता तुम्ही त्यापेक्षा जास्त खाऊ शकता. मिष्टान्न व चीज यांसारख्या गोष्टी (प्रमाणात) पुन्हा खाऊ शकता. या मार्गदर्शनासाठी मी तुम्हाला तीन कलमी मार्गदर्शिका पुरवून, पूर्वी वर्ज्य असलेल्या गोष्टींचा हळूहळू आहारात कसा समावेश करावा, हे सांगणार आहे.

तीन तुम्हाला कोणकोणत्या गोष्टी पुन्हा खाता येणार आहेत, ते पाहून तुम्हाला आश्चर्यच वाटेल. 'ब्रेक अप विथ युअर फूड पास्ट' (आहाराच्या जुन्या सवयी मोडा) या यादीतल्या गोष्टी मी पुन्हा नव्यानं सांगते आहे. म्हणजे वर्ज्य केलेलं काय काय आता पुन्हा आहारात हळूहळू समाविष्ट करता येईल, हे तुम्हाला समजेल. थोडक्यात सांगायचं म्हणजे आता तुम्हाला सारं काही खाता येईल.

जिवलग मित्र

दररोज खाण्याजोग्या गोष्टी

भात-पोळी-ब्रेड-**उपमा**-कुरमुरे-**दलिया**-कॉर्नफ्लेक्स-**पॉपकॉर्न**-नूडल्स-पोहे-भेळ-स्पघेट्टी-होलव्हीट पास्ता-**भाज्या**-बटाटे-**मटार**-चिकन-फिश-**टर्की**-वरण-मूग-चणे-राजमा-**द्राक्षं**-आंबे-केळी-**पनीर**-साय काढलेलं दूध-दही-**अंड्याचा पांढरा बलक**-किनोआ-कुसकुस-रताळी-रवा सुजी-बाजरी-ज्वारी-नाचणी बिस्किट-मोमो

चांगले मित्र

आठवड्यातून एक-दोन वेळा खाण्याजोग्या गोष्टी

चीज -गोड पदार्थ **-चॉकलेट मफिन्स** -तळलेल्या गोष्टी- **पिझ्झा-** प्रॉन्स- केक- आइस्क्रीम- **सामोसे** -बटाटावडा-**भजी**-फ्राइड वॉटन- **जिलेबी**

तोंडओळख असलेले लोक

या गोष्टी महिन्यातून एकदाच अगदी थोड्या प्रमाणात खाव्यात

प्राणिज चरबी-**बेकन** बीफ -मटण-**पोर्क**-शेलफिश-स्मूदी- फ्रूट ज्यूस-एअरेटेड बीव्हरेजेस आणि इतर सर्व!*

तुम्ही वजन घटवताना हुशारीनं तुमचा बीएमआर वाढवला आहे. आता आवडणाऱ्या गोष्टी हुशारीनं खा आणि त्यामुळे वजन वाढेल ही चिंता सोडा. तुमच्या नव्या देहासाठी ‘ऑटोपायलट सूची’ देत आहे!

चहा-कॉफीत साखर घालू नका

हे गोड शब्दांत सांगणं अशक्यच आहे. म्हणून मी ठणकावून सांगतेय, ‘चहा-कॉफीत साखर घालणं थांबवा!’ ती घातक सवय तुमचं वजन अनेक किलोंनी वाढवण्याचं काम करते!

परंतु तुम्ही विचाराल, रोज एक-दोन चमचे साखरेमुळे काय बिघडणार आहे? ही गोष्ट पुन्हा ‘डिझर्ट’ (जेवणाअखेरचा गोड घास) घेऊ लागण्यासारखी नव्हे का? आणि वजन उतरवून त्याच पातळीवर स्थिर ठेवण्याचा टप्पा

* ही सर्वसमावेशक यादी नसून, केवळ ढोबळ यादी आहे.

आला की, 'डेझर्ट' खाण्याची परवानगी दिली गेलेली आहेच की! त्याकडे अशा दृष्टिकोनातून बघा : चहा-कॉफी तुमच्या जीवनाचा अविभाज्य घटक असणारच आहेत! तुम्ही दररोज सरासरी एक-दोन कप चहा-कॉफी घेत असाल (आणि बरेच लोक दररोज त्याहून खूप जास्त चहा-कॉफी घेतात) आणि प्रत्येक कपात एक टीस्पून साखर घालत असाल, तर तुम्ही दररोज दहा ग्रॅम साखर खाऊन बत्तीस कॅलरीज खात असता. म्हणजेच वर्षाला ३.३ किलो वजन वाढतं. तेवढं वजन तुम्हाला जिममध्ये जास्तीचा व्यायाम करून उतरवावं लागतं.

तुम्ही साखरेऐवजी कृत्रिम शर्करा वापरली, तर आयुष्यभरात तुम्ही अनेक रसायनांचा देहावर मारा कराल. जर तुम्ही रोज दोन कप चहात एक गोळी टाकून पीत असाल, तर १ गोळी × २ कप चहा × ३६५ दिवस अनेक वर्षं इतकं रसायन तुम्ही खाल! स्टीव्हियाच्या झाडापासून केलेली कृत्रिम साखर याला अपवाद आहे.

साखरेतून नुसत्या कॅलरीजच पोटात जात नाहीत, तर त्या कॅलरीजमधून कोणतेही पोषक घटक मिळत नाहीत. गुलाबजाममध्ये साखर असली, तरी त्यातून कार्बोहायड्रेट्स आणि प्रोटिन्स (कर्बोदकं आणि प्रथिनं) तरी मिळतात. म्हणजे थोडे तरी पोषक घटक मिळतात; परंतु तुमच्या चहा-कॉफीतली साखर तुम्हाला कोणताही पोषक घटक पुरवत नाही.

साखरेशिवाय चहा-कॉफी पिताच येणार नाही, असं जर तुम्हाला वाटत असेल, तर फक्त काही दिवस प्रयत्न करा. तुमच्या जिभेला एकदा बिनसाखरेच्या चहा-कॉफीची सवय झाली की, तुम्हाला पुन्हा त्यात साखर घालण्याची इच्छाही कधी होणार नाही!

ऑटोपायलट मॅन्युअल

नेहमी पुरेसं इंधन भरा

वजन घटवत असताना आणि वजन स्थिर ठेवताना पोषणाची तत्त्वं वेगळी नसतात. अन्नातले पोषक घटक या दोन्ही टप्प्यांवर तेवढेच गरजेचे असतात. वजन घटवत असताना तुम्ही बीएमआरपेक्षा थोडं कमी खात असता. वजन त्याच पातळीवर ठेवताना मात्र तुम्ही तुमच्या आताच्या बीएमआरएवढं खाऊ शकता.

देहात इंधन भरा

तुम्हाला पुन्हा आहारतज्ज्ञाकडे जावं लागू नये, अशी तुमची इच्छा असेल, तर दिवसाकाठी दर दोन तासांनी थोडं थोडं खात राहणं आवश्यक आहे. तुमचा देह सतत ऊर्जा जाळत राहायला हवा असेल, तुमची पचन संस्था सतत कार्यरत राहायला हवी असेल, तर तुम्ही दर दोन किंवा अडीच तासांनी खात राहिलं पाहिजे. तरच या गोष्टी साध्य होतील.

व्यायाम करत राहा

तुमचं वजन उतरलंय म्हणून व्यायाम करायचं थांबवू नका. वजन उतरल्यानंतरसुद्धा माझे ग्राहक आठवड्यातून चार वेळा व्यायाम करतात आणि उतरलेलं वजन पुन्हा वाढू देत नाहीत.

वादळी परिस्थितीला आमंत्रण देऊ नका

वजन उतरल्यानंतर केक, चीज, नट्स, तळलेले पदार्थ यांचा आहारात हळूहळू समावेश करायला हरकत नसते. तुम्ही, इच्छा होईल ते खाऊ शकता; परंतु त्यात समतोल असणं आवश्यक असतं. तुमच्या आवडत्या पदार्थांची तुमच्या देहयंत्रणेला पुन्हा हळूहळू सवय करून देणं गरजेचं असतं. जास्त कॅलरीज असलेले अन्नपदार्थ आहारात हळूहळू समाविष्ट केले की, त्यातील कॅलरीज जाळायची तुमच्या देहमनाला पद्धतशीरपणे सवय जडेल. तुमच्या देहाला तुमच्या नव्या वजनाची सवय होण्यास थोडा अवधी लागतो. आताचं तुमचं घटलेलं वजन त्याच पातळीवर स्थिर ठेवायला शिकण्यासाठी देहाला हळूहळू सवय करू देणं गरजेचं ठरतं. म्हणूनच घटलेल्या पातळीवर वजन स्थिर ठेवण्यासाठी मी तीन टप्प्यांचा कार्यक्रम सुचवत असते.

पहिला टप्पा : बीएमआर + ड्रायफ्रूट्स किंवा नट्स (फक्त वीस ग्रॅम ड्रायफ्रूट्स किंवा नट्स)

- तुमच्या नव्या बीएमआरचा हिशेब करा.

- तुमच्या नव्या बीएमआरसाठी योग्य असं सॅंपल डाएट शोधून काढा. समजा, तुमचा नवा बीएमआर १३५० कॅलरीज असेल, तर वजन उतरवण्याच्या टप्प्यासाठी १२०० ते १४०० कॅलरीजचं जे डाएट मी सुचवलं आहे, ते पाहा. वजन घटवताना या डाएटपेक्षा तुम्ही शंभर कॅलरीज कमी असलेला

आहार घेत होता. आता तसं करण्याची आवश्यकता नाही, कारण तुम्हाला फक्त आताच्या पातळीवर वजन स्थिर ठेवायचं आहे.

- तुमच्या रोजच्या आहारात वीस ग्रॅम नट्स किंवा ड्रायफ्रूट्सचा (किंवा दोन्ही मिळून) समावेश करा.

असा आहार घेऊनही निदान महिनाभर वजन त्याच पातळीवर स्थिर ठेवता आलं (तीनशे ग्रॅम इकडेतिकडे झालं तरी चालेल) की, तुम्ही दुसऱ्या टप्प्याकडे वळू शकाल.

दुसरा टप्पा : बीएमआर + ड्रायफ्रूट्स किंवा नट्स + चीज किंवा तळलेले पदार्थ

दुसऱ्या टप्प्यावर, वरील आहारात आठवड्यातून दोन वेळा चीज किंवा तळलेल्या पदार्थांचा समावेश करावा. एक स्लाइस लो-फॅट चीज किंवा तळलेले पदार्थ (५, ६ मध्यम आकाराची भजी किंवा एक लहान बटाटावडा किंवा एक लहान मेदूवडा) आठवड्यातून दोनदा खायला हरकत नाही किंवा लो-फॅट चीजचा एक स्लाइस आणि तुमचा आवडता तळलेला खाद्य पदार्थ आठवड्यातून एकदा खा. याखेरीज आठवड्यातून एकदा अंड्याचा पिवळा बलक खायला सुरुवात करा.

परंतु एक महत्त्वाची गोष्ट नेहमी लक्षात ठेवली पाहिजे- चीज किंवा तळलेले पदार्थ जेवणाबरोबर घेऊ नयेत. ते वेगळ्या वेळेस खावेत. असं केलं तरच त्यातील कॅलरीज उत्तम प्रकारे जाळता येतील. आपण 'विश्वास' या प्रकरणात काय वाचलं होतं ते आठवतंय? तुमच्या देहाला एका वेळेस फक्त ठरावीक कॅलरीजच का जाळता येतात, हे त्या प्रकरणात सांगितलं होतं; ते आठवतंय? तुम्ही मधल्या वेळेस चीज/ पकोडे खाल्ले, तर तुमचा देह त्यातील कॅलरीज अधिक कार्यक्षमतेनं खर्च करू शकेल. त्याउलट जेवणाबरोबर चीज/ तळलेले पदार्थ खाल्ले, तर त्याचं रूपांतर चरबीत होईल आणि ती देहात साठून राहील.

तुम्हाला या नव्या आहारानंतरही वजन पूर्वीच्याच पातळीवर निदान महिनाभर राखता आलं (तीनशे ग्रॅम कमी-जास्त क्षम्य आहे) तर तुम्ही आहाराच्या पुढच्या टप्प्याकडे वळू शकता.

तिसरा टप्पा : बीएमआर + ड्रायफ्रूट्स किंवा नट्स + चीज किंवा तळलेले पदार्थ + डेझर्ट (जेवणाअखेरीचा गोड घास)

घटवलेल्या पातळीवर वजन स्थिर करण्याच्या प्रक्रियेचा हा तिसरा टप्पा आहे. या टप्प्यावर तुम्ही यश मिळवू शकलात, तर तुमचं वजन तुम्ही आयुष्यभर घटवलेल्या पातळीवरच राखू शकाल. तुम्ही या टप्प्यावर, तुमच्या आहारात डेझर्टचा समावेश करायचा आहे. साखरेपासून बनविलेले गोड पदार्थ (जेली, कस्टर्ड, तांदळाची खीर, रसगुल्ला, गाजर हलवा) तुम्ही आठवड्यातून दोनदा खाऊ शकाल. परंतु साखर आणि तूप असलेले जड गोड पदार्थ (चीजकेक, केक, आईस्क्रीम, गुलाबजाम) तुम्हाला आठवड्यातून फक्त एकदाच खाता येतील. असं जड डेझर्ट तुम्ही आठवड्यातून फक्त एकदाच घेऊ शकाल आणि हा आहार घेऊन, तुम्हाला निदान महिनाभर वजन त्याच पातळीवर स्थिर ठेवता आलं की, तुम्ही वजन वाढायची भीती न बाळगता, असा आहार आयुष्यभर घेऊ शकाल.

तेल प्रमाणाबाहेर किंवा वाजवीपेक्षा कमीही घेऊ नये

ही गोष्ट तुम्हाला आयुष्यभर पाळावी लागेल. आहारात दररोज एक ते चार टीस्पूनपेक्षा अधिक तेल घेऊ नये; परंतु त्याहून कमी प्रमाणातही तेल घेऊन चालणार नाही. हा ढोबळ अंदाज झाला. तुमच्या रक्त तपासणीतील लिपिड प्रोफाइल पाहून यात फेरफार करता येतील; परंतु चिंता करू नका. एक ते चार टीस्पून तेल हे स्वयंपाकातून (भाजी, पोळी, आमटी) पोटात जाणारं तेल आहे. तळलेला पदार्थ आणि डेझर्टमधील तेल यात धरलेलं नाही. जर तुमची लिपिड प्रोफाइल उत्तम असेल, तर तुमच्या तेलाच्या दैनिक कोट्यामध्ये तूप आणि लोण्याचा समावेश करायलासुद्धा हरकत नाही.

आठवड्यातून एकदा वजन करायला विसरू नका

त्याच वारी, त्याच वेळेस, त्याच प्रकारच्या कपड्यात आठवड्यातून एकदा आपलं वजन करायला विसरू नका. आपलं वजन वाढत नाहीय ना आणि आपला आहार प्रमाणात आहे ना, याची खात्री वाटण्यासाठी ही गोष्ट करणं आवश्यक आहे.

...तुमचं वजन वाढत असेल तर घाबरू नका

दिवसाकाठी तुमचं वजन पाचशे ग्रॅम्सनी आणि कधी कधी एक किलोनेसुद्धा कमी-जास्त भरू शकतं. अशा बदलांची अनेक कारणं असू शकतात- वॉटर

रिटेन्शन, स्त्रियांच्या मासिक पाळीचा पहिला दिवस, बद्धकोष्ठ, रात्री उशिरा जेवणं. उदाहरणार्थ, समजा तुम्ही दररोज रात्री आठ वाजता जेवत असाल; परंतु एका रात्री साडेबारा वाजता जेवला, तर दुसऱ्या दिवशी तुमचं वजन जास्त भरेल. अशा बदलांबद्दल काळजी करू नये. तुमचं वजन वाढलं आणि आठवडाभर त्याच पातळीवर राहिलं, तर मात्र तो वजनातला तात्पुरता बदल नसून, तुमचं वजन वाढलंच आहे, असं समजावं.

देहाचं विमान वादळाच्या पट्ट्यातून नेताना, कमी उंचीवरून पार व्हावं

समजा, एका पातळीवर वजन स्थिर करण्याच्या टप्प्यावर, तुमचं वजन वाढलं, तर आहारात बदल करावा. उदाहरणार्थ, जर तुम्ही पहिल्या टप्प्यावरचा आहार घेत असताना तुमचं वजन वाढलं, तर 'वेटलॉस प्रोग्रॅम'च्या वेळचा आहार घ्यायला सुरुवात करावी आणि वजन पुन्हा पूर्वीएवढं उतरलं की, पुनश्च पहिल्या टप्प्यासाठी सुचवलेला आहार घ्यायला प्रारंभ करावा. त्याचप्रमाणे तिसऱ्या टप्प्यासाठी सुचवलेला आहार घेत असता वजन वाढलं, तर दुसऱ्या टप्प्यासाठी सुचवलेला आहार घ्यायला प्रारंभ करा आणि वजन पुन्हा योग्य पातळीवर उतरलं की, तिसऱ्या टप्प्याकडे वळा. हा नियम नेहमीच पाळावा. वजन वाढू लागलं की, आहार घटवून आधीच्या टप्प्यावर न्या; परंतु त्याबद्दल काळजी करू नका. कालांतरानं तुमचं वजन इच्छित पातळीवर स्थिर होईल.

साखरेत कपात करा

तुमच्या आहारातील अनेक गोष्टींमध्ये भरपूर साखर असते- मिष्टान्नं, फळं, चॉकलेट, केक, आईस्क्रीम. म्हणून चहा-कॉफीत साखर घालू नका. वजन एकाच पातळीवर स्थिर ठेवण्यासाठी चहा-कॉफीतली साखर वर्ज्य करणं फारसं कठीण जाणार नाही.

दिवसाच्या वेगवेगळ्या वेळी, वेगवेगळ्या कॅलरीजचा आहार घ्या

दिवस वर येईल, तसतसं कमी खाऊ लागाल. दुपारच्या जेवणात तुम्ही तीन फुलके खात असाल, तर रात्रीच्या जेवणात दोनच फुलके खा. त्यामागचं कारण असं आहे की, रात्रीच्या वेळेस आपल्या देहाची हालचाल कमी प्रमाणात होत असल्यामुळे, आपल्या कमी कॅलरीज खर्च होत असतात.

मनाशी खूणगाठ बांधा

'वेटलॉस' म्हणजे फक्त वजन घटवणं नव्हे! 'वेटलॉस' करताना काय करावं याची सूचना तुमच्या देहाकडून घेणं तुम्ही थांबवता आणि त्याऐवजी काय करायचं याची सूचना तुम्ही तुमच्या देहाला देऊ लागता. वेटलॉस म्हणजे मुक्तता. तुम्हाला गिर्यारोहण करावंसं वाटतंय ना? बेलाशक करा! तुम्हाला मॅरेथॉनमध्ये धावायचंय? जरूर धावा! तुम्हाला सुंदर जीन्स घालायच्या आहेत? जरूर घाला! 'वेटलॉस' म्हणजे केवळ उत्तम दिसणं आणि छान वाटणं नव्हे! 'वेटलॉस' म्हणजे निर्णयक्षमता. स्वतःनिर्णय घेणं आणि आपली जीवननौका आपल्या इच्छेनुरूप हाकणं!

हे पुस्तक वाचून त्याप्रमाणे तुम्ही जेव्हा वागू लागाल, तेव्हा तुमचा स्वास्थ्यमय, निरामय आयुष्याकडचा सुंदर प्रवास सुरू होईल; परंतु या प्रवासाला प्रारंभ करण्यापूर्वी तुम्ही स्वतःलाच काही आश्वासनं देणं गरजेचं आहे.

स्वतःलाच कबुली द्या की, तुमच्या देहाला विश्राम देऊन बरं करण्यासाठी तुम्ही थोडा वेळ बाजूला काढाल. दररोज एका ठरावीक वेळेस, आठवडाभर तुम्ही तुमच्या कुटुंबापेक्षा, मित्रांपेक्षा, कामापेक्षा आणि मुलांपेक्षा स्वतःलाच अग्रक्रम द्याल!

स्वतःशी दृढनिश्चय करा की, दिनक्रम कितीही घाईगडबडीचा असला तरी दररोज तुम्ही ठरावीक वेळेस तुमच्या देहाला इंधन पुरवत राहाल.

स्वतःशीच निश्चय करा की, वजन घटवण्याच्या वेडापायी तुम्ही तुमच्या प्रकृतीची हेळसांड कधीही करणार नाही. तुमचा देह आणि तुमचं स्वास्थ्य या दोहोंना तुम्ही सारखीच प्रेम, निगराणी, सहिष्णुता आणि सहनशीलतेची वागणूक द्याल. विशेषतःप्रेमाची.

स्वतःशीच दृढनिश्चय करा की, तुम्हाला कितीही वेळा अपयश आलं, तरी तुम्ही स्वतःला क्षमा कराल. लोक काहीही म्हणोत! अपयशानंतर तुम्ही पुन्हा मनाची उभारी धराल आणि तुमच्या उद्दिष्टाकडे वाटचाल करू लागाल. कारण तुम्ही इतर कुणालाही नव्हे, तर स्वतःलाच बांधील आहात!

स्वतःलाच वचन द्या की, तुम्ही सदैव स्वतःवर प्रेम करत राहाल; स्वतःलाच

उणं मानणाऱ्या आपल्या आतील आवाजाला तुम्ही गप्प कराल! तुम्ही सुंदर आहात, आकर्षक आहात हे विसरू नका!

स्वतःलाच वचन द्या की, तुमचं सध्याचं वजन काहीही असलं, तरी तुम्ही एक खूपच चांगली व्यक्ती आहात, हे सदैव लक्षात ठेवाल. वजनाच्या काट्यावरील वजन पाहून, तुम्ही आपल्या अंगचे गुण, हुशारी, सुस्वभाव आणि कौशल्यं यांना उणं मानू नका!

स्वतःलाच वचन द्या की, वजन उतरवण्याच्या प्रवासाचा तुम्ही आनंद लुटाल. वजन उतरवण्याची प्रक्रिया चालू असताना तुम्ही तणाव बाजूला ठेवाल, हसाल आणि मौज लुटाल; वजन उतरवण्यासाठी तुमच्या इच्छेनुसार वेळ घ्याल; वजन उतरवत असताना तुम्ही नव्या पाककृती शोधून काढाल, व्यायामाच्या कल्पक पद्धती शोधाल आणि स्वास्थ्याबद्दल आस्था राखणारे समानधर्मी स्नेही जोडाल; वजन उतरवल्यावर तुम्हाला जो सुंदर, सुडौल देह लाभणार आहे, त्याची जोपासना करून नव्यानं अनुभवाला येणाऱ्या जगाचं मोकळ्या मनानं स्वागत कराल.

तुमचा भूतकाळ विसरा आणि तुमच्या भविष्यकाळाचा आनंदानं आस्वाद घ्या; वर्तमानकाळ आनंदानं आणि उत्साहानं जगत राहा. कारण आयुष्य फार छोटंसं असतं. त्याचा मनापासून उपभोग घेणं गरजेचं असतं.

Pooja Makhija

सुश्मिता सेनचा संदेश

सौंदर्य आणि झगमगाटाच्या चंदेरी दुनियेत वावरणारी अभिनेत्री या नात्यानं मी तुम्हाला काहीतरी सांगू इच्छिते. तुम्ही सिनेमात, मासिकांमध्ये आणि टीव्हीवर जे जे पाहता, ते परिपूर्ण दिसावं म्हणून केवळ रंगरंगोटी केलेलं, सजवलेलं असतं. परिपूर्ण असं काहीही अस्तित्वात नसतं. इतरांप्रमाणेच आम्हीसुद्धा सदोष असतो. मी हे मुद्दाम सांगतेय, कारण इतर कुणासारखं बनण्याचा ध्यास ठेवणं, हे निरर्थकच असतं. इतरांकडून तुम्ही प्रेरणा मिळवू शकता; परंतु त्या व्यक्तीसारखं बनण्याची इच्छा धरणं मात्र योग्य नव्हे. प्रत्येक व्यक्तीचं आयुष्य, तिचा देह, बौद्धिक क्षमता, मानसिकता या गोष्टी भिन्न असतात. त्या त्यांच्या स्वत:च्याच अशा विशेष गोष्टी असतात. त्या गोष्टींची आस धरणं मूर्खपणाचं असतं. तुमची घडण वेगळी आहे. तुमच्या देहावरली प्रत्येक चामखीळ, प्रत्येक व्रण, प्रत्येक सुरकुती, कातडीवरचा प्रत्येक तीळ हा खास तुमचाच असतो. तुम्ही अनन्य असता. तुम्ही जे असता त्यातील अनन्यता जोपासा. इतर कुणासारखं बनण्याची ईर्षा धरू नका, कारण इतर कुणीही तुमच्यासारखं असणं शक्यच नाही! तुम्हाला वजन उतरवून त्याच पातळीवर स्थिर करायचं असेल, तर आधी स्वत:वर प्रेम करायला शिका. स्वत:वर प्रेम केलं, तरच तुम्ही आपला देह सुरेख करू शकाल.

आपण अभिनेत्री असू, बँकर असू, गृहिणी असू किंवा वास्तुविशारद असू- आपणा सर्वांमध्ये एक समानता असते, ती म्हणजे आपण सगळे जण अत्यंत तणावपूर्ण आयुष्य जगत असतो. बसची वाट पाहत ताटकळत असताना बस लवकर न येणं, ट्रेनमध्ये प्रचंड गर्दी असणं, एकमेकांचा राग-राग करणाऱ्या लोकांमध्ये राहावं लागणं- तणावाचं कारण कोणतंही असो; आपण सारेच जण कोणत्या ना कोणत्या तणावाला सतत सामोरे जात असतो. त्यामुळे योग्य असा आहार घेणं, ही काही चैनीची गोष्ट उरलेली नाही; ती एक गरज बनली आहे. मी पूजाकडून हा सर्वांत महत्त्वाचा धडा शिकले आहे— खाण्याचा तुमच्या रूपाशी संबंध नसून, तुमच्या स्वास्थ्याच्या अनुभूतीशी संबंध असतो! तुम्हाला आतून जेव्हा जोम वाटत असतो, तेव्हाच तुम्हाला बरं वाटत असतं आणि तुमच्या देहाकडे पाहून ते कळतं!

काही वर्षांपूर्वी माझं वजन जेव्हा नऊ किलोंनी वाढलं, तेव्हा माझ्यावर टीकेची झोड उठली. सुरुवातीला मला वाटत असे, लोकांना माझ्या वजनाची इतकी फिकीर का वाटावी? परंतु सत्य तर हेच आहे की, जेव्हा खूप वजन वाढवून किंवा खूप वजन घटवून तुम्ही देहाला हादरा देत असता, तेव्हा तुमच्या संपूर्ण देहयंत्रणेलाच इजा पोचत असते. पूजानंच मला दर दोन तासांनी योग्य असा आहार घेण्याची चांगली सवय लावली. प्रारंभी देहयंत्रणेला त्याची सवय होण्यास थोडा वेळ लागला; परंतु प्रमाणात आहार घेण्याचं मोल मला लवकरच उमगलं. संतुलनाची महती माझ्या लवकरच लक्षात आली. मी कधीही देहाची उपासमार करत नाही किंवा कोणतातरी पदार्थ खाण्याची ऊर्मी दाबूनही टाकत नाही; परंतु मी प्रमाणाबाहेर खाणंही कटाक्षानं टाळते. आपला देह आपल्याला नेहमीच काहीतरी सांगू पाहत असतो. त्याचं बोलणं ऐकायला शिकलं पाहिजे. तो तुम्हाला काय करायचं ते सांगेल.

मी तंदुरुस्त राहण्यासाठी नृत्य करते. त्यासाठी मी फिटनेस क्लबमध्ये जात नाही की पर्सनल ट्रेनरचीसुद्धा मदत घेत नाही. मी माझ्या मुलांबरोबर नाचते. मी मुक्त मनानं नाचते. नाचताना माझे हातपाय मी इच्छेनुसार हलवते आणि ते करताना मला खरीखुरी मुक्तता अनुभवाला येते. मला अशी अनुभूती जाणवते, कारण मी माझ्या प्रेमाच्या माणसांसमवेत असते. ती माझ्यावर काहीही टीका करत नाहीत. मी कितीही माकडचाळे केले तरी ती मला हसत नाहीत. जिथं लोक तुमच्यावर कोणतीही टीका-टिप्पणी करत नसतात, अशा वातावरणात राहणं तुमच्या देहाला मानवतं. अशा वातावरणात तुम्ही स्वत:वरच प्रेम करू लागलात तर तुमचं वजन विनासायास, काळजीविना पूर्वीसारखंच खाली उतरण्याची शक्यता वाढते.

वजन उतरणं, ही सतत चालू असणारी प्रक्रिया असते. तुमच्या देहाची ठेवण आणि तुमचा बीएमआर (देहाच्या चयापचय क्रियेचा वेग) यांवर वजन घटवण्याचा वेग अवलंबून असतो. सहनशीलतेचा गुण इथं महत्त्वाचा ठरतो. विज्ञानानं व माणसानं निर्माण केलेल्या गोष्टी बाजूला ठेवा आणि निसर्गाकडे वळा. दिवस गेल्यानंतर नऊ दिवसांतच बाळाला जन्म देणं अशक्य असतं. ती अनैसर्गिक व अशक्य कोटीतली गोष्ट असते. निसर्ग तुम्हाला सांगतो की, या प्रक्रियेसाठी नऊ महिने लागणार आहेत. ज्याप्रमाणे आपण समुद्राची भरती परतवू शकत नाही आणि इच्छेनुसार ऋतू बदलू शकत नाही, त्याप्रमाणेच आपल्याला जन्मतःलाभलेल्या देहाचे गुणधर्म आपण बदलू शकत नाही. देहाबद्दलची कोणतीही गोष्ट एका रात्रीत बदलता येणार नाही, याचा यावरून बोध घ्या!

तुम्ही मागे वळून आढावा घेतला तर तुम्हाला जाणवेल की, वजन घटवण्याच्या या प्रक्रियेस फारसा वेळ लागलेला नाही. याहून जलदपणे ती प्रक्रिया घडवू पाहणं, ही गोष्ट अनैसर्गिक आहे. कोणतीही अनैसर्गिक गोष्ट तुमच्या स्वास्थ्याच्या दृष्टीनं

घातक असते आणि ती तुमचं आयुष्य कमी करते. माझी अशी प्रांजळ इच्छा आहे की, लोकांनी आपलं संपूर्ण आयुष्य स्वास्थ्य राखून, आनंदानं आणि जोमानं जगावं आणि कुणाचंही दडपण घेऊ नये. कारण कुठल्याही मेजवानीसाठी, समारंभासाठी जाणं किंवा कोणत्याही व्यक्तीकडे जाणं, हे जिवंत राहण्यापेक्षा कधीही जास्त महत्त्वाचं असूच शकत नाही!

देव तुम्हाला सुखी ठेवो.

आपली स्नेहांकित,

सुश्मिता सेन

पुस्तकासाठी सहकार्य लाभलेल्या व्यक्ती

डॉक्टर अंजली छाब्रिया

भारतातील अत्यंत सर्जनशील मानसरोग चिकित्सक. गेली वीस वर्षं त्या वैद्यकीय सल्लागार आणि मानसरोग चिकित्सक म्हणून कार्यरत आहेत. त्यांनी १९८५ साली जे. जे. ग्रुप ऑफ हॉस्पिटल्समधून एमबीबीएस ही पदवी मिळवली आणि त्यानंतर मानसोपचारपद्धती (सायकोथेरपी) मधील पदविका मिळवली. १९९० साली त्यांनी मुंबईच्या नायर चॅरिटेबल हॉस्पिटलमधून मानसोपचारपद्धती विषयातील एमडीची पदवी मिळवली. मुंबईतील अनेक शिक्षण संस्थांमध्ये त्या निमंत्रित प्राध्यापिका (visiting faculty) म्हणून अध्यापन करत असतात.

जनतेला 'निरोगी भावनिक वर्तणूक' या विषयाचं प्रशिक्षण आणि सल्ला देण्यात त्यांनी आपलं आयुष्य खर्च केलं आहे. मानसिक स्वास्थ्याबद्दल जनजागृती करण्याचं काम त्यांनी परिश्रमपूर्वक केलं आहे. अनेक भावनिक आणि मानसरोगाशी निगडित अशा समस्यांबद्दल उद्‌बोधन-मार्गदर्शन करणाऱ्या शिबिरांचं आयोजन यात त्यांचा सहभाग राहिला आहे. तसंच भारतातील काही अत्यंत नामांकित प्रकाशनांसाठी त्यांनी लेखनही केलेलं आहे.

त्यांनी 'माइंडटेंपल' या नावाचं सल्ला केंद्र संस्थापित केलं असून, तिथं मानसिक रोगचिकित्सेबाबतच्या, भावनिक आणि आचरणासंबंधीच्या समस्यांवर इलाज केला जातो. या सल्ला केंद्रात वरील समस्यांवर सर्वंकष तोडगे सुचवण्यासाठी आधुनिक मानसरोग चिकित्सा आणि उपचारांबरोबरच, पारंपरिक भारतीय मनोएकाग्रतेच्या तत्त्वाचा उपयोग केला जातो. 'माइंडटेंपल'मध्ये आहारविषयक विकृती, वैफल्यग्रस्तता (depression), पराकोटीची चिंता (anxiety and panic disorder), मन:स्थितीतील चढ-उतारांची विकृती (ADHD- अस्थिर चित्त असल्यामुळे शिकण्यासाठी उद्‌भवणारी समस्या), लैंगिक विकृती, शिक्षणात येणारी अडचण, डिमेंशिया-अल्झायमरसारख्या वृद्धापकाळातील समस्या, मानसिक तणाव, व्यसनाधीनता यांसारख्या व्याधींवर उपचार केला जातो.

मानसी हसन

या क्लिनिकल सायकॉलॉजिस्ट (मानसशास्त्र चिकित्सक) असून, डॉ. छाब्रियांबरोबर गेली नऊ वर्षं काम करत आहेत. त्या व्यक्तिमत्त्वविषयक, भावनिक, बौद्धिक, व्यावसायिक आणि शिकण्याबाबतच्या समस्यांसाठी मानसशास्त्रीय मूल्यमापन करतात. ज्येष्ठांसाठी सीबीटी (कॉग्निटिव्ह बिहेव्हिअरल थेरपी) आणि बालकांसाठी प्ले थेरपी या विषयांतील त्या विशेषज्ञ आहेत.

प्रियांका दोशी-फर्नांडिस

या क्लिनिकल सायकॉलॉजिस्ट (मानसशास्त्र चिकित्सक) असून, डॉ. छाब्रियांबरोबर गेली पाच वर्षं काम करत आहेत. त्या माइंडटेंपलमध्ये मुख्यत्वेकरून मानसशास्त्रीय मूल्यमापन व समुपदेशन या जबाबदाऱ्या सांभाळतात. वयात येणाऱ्या मुला-मुलींना आणि तरुण-तरुणींना, वर्तणुकीबाबतची कौशल्यं शिकवून, त्यांचा वैयक्तिक आणि भावनिक विकास घडवण्यास मदत करणं, ही त्यांची ख्याती आहे. 'कमला रहेजा विद्यानिधी इन्स्टिट्यूट फॉर आर्किटेक्चर' येथे सध्या त्या अर्ध वेळ सल्लागाराचं काम करत आहेत आणि 'सच का सामना' या टीव्ही शोवरील सल्लागार म्हणून कामाचा अनुभव आहे.

तारा महादेवन

या आहार आणि स्वास्थ्य मानसशास्त्र चिकित्सक आहेत. वजनावरील नियंत्रण आणि आहारविषयक सवयी ही त्यांची विशेषता असून, त्यासाठी त्या 'कॉग्निटिव्ह बिहेव्हिअरल थेरपी'च्या तत्त्वांचा वापर करतात. तुम्हाला कायमस्वरूपी वजन घटवायचं असेल, तर त्यासाठी तुम्हाला सर्वप्रथम स्पष्टपणे विचार करायला शिकलं पाहिजे, असं त्यांना वाटतं आणि त्यांचा हा अद्वितीय दृष्टिकोन त्यांच्या ग्राहकांना आवश्यक अशी मानसशास्त्रीय साधनं आणि धोरणं उपलब्ध करून देतो. त्या त्यांच्या ग्राहकांना वेगवेगळ्या समस्यांबाबत मार्गदर्शन करतात : शरीराला खरीखुरी लागलेली भूक आणि भुकेची मानसिक भावना यांतील फरक ओळखायला शिकणं, खाण्याची अत्युत्कट इच्छा आणि मोह यांचा सामना करणं, निग्रह राखून खाणं, मनावर ताबा मिळवणं आणि सरतेशेवटी स्वास्थ्य राखण्यासाठीची सर्वंकष योजना बनवणं.

तारा यांनी मुंबईच्या एसएनडीटी विद्यापीठातून मानसशास्त्र विषयात एम.ए., तर अमेरिकेतील व्हॅसर कॉलेजमधून मानसशास्त्रातील बॅचलर्स ही पदवी मिळवली आहे. त्यांना अमेरिकेतील वेलकोचेस कॉर्पोरेशनतर्फे स्वास्थ्य समुपदेशक आणि

वजनविषयक समुपदेशक (वेट काउन्सेलर) म्हणून आंतरराष्ट्रीय प्रमाणपत्र देण्यात आलेलं आहे. युनिव्हर्सिटी ऑफ सॅन फ्रान्सिस्को, यू.एस.ए. यांनी त्यांना क्लिनिकल पीडियाट्रिक ओबेसिटी काउन्सेलर (लठ्ठपणाबद्दल बालकांची चिकित्सा करणारी सल्लागार) असं प्रमाणपत्र दिलेलं आहे. अमेरिकेतील 'माइंडफुल ईटिंग प्रोग्रॅम- ॲम आय हंग्री'तर्फे त्यांना पोषण आणि आहारविषयक वर्तणुकीची समुपदेशक- सहायक असं प्रमाणपत्र मिळालं आहे. Reebok and ACSM (USA) यांनी त्यांना फिटनेस इन्स्ट्रक्टर म्हणून प्रमाणपत्र दिलं आहे. मुंबईतील बी.एफ.वाय.कडून त्यांना पोषण विशेषज्ञ (न्यूट्रिशन स्पेशालिस्ट) असं प्रमाणपत्र मिळालं आहे.

वजनकमीकरण्यासाठी

योगसाधना

मूळ इंग्रजी लेखक

भरत ठाकूर

अनुवाद

डॉ. सुभाष दांडेकर

जगातील बहुतेक सर्व धर्म एखाद्या विश्वासप्रणालीवर आधारित असतात. योगपद्धती हा एकच अपवाद असावा. येथे गृहीत काहीही धरलेले नाही. एका पद्धतशीर आणि शास्त्रीयमार्गाने योगपद्धती मार्गक्रमण करते. तुम्ही योगावर विश्वास ठेवण्याची गरज नाही. जीवनशैलीचा एक प्रयोग म्हणून तुम्ही या पद्धतीने जगा. योगामुळे तुमचे शरीर आरोग्यपूर्ण बनते आणि शरीराच्या सर्व संस्था योग्यरीतीने काम करू लागतात. अंततः मानसिक आणि आध्यात्मिक अत्यानंदाच्या स्थितीत तुम्ही पोहोचता; जेथून बाह्य घटना तुम्हाला बाधा करू शकत नाहीत. स्थूलता हा रोग नसून तुमच्यामधील विविध संस्थांच्या कार्यातील असमतोलाचा परिणाम आहे. हा असमतोल साध्यासुध्या योगक्रियांनी कसा सुधारता येतो, हे या पुस्तकात विशद केले आहे. योग्य आहार आणि मानसिक दृष्टिकोन ठेवला तर तंदुरुस्त राहून वजन कसे कमी करावे व कमी केलेले वजन कसे राखावे, हे या पुस्तकात दाखवून दिले आहे.

२० मिनिटे तंदुरुस्तीसाठी

मूळ इंग्रजी लेखिका
डॉ. शेली बात्रा

अनुवाद
गंगाधर महाम्बरे

'दिवसाकाठी २० मिनिटे म्हणजे काहीच नव्हे...'
या २० मिनिटांचा व्यायाम तुमचे आयुष्य बदलू शकेल!
आजच्या तणावपूर्ण जीवनशैलीमध्ये प्रत्येक व्यक्ती
पूर्णपणे कार्यक्षम असूच शकत नाही.
अशी कार्यक्षमता असणारी व्यक्ती
ही केवळ शारीरिकदृष्ट्या निरोगी नसते तर
मानसिक संतुलन सांभाळणारी, भावनात्मकदृष्ट्या समतोल
आणि सामाजिक वातावरणाशी जुळते घेणारी असते.
परंतु सर्वांनाच हे शक्य होत नाही.
यासाठी शारीरिक तंदुरुस्ती – फिटनेसची नितांत
आवश्यकता आहे. त्यांच्यासाठीच
'२० मिनिटे तंदुरुस्तीसाठी' हे पुस्तक आहे.

स्थूलतेला करा टाटा

डॉ आशिष बोरकर
डॉ. गौरी बोरकर

यांचे 'स्थूलते'वरील संशोधन पुस्तकरूपाने येत आहे.
आपली प्रकृती आणि व्यवसाय यांना अनुरूप आहार,
योग्य उपचार आणि नियमित व्यायाम ही त्रिसूत्री अंगिकारल्यास
स्थूलतेवर विजय मिळवणे सोपे जाते. स्थूलतेमुळे होणारे
विविध आजार व उपचार यांची माहिती, प्रौढांबरोबरच सध्या
लहान मुलांमध्ये आढळणारे स्थूलतेचे चिंता करायला लावणारे
प्रमाण याचा सखोल ऊहापोह या पुस्तकामध्ये केलेला आहे.
स्थूल लोकांसाठी दैनंदिन आहार, धार्मिक उपवासाच्या
दिवशीचा आहार, लग्न-समारंभातील आहार,
हॉटेलमध्ये गेल्यास काय आहार घ्यावा
यांसारख्या बारीकसारीक गोष्टींचा अंतर्भाव,
हे या पुस्तकाचे वैशिष्ट्य!
बऱ्याच लोकांना वेळेअभावी घराबाहेर जाऊन 'जीम'मध्ये
व्यायाम करणे शक्य होत नाही. गृहिणी, व्यावसायिक, नोकरदार,
लहान व तरुण मुले-मुली यांच्यासाठी खास Fat Burn करणारे
सोपे व्यायामप्रकार या पुस्तकाबरोबर
डी.व्ही.डी.मध्ये देण्यात आले आहेत.